திண்ணைப் பேச்சு

# திண்ணைப் பேச்சு

**தஞ்சாவூர்க் கவிராயர்** (பி. 1953)

1953 அக்டோபர் 1 அன்று தஞ்சாவூரில் பிறந்தார். தந்தை என். ரங்கராஜன் தாய் நாகலட்சுமி. தஞ்சாவூர் கோபாலி என்ற பெயரிலும் எழுதுவதுண்டு. இயற்பெயர் கோபாலகிருஷ்ணன். தமிழகத்தின் முன்னணி வார, மாத இதழ்களில் இவர் படைப்புகள் வெளியாகியுள்ளன. 1970முதல் எழுதிவருகிறார். *பிரக்ஞை, கசடதபற, ஞான ரதம்* முதலான இலக்கிய ஏடுகளிலும் பங்களித்துள்ளார். தஞ்சை ப்ரகாஷ், க.நா.சு. மௌனி, தி. ஜானகிராமன், எம்.வி.வி., ந. பிச்சமூர்த்தி, தி.சா. ராஜு, கரிச்சான் குஞ்சு, சுவாமிநாத ஆத்ரேயர் போன்ற எழுத்தாளர்களுடன் நெருங்கிப் பழகியவர்.

இரு மொழிபெயர்ப்பு நூல்கள், இரு கவிதைத் தொகுதிகள், இரு கட்டுரைத் தொகுதிகள், வாழ்க்கை வரலாற்று நூல்கள், சிறுகதைத் தொகுதிகள், நூற்றுக்கும் மேற்பட்ட கட்டுரைகள் ஆகியவற்றை எழுதியுள்ளார். தற்போது திரைக்கதை எழுதுவதில் ஈடுபட்டுவருகிறார். பல்வேறு இலக்கிய அமைப்புகளால் கௌரவிக்கப்பட்டிருக்கிறார். தமிழ்ப் பேராயம் போன்ற இலக்கிய அமைப்புகளின் விருதுத் தேர்வுகளில் நடுவராக இருந்துள்ளார். சென்னையை அடுத்துள்ள ஊரப்பாக்கத்தில் வசித்துவருகிறார். மனைவி அனுசூயா. ஒரு மகன். ஒரு மகள். இருவரும் மென்பொறியாளர்கள்.

முகவரி : 39, மகாகவி பாரதியார் வீதி,
ராம்நகர் (விரிவு)
ஊரப்பாக்கம் 603211,
காஞ்சிபுரம் மாவட்டம்

கைப்பேசி : 96772 10062

மின்னஞ்சல் : thanjavurkavirayar@gmail.com

தஞ்சாவூர்க் கவிராயர்

# திண்ணைப் பேச்சு

காலச்சுவடு பதிப்பகம்

அன்பார்ந்த வாசகருக்கு,

வணக்கம்.

காலச்சுவடு நூலை வாங்கியமைக்கு நன்றி.

நூலின் உள்ளடக்கம், உருவாக்கம், அட்டைப்படம் இன்ன பிற அம்சங்கள் பற்றிய உங்கள் கருத்துகளையும் ஆலோசனைகளையும் காலச்சுவடு வரவேற்கிறது. தகவல், எழுத்து, வாக்கியப் பிழைகள் தென்பட்டால் அவசியம் தெரிவித்து உதவுங்கள். நூல் தயாரிப்பில் கடும் குறைபாடு இருப்பின் மாற்றுப் பிரதி உங்களுக்குக் கிடைக்கக் காலச்சுவடு ஏற்பாடு செய்யும்.

மின்னஞ்சல்: **publisher@kalachuvadu.com**

காலச்சுவடு நாகர்கோவில் அலுவலகத்துக்குக் கடிதம் அனுப்பலாம்.

தங்கள்
எஸ்.ஆர். சுந்தரம் (கண்ணன்)
பதிப்பாளர் – நிர்வாக இயக்குநர்

திண்ணைப் பேச்சு ◆ கட்டுரைகள் ◆ ஆசிரியர்: தஞ்சாவூர்க் கவிராயர் ◆ © தஞ்சாவூர்க் கவிராயர் ◆ முதல் பதிப்பு: டிசம்பர் 2024, இரண்டாம் பதிப்பு: மே 2025 ◆ வெளியீடு: காலச்சுவடு பப்ளிகேஷன்ஸ் (பி) லிட்., 669, கே.பி. சாலை, நாகர்கோவில் 629001

**tiNnaip peeccu** ◆ Articles ◆ Author: Thanjavur Kavirayar ◆ © Thanjavur Kavirayar ◆ Language: Tamil ◆ First Edition: December 2024, Second Edition: May 2025 ◆ Size: Demy 1 x 8 ◆ Paper: 18.6 kg maplitho ◆ Pages: 216

Published by Kalachuvadu Publications Pvt. Ltd., 669 K.P. Road, Nagercoil 629001, India ◆ Phone: 91-4652-278525 ◆ e-mail: publications @kalachuvadu.com ◆ Printed at Clicto Print, Jaleel Towers, 42 KB Dasan Road, Teynampet Chennai 600018

ISBN: 978-93-6110-892-1

05/2025/S.No. 1312, kcp 5735, 18.6 (2) uss

# பொருளடக்கம்

*முன்னுரை:* பல்சுவை விருந்து 9

*என்னுரை:* தீராத பேச்சு 13

1. வெயில் போற்றுதும் 17
2. குப்பையும் குலாப்ஜாமூனும் 21
3. பொம்மைகளோடு விளையாடட்டும் கடவுள் 26
4. துணைவேந்தரும் கோவில் யானையும் 32
5. இரும்பின் கோஷம் 36
6. திண்ணைக்குத் திசைகள் இல்லை 40
7. அப்பா ஓட்டிய தபால் ரயில் 44
8. அப்பாவின் கலைடூர் 50
9. கங்காளம், பாதாளக் கொலுசு, ஜோடுதல - தெரியுமா? 54
10. மாணவர்களே மாடுமேய்க்கப் போங்கள் 59
11. காலித் தீப்பெட்டியும் இரண்டு தட்டான் பூச்சிகளும்! 63
12. வானத்தை வாசித்தல் 67
13. ஒரு கவிதை ஒரு தோழர் 73
14. பெயரில் என்ன இருக்கிறது? 78
15. ஒட்டகத்தின் மீதொரு குழந்தை 84
16. மழை சிநேகம் 89
17. வாசனைசூழ் உலகு 93
18. கையெழுத்தின் காலம் 98

| | |
|---|---|
| 19. உயிர்களிடத்து அன்பு வேணும் | 102 |
| 20. ரயில் பெஞ்சு ராகங்கள் | 107 |
| 21. கைராட்டை சுழலட்டும் | 112 |
| 22. சைக்கிள் ஓட்டத் தெரியாத மாப்பிள்ளை | 117 |
| 23. மாந்தோப்பும் கீதாரிகளும் | 122 |
| 24. வீடென்று எதனைச் சொல்வீர்? | 127 |
| 25. உறையூர் சுருட்டும் இரண்டாம் உலக யுத்தமும்! | 131 |
| 26. நிலவொளியில் பறக்கும் ஹைகூ கவிதைகள் | 136 |
| 27. மகா சாக்கடையின் கரையோரம் | 141 |
| 28. பிரபஞ்சத்தின் திண்ணை | 146 |
| 29. முணுமுணுத்தல்களும் முழக்கங்களும் | 150 |
| 30. சொக்கம்பட்டி ஜமீன்தாரும் இனிப்பின் விளைச்சலும் | 155 |
| 31. வெளிச்சம் என்பது விழிகளில் இல்லை | 159 |
| 32. குற்றமும் தண்டனையும் | 164 |
| 33. சந்தித்த வேளையில்... | 169 |
| 34. தயாராக இருங்கள் | 174 |
| 35. அம்மாவைத் தேடிப்போன பொம்மைகள் | 178 |
| 36. கடவுளுக்குத் தூக்கமில்லை | 183 |
| 37. ஆரம்பப் பள்ளி ஆச்சரியங்கள் | 188 |
| 38. அமெரிக்காவில் திண்ணை இல்லை | 193 |
| 39. இரன் பறவையின் தோழர் | 198 |
| 40. மௌனத்தை வாசிப்போம் | 204 |
| 41. மீசை இருப்பதால் விரால் மீனுக்கு வீரம் வந்துவிடுமா? | 209 |
| 42. அரண்மனைப் பூனையும் ஆதித்த கரிகாலரும் | 212 |

முன்னுரை

# பல்சுவை விருந்து

எழுத்தின் பன்முகப் பேரொளி எல்லாருக்கும் வாய்ப்பதல்ல. கவிதை, சிறுகதை, கட்டுரை என இலக்கியத்தின் களங்கள் பலவற்றிலும் தனித்திறன் காட்டி வெற்றிபெற்றவர் தஞ்சாவூர்க் கவிராயர்.

'வளையல் வம்சம்' போன்ற கவிதைத் தொகுப்புகளாலும் 'கைராட்டை கோபம்' போன்ற சிறுகதைத் தொகுப்புகளாலும் தமிழ் வாசகர்களுக்கு மிகவும் அறிமுகமானவர்.

ஏழைகள் ஆயிரம் வரிசையில் நிற்கிறார்
உன்தரிசனம் வேண்டி இறைவா
ஆயிரம் ரூபாய் கட்டினால் காணலாம்
என்பதே விதி எனில்
உன் தரிசனம் வேண்டாம் இறைவா

என்று இறை வணக்கத்தில் தனக்கே உரிய உணர்வைப் புலப்படுத்திய கவிதை முனைப்பு இவரிடம் உண்டு.

"நூல் நூற்றால் கோபம் போகும்; மனது சாந்தப்படும். இது காந்தி சொன்ன கைராட்டைத் தத்துவம்" என்று சிறுகதையிலும் தத்துவம் கூறும் எழுத்துக் கலைஞர் தஞ்சாவூர்க் கவிராயர்.

பத்திரிகையில் பத்தி எழுத்தாக எழுதப்பட்ட நாற்பத்தி இரண்டு கட்டுரைகளின் தொகுப்பாகத் திகழ்கிறது இந்நூல். ஒன்றுக்கொன்று சம்பந்தம் இல்லாத வெயில்முதல் மௌனம்வரையிலான பொருண்மைகளைத் தம் அனுபவச் சாணையில் தீட்டி முன்வைக்கிறார் கவிராயர்.

பரந்த வாசிப்பு, கவித்துவம், உலகியல் அனுபவம், வாழ்வின் எளிய உண்மைகளில் ததும்பும் ஆழம், சக மனிதர்களிடம் எல்லையற்ற பரிவு, கட்டுரைகளில் ஊடாடும் புனைவின் ஒளித் தாவல் எனப் பல பரிமாணங்களால் தனித்து நிற்கின்றன தஞ்சாவூர்க் கவிராயரின் எழுத்துக்கள்.

தஞ்சை ப்ரகாஷ், பிரபஞ்சன் என்ற இரண்டு ஆளுமைகளின் இலக்கியப் பண்ணையில் வளர்ந்து செழித்த பயிர் தஞ்சாவூர்க் கவிராயர். அதனால் இவருடைய எழுத்தில் பரந்த வாசிப்பின் தடங்கள் பளிச்சென்று புலப்படுகின்றன. 'வீடென்று எதனைச் சொல்வீர்' என்ற கட்டுரை இந்நூலில் உள்ளது. மாலனின் கவிதை வரிகளில் தொடங்கும் அழகு ரவிசுப்பிரமணியனின் இசை மிளிரும் மற்றொரு கவிதையில் நிறைவு பெறுகிறது. இடையில் சி. மோகன், புதுமைப்பித்தன், நீலமணி, அஃக் பரந்தாமன், வெ. சாமிநாத சர்மா, சி.சு. செல்லப்பா, ரஷ்ய எழுத்தாளர் தஸ்தயேவ்ஸ்கி, தஞ்சை ப்ரகாஷ் ஆகிய இத்தனை எழுத்தாளர்களும் கவிராயரோடு இந்தக் கட்டுரையின் வீட்டு முகப்பிலும் முற்றத்திலும் திண்ணையிலும் வரவேற்பறையிலும் வந்து நம்மைச் சந்திக்கிறார்கள். எழுத்தாளர்களோடும் புத்தகங்களோடும் நிகழும் முடிவில்லாச் சந்திப்புகளின் கைக் குலுக்கல் கவிராயரின் எழுத்து வித்தகம்.

இயல்பிலேயே கவிஞர் என்பதால் கட்டுரைகளில் உரைநடையை மீறி ஆங்காங்கே கவித்துவம் வெளிப்படுகிறது. கம்பனைப் பற்றிப் பேசுகிறபோது வ.வே.சு. அய்யர் குறிப்பிடுவது போலக் கவிதைத் தெறிப்புகள் வந்து 'தங்கக் கொடிகள் கொழுத்து ஓடுவது' போல் மின்னுகின்றன.

சாலை மரங்கள் வெட்டப்படும் கொடூரத்தைக் கூறும்போது, "ஏதேதோ காரணம் காட்டி மரத்தை மட்டுமல்ல, அங்கே விரிந்து பரந்திருந்த நிழலையும் அல்லவா வெட்டிவிட்டார்கள்" என்கிறார். மொட்டை மாடியைப் "பிரபஞ்சத்தின் திண்ணை" என்கிறார். இப்படிப் பல இடங்கள்.

உலகியலை நன்கு கற்ற அனுபவம் கவிராயரின் எழுத்துச் செல்வம். ஓரிடத்தில் சொல்கிறார்: "தென்னை மரங்கள் காய்க்காமல் இருந்தால் அவற்றின் கீழே நின்று நான்கு பேர் பேசிக்கொண்டிருந்தால் போதும். குலை தள்ள ஆரம்பித்துவிடும் என்று கிராமத்தில் சொல்வார்கள்." ஒரு கிராமத்து மனிதனின் அனுபவக்கீற்று பளிச்சிடுவதை இங்கே பார்க்கிறோம்.

எளிய செய்திகளில் ஆழத்தைத் தரிசனம் செய்து வைக்கிற பண்பை இக்கட்டுரைகளில் காண முடிகிறது. பல்லிகள் ஓசை

செய்வதைக் கேட்டு எளிய மக்கள் அது சகுனம் சொல்வதாகக் கூறுவார்கள். கவிராயர் குறுக்கே புகுந்து சொல்கிறார்: "மூடநம்பிக்கைதான். ஆனால் வீட்டின் ஒரு மூலையில் வாழும் அற்ப ஜந்துவான பல்லியின் குரலுக்குச் செவிமடுக்கும் மனநிலை சிறப்பானது அல்லவா?"

அவரோடு சேர்ந்து உண்மைதானே என்று நாமும் தலையசைக்கிறோம்.

தஞ்சாவூர்க் கவிராயர் இலக்கியங்களை அனுபவித்துப் படித்தவர். அதைவிடவும் மனிதர்களை நேசித்துப் படித்தவர். அவருடைய எழுத்தினூடே மனித வாசமும் நேசமும் கலந்து பரிமளிக்கின்றன. 'ரயில் பெஞ்சு ராகங்கள்' முதுமையில் கட்டவிழும் மனித சோகங்களை மிகுந்த பரிவுடன் சொல்கிறது. சித்த சுவாதீனம் இல்லாத மகனால் ஒரு முதியவருக்கு ஏக்கமும் வருத்தமும் உண்டு. ஆனாலும் அவர் மெல்லிய குரலில் காதல் கீதங்களைப் பாடுவதுண்டு. மறைந்த மனைவியின் நினைவோ என்று நண்பர்கள் நினைத்தனர். ஆனால், திருமணத்துக்கு முந்தி இளைஞராக ஒரு எஸ்டேட்டில் மலையில் வேலை செய்தபோது வள்ளி என்ற ஒரு ஏழைக் குடும்பத்துப் பெண்ணுடன் சிநேகம் இருந்ததாம்.

"நிர்த்தாட்சண்யமாக விட்டு ஓடிவந்துவிட்டேன்... அந்தப் பாவம்தான் என் மகனுக்கு இப்படி ஆயிட்டுதோ என்னவோ?" என்று அவர் கூறியபோது மனித சோகங்களின் பின்புலம் ஒன்று துலங்கியது. அந்த மனிதரின் ஆழ்நிலைத் துயரில் பங்கு கொள்கிறார் ஆசிரியர்.

மனதைக் கொள்ளைகொள்ளும் புனைவிலக்கியத் தாக்கம் கவிராயரின் கட்டுரைகளில் நிரம்பிக் கிடப்பதை வாசகர்கள் இனம் காண முடியும். கட்டுரைகளை இலக்கியமாக மாற்றும் இந்த அபூர்வப் பண்பை வெகு இயல்பாகக் கையாளுவதில் அவருக்கு ஒரு தனி லாவகம் இருப்பதையும் நாம் அறிய முடியும். 'உயிர்களிடத்தில் அன்பு வேணும்' என்ற கட்டுரையை எடுத்துக்காட்டாகக் கூறலாம்.

இலைமறை கனியாகக் கவிராயரின் எழுத்தில் அவரது அப்பா எங்கெங்கும் காணப்படுகிறார். மேற்குறித்த கட்டுரையில் அப்பாவின் மறைவுத் தருணம் வருகிறது. படுத்த படுக்கையில் சுவரையே பார்த்தபடி இருக்கிறார் அப்பா. அங்கே பல்லி ஒன்று பூச்சியைக் கைப்பற்ற முயன்றுகொண்டிருக்கிறது. "பூச்சிதான் நான்; பல்லி எமன்" என்கிறார் அப்பா. அதைப் பெரிதுபடுத்தாத கவிராயர் ஒருநாள் அப்பா மரணமுற்றுவிட்டதை அறிகிறார். அவர்

பார்வை சுவருக்குச் செல்கிறது. "பல்லி இருந்தது, பூச்சியைக் காணோம்" என்று கட்டுரை முடிகிறது. ஓ ஹென்றியின் சிறுகதை முடிச்சுப்போல் அமைகிறது கட்டுரை.

தெருக்கள், திண்ணைகள், மாந்தோப்புகள், மகா சாக்கடைகள், மனிதர்கள் என்று வாழ்க்கை விரிந்து கிடக்கிறது. கவிராயரின் பேனா ஓவியத் தூரிகையாகிச் சித்திரக்கூடங்களை அமைத்துக்கொண்டே போகிறது.

சுருக்கமாகச் சொன்னால் தஞ்சாவூர்த் தாட்டு இலையில் பரிமாறப்பட்ட பல்சுவை விருந்தாகிறது கவிராயரின் இந்த நூல்.

பொள்ளாச்சி                      சிற்பி பாலசுப்பிரமணியன்
17.9.24

என்னுரை

# தீராத பேச்சு

மனிதன் சமூகப் பிராணி என்பது அறிவியலாளர் கூற்று. மனிதர்கள் குகைகளிலும் மலை இடுக்குகளிலும் ஒளிந்து வாழும் விலங்குகள் அல்லர். எப்போதும் அபாயத்தை எதிர்நோக்கித் தம்மைத் தற்காத்துக்கொள்ளும் வகையில்தான் விலங்குகளின் இயல்புகளும் உடற்கூறுகளும் தகவமைக்கப்பட்டுள்ளன. நூறு ஆண்டுகளுக்கு மேல் உயிர் வாழும் மனிதர்களை நுணுகி ஆராயும் அமெரிக்க ஆய்வு அமைப்பு அண்மையில் தனது முடிவுகளை வெளியிட்டது. இத்தகைய மனிதர்களோடு சேர்ந்து வாழ்ந்து அவர்களின் செயல்கள், உணவு பழக்கங்கள் ஆகியவற்றை ஆராய்ந்தபோது உணவு முறை, உடற்பயிற்சி, வாழ்வியல் கூறுகள், மருந்து உட்கொள்தல், மரபணுவால் ஏற்படும் மாற்றங்கள் இவற்றில் மனிதர்களிடையே வேறுபாடுகள் காணப்பட்டன. அவற்றைப் பொதுவான வரையறைக்கு உட்படுத்த முடியவில்லை. எல்லோரிடமும் நூறாண்டுக்கு மேற்பட்ட ஒரு பொதுவான அம்சத்தைக் கண்டுபிடித்தபோது உலகமே ஆச்சரியத்தில் ஆழ்ந்தது. ஆம் இந்த மனிதர்களிடம் கூடி வாழும், தனிமையை விரும்பாத பண்பு, தன் கூட்டிலிருந்து வெளிவந்து கூட்டத்தில் உள்ள மனிதர்களுடன் இணக்கத்துடன் பழகி அவர்களோடு நட்பும் உறவும் கொள்வதில் ஆர்வம் ஆகியவை இருந்ததைக் கண்டறிந்தார்கள். இந்தியாவின் நாட்டுப்புறங்களில் இத்தகைய இயல்பு கொண்ட மக்கள் கூட்டத்தில்

நூற்றுக்கு மேல் ஆயுட்காலம் கொண்ட மனிதர்கள் அதிகம் வாழ்வது தெரிந்தது.

என் பால்ய காலத்தில் கிராமத்தில் நாங்கள் வசித்த வீடுகள் பகல் வேளைகளில் வெறிச்சோடிக் கிடக்கும். மக்கள் கூட்டம் கூட்டமாக உழவுப் பணிகளில் ஈடுபட்டிருப்பார்கள். வீட்டுக்கு வெளியே உலகை நோக்கும் வகையில்தான் திண்ணைகள் வடிவமைக்கப்பட்டன. வீட்டின் ஒரு அங்கமாகவும் திறந்த வெளியின் நுழைவாயிலாகவும் திண்ணை திகழ்ந்தது. சமூகக் கட்டுப்பாடுகள் காரணமாக வீட்டுக்குள் பெண்கள் பூட்டி வைக்கப்பட்டபோது திண்ணைக்கு வந்து வெளி உலகைக் காணவும், கதை பேசவும், சுதந்திரம் வழங்கப்பட்டதன் சிறிய அடையாளமானது திண்ணை.

திண்ணையில் பெண்களோடு சேர்ந்து கலைமகளும் அமர்ந்தாள். திண்ணைப் பள்ளிக்கூடங்கள் மலர்ந்தன. மாடப்பிறையில் ஏற்றப்பட்ட சின்னஞ்சிறு அகல் விளக்குகளின் பிரகாசம் தெருவெங்கும் பரவி அந்தகார இருள் விரட்டும் திருப்பணி தொடங்கியது. பெரிய பெரிய அறிஞர்களும் சங்கீதக்காரர்களும் வித்வத் சிரோமணிகளும் கலைஞர்களும் திண்ணையில் அமர்ந்து சாதகம் செய்த காலம். திண்ணைப் பள்ளிகூடம்தான் நீட்சிபெற்றுப் பள்ளிகளாகவும், கல்லூரிகளாகவும், பல்கலைக்கழகங்களாகவும் ஆயின. காலந்தோறும் திண்ணை மாற்றம் பெறலாயிற்று. தேசாந்தரிகளும் வழிப்போக்கர்களும் தங்கி ஓய்வெடுக்கவும், உறங்கி இரவினைக் கழிக்கவும் திண்ணை இடம் கொடுத்தது. வெற்றிலைக் குதப்பலும் ஊர் அக்கப்போரும் கேட்டு அலுத்துப் புரண்ட திண்ணை, வெட்டிப் பேச்சு வீரர்களின் புகலிடம் என்ற பகடிக்கு இடம்தந்து பாழடைந்த திண்ணையின் மிச்சங்களாக அவை காட்சிப் பொருளான காலமும் வந்தது.

நமது திண்ணைப் பேச்சு அத்தகைய இழிவுக்கு இலக்கான ஒன்றல்ல. அது பாரதி திண்ணையின் நீட்சி. கவிதையின் ரசானுபவமும் தேச விடுதலை வேள்வித்தீயும் வாழ்வியல் பார்வைகளும் உலக வரலாறும் அமளி துமளிப்படும் பாரதி வீட்டுத் திண்ணையில். பாரதி திண்ணையைப் பக்கத்து விட்டார் இடிப் பள்ளிக்கூடம் என்று அழைப்பார்களாம். இத்தகைய இடிப் பள்ளிக்கூடத்தை எழுத்தில் எழுதிக் காட்டத் துணிந்தபோது *இந்து தமிழ் திசை* இடம் கொடுத்தது. *இந்து தமிழ் திசையின்* ஆசிரியர் அசோகன் திண்ணைப் பேச்சு திசைகள் அற்ற பெருவழியில் செல்ல இடம்தந்தார். தோழர் ஆதி. வள்ளியப்பன் துணை நின்றார். *இந்து தமிழ்* ஆசிரியர் குழாம் தொடருக்கு மெருகூட்டியது.

திண்ணையில் இருந்தபடி உலகை அளக்கும் திண்ணைப் பேச்சின் வாமன வடிவத்தை வாசகர்கள் வரவேற்றனர். நேரிலும் தொலைபேசி வாயிலாகவும் மின்னஞ்சல் வழியும் திண்ணையிலே மெய்நிகர் வாசகக் கூட்டம் நிறைந்தது. சமுதாயத்தின் பல்வேறு படிநிலைகளில் இருந்தெல்லாம் திண்ணை தேடி வந்தனர். இவ்வாறு வந்தவர்கள் தமது பதவி, புகழ், செல்வாக்கு அத்தனையும் விலக்கித் திண்ணையில் உரையாட வந்து அமர்ந்ததற்கு ஒரே ஒரு எடுத்துக்காட்டு. தமிழக உயர் நீதிமன்ற நீதிபதி ஒருவர் பீடத்தில் அமரும் பதவி மாட்சிமையை மறந்து எங்கள் வீட்டுத் திண்ணை ஓரம் இருந்த படிக்கட்டில் வந்து அமர்ந்து உரையாடியது திண்ணைப் பேச்சின் பெருமையைப் பறைசாற்றும். இதுபோன்றே அகவை முதிர்ந்த அறிஞர் பெருமகனார் அ. பிச்சை முதல் புதுமை தேடும் இளைஞர் கூட்டமே திண்ணைப் பேச்சை ரசித்தது, கொண்டாடியது.

இத்தொடரை நூலாக வெளியிட இசைவு தந்த *இந்து தமிழ்த் திசை* ஆசிரியர் அன்பு தோழர் அசோகன் அவர்களுக்கும் இத்தொகுப்பிற்குத் தமது மதிப்புரையால் பெருமை சேர்த்திருக்கும் தமிழ்ப் பெருந்தகையாளர் கவிஞர் பிரான், சிற்பி பாலசுப்பிரமணியன் அவர்களுக்கும் மனமார்ந்த நன்றி. இதனை நூலாக வெளியிடும் செவாலியே காலச்சுவடு கண்ணன் சுந்தரம் அவர்களுக்கும் இவ்வெளியீட்டிற்கு உறுதுணையாய் உதவிய பதிப்பாசிரியர் அரவிந்தன் அவர்களுக்கும் பிரதியைச் சரிபார்த்துத் தந்த களந்தை பீர் முகமது அவர்களுக்கும் என் நன்றி உரியது.

ஊரப்பாக்கம்
*18.09.2024*

**தஞ்சாவூர்க் கவிராயர்**

# 1

## வெயில் போற்றுதும்

வெயில் கொளுத்துகிறது. அல்ல, சுட்டெரிக்கிறது!

தமிழ்நாட்டின் பல நகரங்களில் வெயில் சதம் அடித்தது என்று வெயிலை கிரிக்கெட் வீரராக்கிப் பத்திரிகைகள் வர்ணிக்கின்றன.

தெருக்கள் வெறிச்சோடிக் கிடக்கின்றன.

வெயிலுக்கு அஞ்சி வீட்டுக்குள் முடங்கினாலும் வெக்கை தாங்க முடியவில்லை.

மாமழை போற்றுதும், ஞாயிறு போற்றுதும், திங்கள் போற்றுதும் என்று சிலப்பதிகாரம் இயற்கையைப் போற்றுகிறது! வெயில் போற்றுதும் என்று நாம் பாட முடியுமா?

வெயிலைப் போற்றுவதாவது! அதுவும் இந்தக் கோடை வெயிலைக் கொண்டாட முடியுமா?

பாரதி கொண்டாடினான்!

ஜகத் சித்திரம் என்ற சிறு நாடகத்தில் ஒரு பசுமாடு 'வெயிலைக் காட்டிலும் அழகான பதார்த்தம் வேறில்லை' என்று சொல்லும்.

வெயில், சாப்பிடுகிற பதார்த்தமானது எப்படி? மர நிழலில் படுத்துக்கொண்டு அசைபோடும் மாடு வெயிலைத்தான் தின்னுகிறது போலும்!

பாரதி மட்டுமல்ல, வேப்பமரங்களும் புங்க மரங்களும்கூட வெயிலைக் கொண்டாடுவது போலத் தோன்றுகிறது. பச்சைப் பசேல் இலைகள்!

'இலைகள் மரங்களின் சந்தோஷங்கள்' என்பார் அப்பா.

நகரத்து மனிதர்கள்தான் வெயிலைக் கண்டு பயப்படுகிறார்கள்.

கிராமங்களில் உழுது பயிரிடும் உழவர்கள் வெற்றுடம்போடு நாற்று நடுகிறார்கள். களை பறிக்கிறார்கள். வெயில் அவர்களின் தோழன். கதிரவன் கடவுள். வெயிலோன் அவர்களின் நாடி நரம்புகளிலே உயிர் பாய்ச்சுகின்றான்.

நண்பகல் வேளையில் உச்சிவானில் வட்டமிடும் கழுகுகள் நீல அலை அடிக்கும் வானத்து நீர்ப்பரப்பில் ஆனந்தமாக நீந்துவனபோல் தோன்றுகின்றன.

நண்பகலில் வீதிகள் ஒருவித மோனத்தில் ஆழ்ந்து கிடக்கின்றன. எங்கிருந்தோ இடைவிடாது கத்தும் அணில்கள் அந்த மோனத்தைக் கொறித்துத் தள்ளுகின்றன.

வெயிலை ரசிப்பது ஒன்றே வெயிலிலிருந்து நம்மைக் காக்கும் உபாயம்! அப்படி ரசிக்க வேண்டுமானால் திண்ணையில் வந்து உட்கார்ந்துகொள்ள வேண்டும்!

ஒரு காகம் புங்க மரத்தின் கிளையில் உட்கார்ந்தபடி சிறகு கோதுகிறது. மதிய வேளைகளில் அக்காக் குருவிகள் தங்களின் இணை தேடிக் கூவுவது காதல் ஏக்கத்தின் உச்சம்! பங்குனியில் கூவத் தொடங்கும் அக்காக் குருவிகள் வைகாசிவரை கூவும்!

இந்த வெயிலிலும் குப்பை பொறுக்குபவர்கள், 'பழைய பேப்பர் வாங்கறதேய்' என்று தெருத்தெருவாக அலைபவர்கள், தோளின்மீது தொழிற்கூடம் சுமக்கும் சாணை பிடிப்பவர்கள், தலைச்சுமை வியாபாரிகள் எல்லோருக்கும் ஒரு பொதுவான குணம் இருக்கிறது. அவர்களுக்கு வெயில்மீது எந்தப் புகாரும் இல்லை.

பொம்மை வியாபாரி ஒருவர் கூடை நிறைய பொம்மை களுடன் வாசலில் வந்து நின்று 'பொம்மை வேணுமா ஐயா?' என்று வியர்த்துவழியக் கேட்கும்போது மறுக்கத் தோன்றுவதில்லை.

அவர் தலையிலிருந்து பொம்மைக் கூடையை இறக்கித் திண்ணையில் வைக்கும்போது கொஞ்ச நேரமாவது பொம்மைகள் நிழலில் இளைப்பாறட்டும் என்று தோன்றுகிறது.

வெயில் வேளையில் விசிறி விற்பவனைப் பார்த்து,

'கூடை நிறைய
காற்றின் துண்டுகளைச்
சுமந்து செல்கிறான்
விசிறி விற்பவன்"

என்று பாடுகிறார் ஒரு ஜப்பானியக் கவிராயர்.

வெயில் இல்லாவிட்டால் இப்படி ஒரு அழகான கவிதை கிடைத்திருக்குமா?

இன்றும்தஞ்சைமேலவீதியில்வெயிலைப்பொருட்படுத்தாமல் சர்ரென்று சைக்கிளில் வந்து இறங்குகிறார் ஒரு நடுத்தர வயது மனிதர். காவி உடை, பச்சை முண்டாசு. சட்டென்று பையிலிருந்து ஒரு விசிறியை எடுக்கிறார். சாலை ஓரம் தேநீர்க் கடை அருகே வியர்த்து வழிய வெயிலில் நின்றபடித் தேநீரை உறிஞ்சிக்கொண்டிருந்தவர்களை நெருங்கி விசிற ஆரம்பிக்கிறார்.

“ஏதோ என்னால முடிஞ்சதுங்க! நெருப்பை வாரிக் கொட்டுது வெயில்! காசு பணம் தர முடியாது! கையளவு காத்து தரலாமே!” என்று எனக்கும் விசிறிவிட்டார்.

வெறும் காற்றின் விசிறல் அல்ல அது! மனித நேயத்தின் விசிறல்!

எங்கள் ஊரில் வயதான பெண்மணி இருந்தார். வெயில் வேளையில் கடைத்தெரு, ரேஷன்கடை, பேருந்து நிறுத்தம் என எங்கு வேண்டுமானாலும் நடமாடிக்கொண்டிருப்பார். இதனாலேயே இவருக்கு வெயில் மாமி என்ற பெயர் ஏற்பட்டு விட்டது.

‘வெயில் தாழ்ந்து வரக்கூடாதா?” என்று அவரிடம் கேட்டேன்.

“வெயில் வேளையில் கடைவீதியே ஹோன்னு கெடக்கு பார்! கைவீசித் தாராளமாய் நடக்கலாம். என்ன வியாதி ஆனாலும் ஒரு தடவை வெயிலில் நடந்து போயிட்டுவா! சரியாகிடும்!” என்று சொல்லிவிட்டு வெயிலில் நடையைக் கட்டினார் வெயில் மாமி!

‘வெயில் உகந்த அம்மன்’ என்ற பெயரில் விருதுநகரில் ஒரு அம்மன் கோயில் இருக்கிறது. அந்த ஊரில் வெயிலாத்தா, வெயிலான் என்ற பெயர்கள் சகஜம்.

திருச்சி உறையூரில் வெக்காளி அம்மன் என்ற பெயரில் எவ்விதமான மேற்கூரை மண்டப விதானமுமின்றி வெற்று வெளியில் வீற்றிருக்கிறாள் வெக்காளி அம்மன். பக்தர்கள் அவள் நிழலில் இளைப்பாறுகிறார்கள்!.

கர்ணன் படத்தில் சூரியனை வணங்கும் கர்ணனுக்கு, ‘தூரத்தே நெருப்பைவைத்து, சாரத்தைத் தருவாய் போற்றி!’ என்று கண்ணதாசன் எழுதிய வரிகளை மறக்க முடியுமா?

பெண்மான் இளைப்பாற ஆண்மான் வெயிலில் நின்று நிழல்தந்த அகநானூற்றுக் காட்சியை என் தமிழாசிரியர்

நயமாகப் பாடம் நடத்துவார். 'மெல்லியலாளர்களான பெண்களை ஆண்கள் நிழல் தந்து காக்க வேண்டும்! இதை விலங்குகளிடம் கற்க வேண்டும்!' என்பார்.

காந்திஜியின் சீடரான ஜே.சி.குமரப்பாவின் வரவேற்பறையில் ஒரு புகைப்படம் மாட்டியிருக்கும்.

பெயர் தெரியாத ஒரு விவசாயி கோவணத்துடன் வெயிலில் கலப்பை பிடித்து உழுதபடி செல்லும் காட்சி

'யார் இவர்?' என்று கேட்பவர்களுக்கு குமரப்பா சொல்லும் பதில்.

"இவர்தான் என் குருநாதரின் குருநாதர்!"

இராமபிரான் போருக்கு இலங்கை செல்லும் வழியில் அகத்தியரைச் சந்திக்கும்போது அகத்தியர் இராமபிரானுக்கு ஆதித்ய ஹிருதயம் என்ற மகாமந்திரத்தை உபதேசிக்கிறார்.

சூரியனே மருந்து என்பதே இம்மந்திரத்தின் உட்பொருள்.

ஆம்; சூரியனே மருந்து! வெயிலே நம் விருந்து!

வெயில் போற்றுதும்!

# 2

## குப்பையும் குலாப்ஜாமூனும்

சென்னையை ஒட்டியுள்ள புறநகர்ப் பகுதியில் எங்கள் வீட்டுக்கு அருகில் ஒரு பெரிய குப்பை மேடு இருக்கிறது.

ஒவ்வொரு தெருவிலும் மனிதர்கள் வீசி எறிந்த கழிவுகள், குப்பைகள் அவர்கள் வாழ்கின்ற வாழ்க்கையின் இலட்சணம் போலேயே குவிந்தும் சிதறியும் கிடக்கின்றன.

    தக்கார் தகவிலர் என்பது அவரவர்
    எச்சத்தாற் காணப்படும்

என்ற திருக்குறளுக்கு இப்படியும் பொருள் சொல்லலாம் போலும்.

ஒருநாள் மொட்டைமாடியில் நின்றபடி நான் அந்தக் குப்பைமேட்டை வெறித்துப் பார்த்துக் கொண்டிருந்தேன்.

அடையாளமே தெரியாமல் மக்கிப்போய் விட்ட அசிங்கமான குப்பை மேடு அது!

அதில் ஒரு அசைவு தெரிந்தது.

உற்றுப் பார்த்தேன். குள்ளமான மனித உருவம்!

அது மட்டும் அசையாமல் இருந்திருந்தால் அங்கு ஒரு மனிதன் நிற்பதே தெரிந்திருக்காது!

தோளில் ஏதோ சாக்குப்பை. அது அந்த முதியவரைவிடவும் பெரியது. குனிந்து பொறுக்கி அந்தப் பைக்குள் போட்டுக்கொண்டிருந்தார்.

திண்ணைப் பேச்சு

பல வருடங்களுக்கு முன் டாக்டர் மொபஸ்கருடன் பேசிக்கொண்டிருந்தது நினைவுக்கு வந்தது.

டாக்டர் மொபஸ்கர் ஒரு மருத்துவர் என்ற போதிலும் தன்னை Sanitation Engineer என்றே அழைத்துக்கொள்வார். மகாராஷ்டிரா மாநிலத்தில் துப்புரவுத் திட்டங்களுக்கு ஆலோசகராக இருந்தார். இவரது பணியைப் பாராட்டி நடுவண் அரசு இவருக்கு பத்மஸ்ரீ விருது வழங்கிக் கௌரவித்தது.

இப்போது இவர் உயிருடன் இல்லை. ஆனால் அவர் சொன்ன ஒரு வாக்கியத்தை என்னால் மறக்க முடியவில்லை. "குப்பை என்று ஒன்று இல்லவே இல்லை!"

பல ஆண்டுகளுக்கு முன் நான் படித்த கவிதை:

குப்பை பொறுக்குபவன்
பார்வையின் துணையுடன்
உன் வாழ்வெனும்
கோணிப்பையை நிரப்புவாயாக!
எல்லாம் சிறந்ததே!
எல்லாம் உயர்ந்ததே!

மகாத்மா காந்தியின் காரியதரிசியாகப் பணிபுரிந்து நூறாண்டு வாழ்ந்த திரு. கல்யாணம் சென்னை தேனாம்பேட்டையில்தான் வாழ்ந்தார். அவரைப் பலமுறை சந்தித்திருக்கிறேன்.

அவர் வீட்டு வாசல் கதவில் ஒரு விசித்திர வாசகம் எழுதப்பட்டிருக்கும்.

"இந்த அடுக்குமாடி வளாகத்தில் எந்த இடத்திலாவது குப்பையைக் கண்டுபிடிப்பவருக்கும், என் வீட்டில் எங்கேனும் தூசி இருப்பதைக் கண்டுபிடித்துச் சொல்பவருக்கும் ரூபாய் 1000 பரிசு."

சென்னையின் போக்குவரத்து மிகுந்த அந்தச் சாலையின் சிக்னல் பகுதியிலிருந்து அவர் குடியிருக்கும் சாலையின் இறுதி வரை ஏறத்தாழ இரண்டு கிலோ மீட்டர். அதிகாலை மூன்று மணிக்கு எழுந்து கூட்டிப் பெருக்கிச் சுத்தம்செய்துவிடுவார். உடல் நலம் குன்றிப் படுத்த படுக்கையாக ஆகும்வரை இதை அவர் செய்துகொண்டிருந்தார். சுத்தம்... சுத்தம்... இதுதான் அவர் தாரக மந்திரம்!

சென்னையிலுள்ள குப்பைக் கழிவுகளை அப்புறப்படுத்தவும் அதன் மூலம் அரசுக்கு வருமானம் வரவும் பல திட்டங்களை அவர் பகிரங்கமாக அரசுக்கு அறிவித்தார்.

"சென்னை மாநகராட்சியின் குப்பைகளை ஒழிக்கும் பணியை ஒரு மாதம் என்னிடம் ஒப்படையுங்கள். அரசுக்கு மாதம் 70 கோடி வருமானம் வர நான் உத்தரவாதம் தருகிறேன்" என்றார்.

அரைக்கால் சட்டையும் துடைப்பமுமாக அதிகாலையில் மாநகராட்சிச் சாலையை அவர் சுத்தம் செய்யும் செய்தி பம்பாயிலிருக்கும் ஒரு தொலைக்காட்சி நிறுவனத்துக்கு எட்டியது.

"நாங்கள் உங்கள் பணியைப் படம்பிடிக்க விரும்புகிறோம். நாங்கள் வந்துசேரப் பிற்பகல் மூன்று மணி ஆகிவிடும். நீங்கள் உங்கள் கால்சட்டை அணிந்து துடைப்பத்துடன் தெருவில் கூட்டுவதுபோல் ஒரு படம் எடுக்க வேண்டும்" என்றதற்கு, "உங்களுக்கு நான் அப்படிப் போஸ் கொடுக்க முடியாது! நான் பெருக்கும்போது வந்து படம் எடுத்துக்கொள்ளுங்கள்" என்று கூறிவிட்டார்!

அவர் வீட்டுக்குப் போகும்போதெல்லாம் எப்படியாவது குப்பை, தூசு கண்டுபிடித்துவிட வேண்டும் என்று சன்னல் கம்பிகள் மேசைகள், நாற்காலிகளில் கைவைத்துத் துடைத்துப் பார்ப்பேன். தூசு துளிக்கூட இருக்காது.

இந்தியக் குடியரசுத் தலைவர் ராதாகிருஷ்ணன் இவர் வீட்டுக்கு வருகை தந்தபோது இங்கே எத்தனை துப்புரவுப் பணியாளர்கள் இருக்கிறார்கள், நான்கு பேர் இருப்பார்களா என்று கேட்டார்.

"நான் ஒருவர்தான்!" என்று பதிலளித்தார் கல்யாணம்!

நான் மொட்டை மாடியிலிருந்து கீழிறங்கி வந்தேன். என் முன்னால் இடிக்கும் முட்டிக் கால்களுடன் கூன்போட்ட முதுகில் குப்பையாக ஒரு சட்டை, நீண்ட பேண்ட். தன்னையும் குப்பைக் கோணியோடு சேர்த்து இழுத்துக்கொண்டு போனார் அந்த முதியவர்.

அவரிடம் பேச விரும்பினேன். குப்பை பொறுக்குபவரிடம் நான் பேசுவதற்கு ஒன்றுமில்லை. ஒரு புன்னகைகூட இல்லை.

கொட்டுவதற்குக் குப்பைகள் மட்டும் உண்டு.

குப்பை பொறுக்குவதில் ஜீவித்துவிட முடியுமா? ஒரு நாளைக்கு எவ்வளவு கிடைக்கும்? என்ன சாப்பிடுகிறார்? எங்கே தூங்குவார்?

இப்படி அவரிடம் கேட்பதற்கு என்னிடம் நிறையக் கேள்விகள் இருந்தன. கேள்விகள் மட்டுமே இருந்தன.

திண்ணைப் பேச்சு

"ஐயா, குப்பையைக் கொண்டுபோய் என்ன செய்வீங்க?"

"குடுத்தா காசு கிடைக்கும் எஜமான்!"

"எவ்வளவு கிடைச்சுடப் போகுது?"

"சாப்பாட்டுக்குப்போக மிச்சமும் இருக்கும் சாமி. அதை சேர்த்து வைப்பேன்!"

"நான் இந்தத் தெருவில் 25 வருஷமா இருக்கேன்! ரொம்ப வருஷங்களுக்கு முன்னால் ஒரு பையன் இங்கே குப்பை பொறுக்க வருவான்! ரொம்பச் சுறுசுறுப்பா இருப்பான்! இப்ப அவனைக் காணோம்!"

"சாமி நான்தான் அந்தப் பய சாமி! உங்க வீட்டுக் கிரகப் பிரவேசக் குப்பை எல்லாம் நான்தான் பொறுக்கினேன். ஒரு சட்டை குடுத்தீங்க . . . ஞாபகம் இருக்கா?"

"அடையாளமே தெரியலியே!"

"வயசாயிடுச்சு! ஒருக்கா தண்ணி லாரில அடிபட்டுச் சாகக் கிடந்தேன்! அதான் இப்படி ஆயிட்டேன்!"

"அடப்பாவமே!"

"ஐயா! குப்பை பொறுக்குன காசுல ஊரு கடசீல இருக்கு பாருங்க பெரிய குப்பைமேடு, அது பக்கத்துல குடிசை போட்டுக் கிட்டேன். கல்யாணம் பண்ணி ரெண்டு பொண்ணுங்க. கட்டிக் குடுத்தேன். என் சம்சாரம் போன வருசம் செத்துப் பூட்சுங்க!"

"குப்பை பொறுக்கறத எப்படிப்பா சகிச்சுக்குற?"

"ஐயோ அதை ஏன் கேக்கறீங்க. செத்துப்போன பூனைக்குட்டிங்க, கொழந்தைகளோட ஒடஞ்ச பொம்மைங்க, கொழந்தைங்க நடைவண்டியெல்லாம் கொண்டுவந்து வீசி இருப்பாங்க. எனக்கு இதப் பாத்தா அழுகையே வந்துடும்!"

ஒரு விஷயம் புலப்பட்டது. நாம் வசீகரமாக, உபயோக மாக இருக்கிறவரைக்கும்தான் இந்தச் சமூகமும் குடும்பமும் நம்மை வைத்துக்கொள்ளும். இல்லாவிட்டால் இந்தச் செத்துப்போன பூனைக்குட்டிகளைப்போல நம்மையும் குப்பையில் எறிந்துவிடும்!'

பாரதி தமது பாடலில் புதுவையில் குப்பையையும் கந்தலையும் மூட்டை கட்டிக்கொண்டு திரிந்த குள்ளச்சாமியிடம் இப்படி அழுக்கு மூட்டை சுமப்பது ஏனோ என்று கேட்கிறார். அதற்குக் குள்ளச்சாமி, "புறத்தே நான் சுமக்கின்றேன்.

அகத்தினுள்ளே இன்னதொரு பழங்குப்பையைச் சுமக்கின்றாய் நீ," என்று பதிலளிப்பார்.

அண்மையில் ஸ்விட்சர்லாந்திலிருந்து கருப்பசாமி பற்றிய ஆய்வின் நிமித்தம் தமிழகம் வந்திருந்த எவ்லின் மாசிலாமணி மேயர் என்ற பெண்மணி என்னைச் சந்தித்தார். 37 வருடங்களுக்கு முன் தஞ்சையில் என்னைச் சந்தித்திருக்கிறார்.

"என்ன மாற்றத்தைத் தமிழ்நாட்டில் பார்க்கிறீர்கள்" என்றேன்."

"உண்மை சொல்லவா?" என்று கண் சிமிட்டினார்.

"சொல்லுங்கள்."

"ரொம்பக் குப்பை, அப்புறம் எப்படி டூரிஸ்ட் வருவாங்க? கவர்மெண்ட் பெரிய திட்டம் போடணும். இத சரிபண்ண லேன்னா ரொம்பக் கஷ்டம் வந்துடும். மனம் மாறணும். எல்லாத்தையும் கவர்மெண்ட் பாத்துக்கும்னு நினைக்கிறீங்க... அது முடியாது!"

"உங்க ஊர்ல கவர்மெண்ட்தானே செய்யுது?"

"ஓ! நோ! எங்க ஊர் பத்திப் பேச வேணாம்! அங்கே ஊர்தான் சுத்தம்... மனசு குப்பை. ரொம்பக் குப்பை! இங்கே அப்படியில்ல! ஊர்தான் குப்பை! ஜனங்க நல்லவங்க... அதுவும் தமிழர்கள் ரொம்ப நல்லவங்க! இனிமையானவங்க!"

இரண்டு கிண்ணங்களில் குலோப்ஜாமூன் வந்தது.

எவ்லின் பேச்சு அதைவிட இனித்தது!

3

# பொம்மைகளோடு விளையாடட்டும் கடவுள்

ஞானி ஒருவர் தனக்கு வாய்த்த பதினாறு குருநாதர்களாகச் சிலந்தி, தாசி, சலவைத் தொழிலாளி, வண்டி ஓட்டுபவன் என்று வரிசைப் படுத்தும் பட்டியலில் ஒரு குழந்தையும் இடம் பெற்றிருக்கும்.

பெரும்பாலான பெற்றோர்கள் தமது குழந்தைகள் பேசுவதைக் காதுகொடுத்துக் கேட்பது கிடையாது.

அப்படிக் கேட்டிருந்தால் அவர்களுக்கும் குழந்தையே குருநாதராகக் கிடைத்திருப்பார்.

எனக்குப் பல குழந்தைகள் குருநாதர்களாகக் கிடைத்திருக்கிறார்கள்.

ஒருசில ஆண்டுகளுக்கு முன்பு என் பேரனை உடல்நிலை சரியில்லாமல் மருத்துவமனையில் சேர்த்திருந்தார்கள். நானும் உடல்நலம் குன்றி வீட்டில் இருந்தேன்.

அல்லும்பகலும் அவனைப் பற்றிய கவலையே என்னை வாட்டியது. இதை யாரோ அவனிடம் சொல்லியிருக்கிறார்கள்.

ஒருமுறை அவன் என்னிடம் தொலைபேசி யில் பேசும்போது “தாத்தா! என்னைப் பற்றி நீ ரொம்பக்கவலைப்படுகிறாயாமே!” என்றுகேட்டான்.

"ஆமாண்டா! உன்னைப் பத்திதான் கவலைப்பட்டேன் அதுக்கென்ன?" என்றேன்.

"தாத்தா! நீ எனக்காகக் கவலைப்படாதே. உனக்காகக் கவலைப்படு!" என்று அவன் சொன்னபோது திகைத்துப் போனேன்.

மிகப்பெரிய வேதாந்தபரமான சொற்களை எவ்வளவு எளிதாக உச்சரித்துவிட்டான்.

வேதாகமத்தில் ஏசுநாதர் பேசும் வசனத்தை ஒத்திருந்தது அவன் பேச்சு.

ஏசு பெருமானைச் சிலுவையில் அறைந்து இழுத்துப் போகிறார்கள். உடம்பெல்லாம் ரத்தம் வழியச் சிலுவையைச் சுமந்து செல்கிறார் ஏசு.

இதைப் பார்த்துவிட்டு வழியில் இருமருங்கும் நிற்கும் பெண்கள் வாய்விட்டு அழுகிறார்கள். அவர்களைப் பார்த்து ஏசு சொல்கிறார்.

"எருசலேம் குமாரத்திகளே! நீங்கள் யாருக்காக அழுகிறீர்கள்? எனக்காகவா? வேண்டாம் எனக்காக அழாதீர்கள்! நீங்கள் உங்களுக்காக அழுங்கள்! உங்கள் வயிற்றில் இன்னும் பிறக்கவே பிறக்காத குழந்தைகளுக்காக அழுங்கள்!" என்று கூறியபடி செல்கிறார்.

என் பெயரன் சொன்னதற்கும் ஏசுபிரான் சொன்னதற்கும் பெரிய வித்தியாசம் ஏதுமில்லை.

○

ஒருநாள் நீண்ட நேரம் பூஜை அறையில் கடவுள் படங்களுக்கு முன்னால் அமர்ந்து சிவபுராணம், விநாயகர் அகவல், அருட்பெருஞ்ஜோதி அகவல் என்று குரலை உயர்த்திப் பாடிக் கொண்டிருந்துவிட்டேன்.

எங்கள் வீட்டுக் குழந்தை இரண்டாம் வகுப்பு படிக்கிறது. இந்த வயதிலேயே அவனை விளையாட விடாமல் படிபடி என்று அவன் பெற்றோர் நச்சரிப்பது வழக்கம்.

இருந்தாற்போலிருந்து தன்னுடைய விளையாட்டுப் பொம்மைகளை வைத்திருக்கும் கூடையைக் கொண்டுவந்து என் முன்னால் கொட்டிக்கவிழ்த்துவிட்டான்.

நான் பாடுவதை நிறுத்திவிட்டு அவனைக் கோபத்தோடு முறைத்தேன்.

திண்ணைப் பேச்சு

"பாடியது போதும் தாத்தா. சாமி பாவம் கொஞ்ச நேரம் பொம்மைகளோட விளையாடட்டும்" என்றான்.

தானும் கடவுளும் வேறல்ல என்ற பக்குவம் அவனுக்கு வாய்த்துவிட்டது.

வணங்கினேன் அவனை என் குருநாதராய்.

○

சில சமயம் குழந்தைகளின் எளிமையான கேள்விகளுக்குப் பதில் சொல்ல முடியாமல்போகும்.

குழந்தையை என் பொறுப்பில் விட்டுவிட்டு வெளியே சென்ற என் மனைவி வெகுநேரமாக வீடு திரும்பவில்லை.

'அம்மா எங்கே? அம்மா எங்கே?' என்று கேட்டுக் குழந்தை அழ ஆரம்பித்துவிட்டது.

புதிதாக வாங்கிய குழந்தைப் பொம்மை ஒன்று பீரோவில் இருந்தது. அதை எடுத்துவந்து கொடுத்தேன்.

எதிர்பார்த்தபடியே அழுகை நின்றது. குழந்தைப் பொம்மையை வெறித்துப் பார்த்தது.

புத்தம் புது பொம்மை. அழகான குழந்தைப் பொம்மை.

மறுபடி ஓவென்று அழுகை.

'ஏன் என்னாச்சு?' என்றேன்.

'இதோட அம்மா எங்கே?' என்று கேட்டு அழ ஆரம்பித்தது குழந்தை.

அழுவதா சிரிப்பதா என்று எனக்குப் புரியவில்லை.

○

குழந்தைகள் தங்களிடமுள்ள பழைய உடைந்த பொம்மைகளை எறிந்துவிடுவதில்லை. அந்தப் பொம்மைகளுக்கு உயிர் இருப்பதுபோன்ற பாவனையுடன் அவற்றோடு நட்புக் கொள்வது இயல்பான ஒன்று. இதேபோலச் சமீபத்தில் பழைய பொம்மைகள் நிறைய சேர்ந்துவிட்டன. ஒட்டகத்திற்குத் தலை இல்லை. சிங்கத்தின் கால் ஒடிந்துவிட்டது. சக்கரங்கள் இல்லாத ஜீப். இப்படி வேண்டாத பொம்மைகளைக் கழித்துக்கட்டிக் குப்பைக்காரனிடம் போட்டுவிட்டேன். அதில் கையில்லாத குழந்தைப் பொம்மை இருந்திருக்கிறது. நான் கவனிக்கவில்லை. சாவி கொடுத்தாலே கையை மடக்கும் புது பொம்மை வாங்கி

வந்தேன். காலையில் பாப்பா கண்டுபிடித்துவிட்டது. கையில்லாத குழந்தைப் பொம்மை எங்கே என்று கேட்டது.

"அது பழசாயிடுச்சு. கையும் இல்லை. குப்பைல போட்டுட்டேன்" என்றேன்.

"ஐயோ அப்பா! அது பாவம்! ஒருகையை வச்சுகிட்டு என்ன பண்ணும்?"

"உன்கிட்டே வந்தாமட்டும் கை வந்துடுமா அதுக்கு?" என்றேன்.

"அதனாலதான் சொல்றேன். கையில்லாம அது என்ன பண்ணும்? என்கிட்டே இருந்தா நான் ஊட்டிவிடுவேனே!"

இந்தப் பதிலைக் கேட்டுக் கலங்கித்தான் போனேன்.

○

நானும் குழந்தையும் 'வாக்கிங்' போனோம்.

போகிற வழியில் இலைகள் உதிர்ந்து குச்சிகுச்சியான கிளைகளுடன் ஒரு பட்ட மரம். அதில் ஒரு குச்சியில் உட்கார்ந்து ஒரு குருவி பாடிக்கொண்டிருந்தது.

பக்கத்தில் ஏராளமான கிளைகளுடன் பச்சைப் பசேல் என்று ஒரு மரம் இருந்தது.

பாப்பாவிடம் சொன்னேன்.

"முட்டாள் குருவி' பச்சையாய் இலைகள் இருக்கிற மரத்தில் உட்கார்ந்து பாடலாம் இல்லே?"

பாப்பா சொன்னது.

"ஐயோ! உனக்குப் புரியலையா? அந்தக் குருவி மரத்துக்கு இலைகளையெல்லாம் வரச் சொல்லிக் கூப்பிடுது!"

○

படங்கள் வரைய ஆசைப்படாத குழந்தைகள் உண்டா? எங்கள் வீட்டுக் குழந்தை என்னை வரைந்து காண்பித்தது.

கண்ணாடி, பெரிய வழுக்கை, கொடூரமான பற்கள், வயிற்றுக்குப் பதிலாக ஒரு பெரிய வட்டம். குச்சிக்கால்கள்.

'நல்லாயிருக்கா?' என்ற கேள்வி வேறு.

வான்கா என்ற புகழ்பெற்ற மேலைநாட்டு ஓவியர் சொல்லுவார்.

திண்ணைப் பேச்சு

“ஓவியம் என்பது தத்ரூபமல்ல. ரூபமே இல்லாத நிஜத்துக்குள் நம்மை ஒரு மாய வழியில் இட்டுச் செல்வது.”

அப்படித்தான் ஒரு முறை குழந்தையிடம் ‘எங்கே மழையை வரைந்து காட்டு பார்க்கலாம்’ என்றேன்.

அது ஒரு வீட்டை வரைந்தது.

“மழை எங்கே?” என்று கேட்டேன்.

“நாம வீட்டுக்குள் இருக்கோம். மழை வெளியே பெய்யுது” என்றது குழந்தை.

வான்கா சொன்னது சரிதான்.

❍

வீட்டில் ஏதோ விசேஷம்.

பூஜையறையில் கற்பூரம் காட்டி எல்லோரும் கடவுள் படத்துக்கு முன்னால் ஏதோ பிரார்த்தனையை முணுமுணுத்தபடி நின்றனர்.

என் பேரனும் ஏதோ முணு முணுத்தான்.

“என்ன சொன்னாய் சாமியிடம்?” என்று கேட்டேன்.

“சாமி நல்லா இருன்னு சொன்னேன்!” என்றான்.

“அதிகப்பிரசங்கி!” என்று அவனை அடிக்கக் கை ஓங்கினாள் அவன் அம்மா.

நான் தடுத்தேன்.

“அவன் சொன்னது சரிதான். இதுவும் ஒரு போற்றித் திரு அகவல்தான்!” என்றேன் சிரித்தபடி.

❍

எங்கள் வீட்டில் ஒரு அழகான கிருஷ்ணன் பொம்மை இருந்தது. வட இந்திய யாத்திரையின்போது வாங்கியது. தத்ரூபமான நீல நிறத்தில் பட்டுக் கன்னங்களுடன் பளிச்சென்று பார்த்தாலே பரவசப்படுத்தும் சின்னஞ்சிறு கிருஷ்ணன் பொம்மை.

ஒருநாள் கிருஷ்ணன் பொம்மைக்குப் போதாத வேளை. என் பேரன் ஸ்டூல் போட்டு ஏறி அதை எடுக்க முயன்றபோது பொம்மை கீழே விழுந்துவிட்டது. கிருஷ்ணனின் ஒய்யாரமான கால் உடைந்துவிட்டது.

‘டமால்’ என்ற சத்தம் கேட்டு வீட்டிலிருந்த எல்லோரும் ஓடிவந்து பார்த்தார்கள்.

கிருஷ்ணர் பொம்மை உடைந்ததில் எல்லோருக்கும் வருத்தம். எனக்குக் கோபம். பேரனின் முதுகில் ஒரு அடி செல்லமாக அடித்து 'என்ன காரியம் பண்ணிட்டே?' என்றேன்.

குழந்தை முகத்தை வருத்தமாக வைத்துக்கொண்டு என் அறைக்கு ஓடினான். அப்போது எனக்கு அடிபட்டுக் காலில் கட்டுப் போட்டிருந்தது.

பேரன் திரும்பினான். ஒரு கையில் மருந்து சீசா. மற்றொரு கையில் பாண்டேஜ் துணி.

"தாத்தாவுக்கு டாக்டர் சொன்னமாதிரி கால் சரியாக இந்த மருந்தத் தடவி பாண்டேஜ் கட்டி விடுகிற மாதிரி... கிருஷ்ணனுக்கும் பூசிவிட்டுக் கட்டுப்போடு. சரியாகிவிடும்!"

நான் குழந்தையை வாரியணைத்தேன்.

செல்லமே! கிருஷ்ணன் களிமண் சிலையாதான் எங்க கண்ணுக்குத் தெரிந்தது... உனக்கு சாட்சாத் கிருஷ்ணனாகவே தெரிந்திருக்கிறது...

என் கண்ணைத்துடைத்து, "கவலைப் படாதே... கிருஷ்ணன் கால் சரியாகிவிடும்" என்றது குழந்தை.

O

உங்கள் வீட்டில் உள்ள ஒவ்வொரு குழந்தையும் ஒரு குட்டி ஞானிதான்!

குழந்தைகள் சொல்வதைக் கூர்ந்து கவனியுங்கள்.

அவர்களைக் குட்டி வளர்க்காதீர்கள்.

அவர்கள் உங்கள் குருநாதர் ஆகலாம்!

# 4

## துணைவேந்தரும் கோவில் யானையும்

கூட்ஸ் வண்டி போய்க்கொண்டிருக்கிறது.

நீளமான ரயில் பெட்டிகளின் கடைசியில் சின்னதாகக் குட்டிவீடு போன்ற ஓர் அறை.

அதன் உள்ளிருந்து வெளியே வந்து கொடியசைத்துவிட்டு உள்ளே செல்லும் வெள்ளை பேண்ட், கோட், தொப்பி அணிந்த கார்டு.

சிறு வயதில் இந்தக் காட்சியைப் பார்த்துவிட்டு 'ஆஹா! என்ன ஆனந்தமான வேலை!' என்று ஆச்சரியப்படுவேன். அதற்குப் பிறகு விமானப் பைலட்டுகள், கப்பல் கேப்டன்கள், சிவப்பு விளக்கு சுழலும் காரில் வரும் கலெக்டர் – இந்த வேலைகளை எல்லாம் பார்த்துப் பிரமிப்பதும் அப்படி ஓர் வேலைக்குப் போக ஆசைப்பட்டதும் உண்டு.

எங்கள் கிராமத்துக் கிளை நூலகத்தில் உள்ள கதைப் புத்தகங்களைப் படித்தபோது கதை எழுத ஆசை உண்டாயிற்று. எழுத்தாளர் ஆவதால் கிடைக்கும் புகழ், பெருமை, மாலை, கைதட்டல் அவர்கள் காட்டும் கம்பீரமெல்லாம் பார்த்து எழுத்தாளர் ஆகிவிட வேண்டியதுதான் என்று தீர்மானம் செய்துகொண்டேன்.

ஆனால் அப்பா என்னை பி.காம். படிக்கவைத்து அரசாங்க வேலையில் சேர்த்துவிட்டார். நானோ தஞ்சை பிரகாஷின் இலக்கிய ஜமாவில் சேர்ந்து கொண்டு எம்.வி.வி., கரிச்சான் குஞ்சு, க.நா.சு.,

பிரபஞ்சன் என்று அவர்கள் இலக்கியம் பேசுவதைக் கேட்பதே வேலை எனக் கொண்டேன்.

தஞ்சையின் பழைய அரண்மனைக் கட்டடத்தில் தமிழ்ப் பல்கலைக் கழகம் தொடங்கப்பட்டபோது அங்கு தணிக்கை நிமித்தம் செல்ல நேர்ந்தது. ஒருநாள் கோப்புடன் துணைவேந்தர் முன் நின்றபோது அங்கே க.நா.சு.வைப் பார்த்தேன். க.நா.சு.வும் துணைவேந்தர் டாக்டர் வ.அய். சுப்பிரமணியமும் புதுதில்லி ஆல் இண்டியா ரேடியோவில் ஒன்றாக வேலைபார்த்தவர்கள் என்று பின்னர் தெரிய வந்தது.

க.நா.சு. என்னைப் பார்த்து 'நீ இங்கேயா இருக்கே?' என்றார்.

இவரைத் தெரியுமா என்று என்னைக் காட்டிக் கேட்டார், வ.அய்.சு. இவர் ஒரு சிறந்த கவிஞர் என்றார் சிரித்தபடி க.நா.சு.

உண்மையில் அன்றுதான் கணையாழியில் என் முதல் கவிதையே பிரசுரமாகியிருந்தது.

"வி.ஐ.எஸ்., இவரை நீங்கள் பயன்படுத்திக்கொள்ளுங்கள்" என்றார் க.நா.சு.

அன்று மதியம் க.நா.சு.வுக்குத் துணைவேந்தர் வீட்டில் விருந்து.

மாலை வழக்கம்போல் பிரகாஷ் கடையில் எங்கள் சந்திப்பு.

க.நா.சு. தன் கைப்பையிலிருந்து ஒரு பழுப்புக் கவரை எடுத்து என்னிடம் நீட்டினார்; பிரித்தேன். என்னைத் தமிழ்ப் பல்கலைக்கழகத் துணைவேந்தரின் தனிச்செயலராக அயற்பணியில் நியமிப்பதாக அதில் இருந்தது.

"உன்னைக் கவிஞன் என்றுதான் சொன்னேன். அதற்காக உன்னைத் தன் செயலாளராகவே போட்டுக்கொண்டுவிட்டார்."

"சொன்னது க.நா.சு.வாச்சே!" என்றார் பிரகாஷ்.

"பரவாயில்லை! 'கவிஞர்' என்ற ஒற்றைச் சொல் பயோடேட்டா'வாகி விட்டது இவனுக்கு!" க.நா.சு. சிரித்தார்.

அடுத்த ஏழாண்டுக் காலம் தமிழ்ப் பல்கலைக்கழகத்தின் செமினார்கள், தமிழ் அறிஞர்கள், பயணங்கள், நியமனங்கள் என்று ஓடிக்கொண்டே இருந்தேன்.

தணிக்கை மறந்துவிட்டது.

தமிழ் பிறந்துவிட்டது!

○

ஆங்கிலத்தில் *Occupational hazards* என்று ஒரு வார்த்தை இருக்கிறது. தொழில்சார் ஆபத்து என்று தமிழில் தோராயமாக மொழிபெயர்க்கலாம்.

எழுத்தால் எனக்குக் கௌரவம் கிடைத்ததுபோலவே ஆபத்திலும் மாட்டிக்கொண்டிருக்கிறேன். இதுதான் Occupational *hazards* என்பது.

கோயிலுக்குப் போகும்போதெல்லாம் கோவில் யானையை வேடிக்கை பார்த்தபடி நீண்ட நேரம் நிற்பேன்.

இதை வைத்து ஒரு கதை எழுதினேன். அடுத்த சில வாரங்களில் ஒரு பிரபல வார இதழில் அக்கதை பிரசுரமாகி விட்டது.

தொடர்ந்து பத்திரிகை ஆசிரியரிடமிருந்து ஒரு கடிதம்.

"அந்தக் கதை தன்னைப் பற்றி எழுதப்பட்டிருப்பதாகவும் அதனால் தன் நற்பெயருக்குக் களங்கம் ஏற்பட்டுவிட்டதாகவும் இதற்கு நஷ்ட ஈடாக ஒரு லட்சம் ரூபாய் தர வேண்டும் என்றும் யானைப்பாகனிடமிருந்து வக்கீல் நோட்டீஸ் வந்திருக்கிறது. நீங்கள் கதையில் ஓரிடத்தில் யானையின் நிஜப்பெயரைக் குறிப்பிட்டுவிட்டீர்கள்!"

நான் செய்த சிறு தவறு, அந்தக் கதை தன்னைக் குறிப்பதாக யானைப்பாகன் எண்ணும்படி ஆயிற்று.

நகைச்சுவையாக எழுதப்பட்ட கதை என்றும் யார் மனத்தையும் புண்படுத்தும் நோக்கமில்லை என்றும் ஆசிரியர் வருத்தம் தெரிவித்து வெளியிட்ட குறிப்போடு பிரச்சினை முடிவுக்கு வந்தது.

❍

சென்னை நங்கநல்லூரில் வசித்த பழம்பெரும் எழுத்தாளரைப் பேட்டி கண்டு பிரபல வார இதழில் ஒரு கட்டுரை எழுதினேன். கட்டுரை நன்றாக வந்திருந்தது.

எழுத்தாளரின் மகனுக்குத் திருமண ஏற்பாடுகள் நடக்கும் சமயம். பையனைப் பிடித்துவிட்டது. பெண் வீட்டார் கிளம்பும்போது 'இது என்னுடைய பேட்டி' என்று எழுத்தாளர் பத்திரிகையை நீட்டியிருக்கிறார்.

ரயிலில் போகும்போது அதைப் படித்த பெண் வீட்டாரில் ஒருவர் கட்டுரையில் எழுத்தாளர் குறிப்பிட்டுள்ள வாக்கியம் குடும்பத்தின் எதிர்கால நலம் பற்றிய கருத்து எனவும் திருமணத்தை நிறுத்தும்படியும் கூறிவிட்டனர்.

பையனின் கோபம் என்மீது திரும்பியது.

"நீங்கள் சொன்னதையெல்லாம் அவர் எப்படி எழுதலாம்? எடிட் செய்ய வேண்டாமா? எங்கே அந்த ஆள்! அந்த ஆளை உண்டு இல்லைன்னு பண்ணிவிடுகிறேன்' என்று குதித்திருக்கிறார்.

எழுத்தாளர் தொலைபேசியில் என்னிடம் தொடர்பு கொண்டு, "பையன் கோபக்காரன். ஏதாவது செய்துவிடுவான். கொஞ்சகாலம் வெளியே தலைகாட்ட வேண்டாம்" என்று எச்சரித்தார்.

அதற்குப் பிறகு ஒன்றும் அசம்பாவிதமாக நடந்துவிடவில்லை. பையனுக்கு நல்ல இடத்தில் திருமணமாகிவிட்டது. எழுத்தாளர் காலமாகிவிட்டார். ஆனாலும் அந்தச் சம்பவம் ஏற்படுத்திய காயத்தின் வடு இன்னும் இருக்கிறது.

நான் ஒரு எழுத்தாளன் என்ற கர்வம் எனக்குள் தலை தூக்கும்போதெல்லாம் இப்படியும் அப்படியுமாக எனக்குள் ஒரு கோயில் யானை தலையாட்டுகிறது.

# 5

## இரும்பின் கோஷம்

'வடிவுக்கு வளைகாப்பு' படத்தில் வரும்
ஒரு பாடலிலிருந்து சில சுவையான வரிகள்:
(பாடியவர் பி. சுசீலா)

சாலையிலே புளியமரம்
ஜமீன்தாரு வச்சமரம்
ஏழைகளைக் காக்கும் மரம்
எல்லோர்க்கும் உதவும் மரம்!

ஆடுமாடு கூட்டங்களை
ஆதரிக்க தழை கொடுக்கும்
அசலூரு சென்றவர்க்கு
அருமையாக நிழல் கொடுக்கும்!

பெண்கள் கூட்டமாய்ப் பாடும் இந்த கோரஸ் பாட்டில்தான் எத்தனை இனிமை! எத்தனை எளிமை!

எங்கள் ஊரில் நெடுஞ்சாலை ஓரம் மிகப்பெரிய ஒரு புளியமரம் நின்றிருந்தது. பல தலைமுறை களைப் பார்த்த மரம். அந்த இடத்தின் பெயரே புளியமர ஸ்டாப்.

புளியமர நிழலில் ஊதுலைகளைக் கொண்டு பாத்திரங்களுக்கு ஈயம் பூசும் தொழிலாளர்களையும் மாடுகளுக்கு லாடம் அடிப்போரையும் பேருந்துக்குக் காத்திருப்போரையும் காணலாம்.

இன்று புளியமர ஸ்டாப்பும் இல்லை; புளியமரமும் இல்லை.

குடிநீர் குழாய் பதிக்க, மின் கம்பங்கள் நட, சாலையை விரிவுபடுத்த என்று ஏதேதோ காரணம்

தஞ்சாவூர்க் கவிராயர்

காட்டி மரத்தை மட்டுமல்ல, அங்கே விரிந்து பரந்திருந்த நிழலையும் அல்லவா வெட்டிவிட்டார்கள். அரை நூற்றாண்டு நிழல் ஒரே நாளில் அப்புறப்படுத்தப்பட்டுவிட்டது!

நெடுஞ்சாலை நெடுகிலும் வித்தை காட்டிப் பிழைப்பவர்கள், பூம்பூம் மாட்டுக்காரர்கள் மற்றும் பல ஏதிலிகளின் வாழ்விடங்களாக இருந்த ஆலமரங்களும் அரசமரங்களும் வெட்டிச் சாய்க்கப்பட்டுவிட்டன.

அரியவகை மரங்களை அழிவிலிருந்து காக்கும் பொருட்டே அவை கோயில்களின் தல விருட்சங்களாக ஆக்கப்பட்டன போலும்.

❍

பாரதி புதுவையில் வாழ்ந்திருந்த காலத்தில் கடும் புயலும் மழையும் மாறிமாறி அடித்து வீடுகளெல்லாம் இடிந்து வீழ்ந்தன. மரங்கள் வேரோடு வீழ்ந்து ஊரே அலங்கோலமாக ஆகிவிட்டது. பூவரசமரங்களும் தென்னந்தோப்புகளுமாய் நிறைந்த புதுவை ஒரே இரவில் மணல் பூமியாகிவிட்டது.

பாரதி புதுவையைச் சுற்றிவந்தார். வழக்கமாகத் தாம் தனிமை நாடிச் செல்லும் தென்னந்தோப்பு மட்டும் ஒரு சில மரங்கள் மட்டுமே விழுந்து சீராகக் காட்சி தந்தது. அது ஏழையின் தென்னந்தோப்பு. ஆகவே பராசக்தி அதனைக் காத்தாள் என்று குதூகலித்த பாரதி பிழைத்த தென்னந்தோப்பு என்ற பெயரில் ஒரு கவிதையே பாடிவிட்டார்:

வயலினிடையே – செழுநீர் மடுக்கரையினிலே
அயலெவருமில்லை – தனியே ஆறுதல் கொள்ளவந்தேன்
காற்றடித்ததிலே மரங்கள் – கணக்கிடத்தகுமோ
நாற்றினைப்போலே சிதறி நாடெங்கும் வீழ்ந்தனவே
சிறிய திட்டையிலே உளதோர் தென்னஞ்சிறுதோப்பு
வறியவனுடைமை அதனை வாயு பொடிக்கவில்லை
வீழ்ந்தன சிலவாம் மரங்கள் மீந்தன பலவாம்
வாழ்ந்திருக்கவென்றே அதனை வாயு பொறுத்துவிட்டான்!

❍

வங்காளத்தில் சாந்தி நிகேதன் பல்கலைக்கழகத்தில் மரத்தடியில் தான் வகுப்புகள் நடைபெறுமாம். தமிழ்நாட்டிலும் பல சாந்தி நிகேதன்கள் இருக்கின்றன. அதாவது பல பள்ளிக்கூடங்களில் கட்டடமில்லாததாலும் அல்லது இடிந்துவிழும் நிலையில் இருப்பதாலும் வகுப்புகள் மரத்தடியில் நடைபெறுகின்றன.

அக்காலத்தில் வகுப்பறை வசதி இல்லாததால் எங்களுடைய ஐந்தாம் வகுப்புப் பள்ளி வளாகத்தில் இருந்த வாதாம் மரத்தின் நிழலில்தான் வகுப்பு நடந்தது. அந்த மரத்தின்மீது அணில்களின்

பள்ளிக்கூடம் நடக்கும். எங்கள் வாய்ப்பாடு சத்தத்துக்குப் போட்டியாக அணில்களின் வாய்ப்பாடு.

பச்சையும் சிவப்புமாக வாதாங்கொட்டைகளை அணில்கள் குழந்தை மாதிரி கடித்துக் கடித்துப்போடும். உண்மையில் அணில்கள் வாதாம் மரத்தின் குழந்தைகளேதான்!

தினை என்கிற சிறுதானியமும், ஓங்கி நிற்கும் பனைமரமும் ஆதித்தமிழருடன் சேர்ந்தே வாழ்ந்து வந்தாலும் அவற்றின் மீது அக்கறை கொள்வாரில்லை. பழந்தமிழரின் அறிவுச் செல்வம் பனை ஓலைச் சுவடிகளாக, ஏடுகளாக நூலால் கட்டிவைத்துப் பாதுகாக்கப்பட்டது. வீட்டோலை, ஏட்டோலை, தூது ஓலை, சாவோலை, காதோலை, மணவோலை, மாராய (பூப்பு) ஓலை என்று தமிழரின் கல்விக் கருவூலத்தைப் பனைமரங்கள் பாதுகாத்துவந்திருக்கின்றன. பனைமரங்களைப் பாதுகாக்கத் தமிழ்நாடு அரசும் கிராமப்புறத் தொழில் முனைவோரும் களமிறங்கியிருப்பது பதநீராக இனிக்கும் செய்தி.

‘பனைமரமே பனைமரமே ஏன் வளர்ந்தாய் பனைமரமே” என்று பாடாத பள்ளிக் குழந்தைகளே அக்காலத்தில் இல்லை.

மரங்கள் பற்றிய பாடல்களை இப்போதெல்லாம் குழந்தைகள் பாடுவதில்லை. தங்களைச் சுற்றியுள்ள மரங்களின் பெயர்களே குழந்தைகளுக்குத் தெரியவில்லை. குழந்தைக் கவிஞர் வாழைமரம் பற்றி எப்படிப் பாடுகிறார் பாருங்கள்.

கல்யாண வாசலிலே கட்டாயம் நிற்கும் மரம்!

கல்வி அறிவு சொற்பமாகவே வாய்க்கப்பெற்ற கிராமத்து மக்கள் கிராமங்களில் மின்விளக்கு வசதி முதன்முதலாக ஏற்படுத்தப்பட்டபோது மின் கம்பங்களை லைட்டுமரம் என்றும் மின்விளக்குகளை வாழைத்தண்டு விளக்கு என்றும் குறிப்பிட்டனர். தொலைத்தொடர்புக் கம்பிகளுடன் நடப்பட்ட கம்பங்களைத் தந்திமரம் என்றே அழைத்தனர்.

பூவரச மரங்களின் இலைகளால் எழும் பீப்பீ ஓசை! நுணா மரங்களின் காய்களால் செய்யப்படும் சப்பரம்! சிறுவர்களின் கற்பனைத்திறன்.

❍

எங்கள் ஊரில் விளாமரங்கள் இருந்தன. விளாம்பழத்தில் வெல்லமிட்டுப் பிசைந்து சாப்பிட்டால் புளிப்பும் இனிப்புமாக ஒரு புதுச்சுவை கிடைக்கும். விளாம்பழம் ஓட்டோடு ஒட்டாது. ‘விட்டதடா ஆசை விளாம்பழத்து ஓட்டோடே’ என்பது பற்றற்ற நிலையைக் குறிக்கும் பழமொழி.

யானை விழுங்கிய விளாம்பழம்போல் என்கிற பழமொழி பழத்தை மட்டும் உண்டுவிட்டு ஓட்டை வெளியே தள்ளிவிடும் என்ற பொருளில் சொல்லப்படுவதில் உண்மையில்லை என்று ஒரு புலவர் சொல்கிறார்.

யானைப்பூச்சி என்று ஒரு பூச்சி இருக்கிறது. விளாம்பழத்தை ஓட்டைபோட்டு உள்ளே நுழைந்து பழத்தை முழுவதுமாகத் தின்றுவிடும். இதைத்தான் யானை விழுங்கிய விளாம்பழம் என்பார்கள்.

சங்கப் பாடல் ஒன்று தன் வீட்டெதிரே சிறு வயதிலிருந்தே விளையாடிய மரத்தின் கீழ் நின்று தன் காதலை வெளிப்படுத்த வெட்கிய பெண்கள் பற்றிக் குறிப்பிடுகிறது. ஆம் மரங்கள் நம்மைப் பார்க்கின்றன. நாம் பேசுவதைக் கேட்கின்றன. காய்க்காத தென்னைமரங்களின் கீழ் நின்று பேசினால் அவை காய்த்துவிடும் என்பது கிராமத்து நம்பிக்கை. அவை காய்க்க வேண்டுமானால் அவற்றின் கீழே மனிதர்களின் பேச்சுக் குரல் கேட்க வேண்டுமாம். மரங்களின் கீழ்நின்று அழுதால் அவை பட்டுப் போய்விடும் என்றும் ஒரு நம்பிக்கை நிலவுகிறது.

சென்னையின் பழைய புகைப்படங்களைப் பார்த்திருக் கிறீர்களா? மைலாப்பூர் தென்னை மரங்கள் சூழக் காட்சிதரும். கோடம்பாக்கம் நெடுஞ்சாலையில் இரு மருங்கும் மரங்கள் குடைபிடிக்கும். பாரிமுனையில் மரங்கள் அடர்ந்து எழில் மிகுந்து தோன்றும். ஒரு காலத்தில் தலைமைச் செயலகத்தின் உள்ளே ஏராளமான நாவல் மரங்கள் இருந்தன என்றால் நம்ப முடிகிறதா?

சென்னை மாம்பலம் ரயில் நிலையத்தை ஒட்டியுள்ள பகுதியில் மாந்தோப்புபோல மரங்கள் மிகுந்திருந்தன. எப்போதும் குயிலோசை கேட்டபடி இருக்கும். இப்போது எங்கு பார்த்தாலும் இயந்திரங்கள், உலோக இரைச்சல்கள்... எஃகுச் சிறகுடன் விண்மீது விமானங்கள்...

கவிஞர் பிரமிள் தனது கவிதையில் கிரேன்கள், லாரிகள், இரும்புச் சாமான்கள் என்று நெரிபடும் துறைமுகத்தை வர்ணிக்கும்போது எங்கும் இரும்பின் கோஷம் என்று எழுதி இருப்பார்.

சென்னையில் மரங்களின் கூட்டமும் இல்லை; குயிலோசையும் இல்லை.

பிரமிளின் வார்த்தைகளில் சொல்வதானால் சென்னையில் காதில் விழுவது ஒன்றே ஒன்றுதான்.

இரும்பின் கோஷம்!

# 6

## திண்ணைக்குத்
## திசைகள் இல்லை

எங்கள் வீட்டுச் சுற்றுச்சுவரைப் பழுது பார்க்கக் கொத்தனார் வந்திருந்தார்.

நான் திண்ணையில் உட்கார்ந்து அவர் வேலை செய்வதை வேடிக்கை பார்த்துக்கொண்டிருந்தேன்.

வாசலில் ஒரு கார் வந்து நின்றது. அதிலிருந்து பேராசிரியரான நண்பர் இறங்கி வந்தார்.

"பலே. தெற்குப் பார்த்த வீடு. தெற்குப் பார்த்த திண்ணை. நன்றாக இருக்கிறது!" என்று பாராட்டினார்.

கொத்தனார் அவரைப் பார்த்து "ஐயா தெற்குப் பார்த்த வீடு சரிதான். ஆனால் தெற்குப் பார்த்த திண்ணை கிடையாது. திண்ணைக்குத் திசையே இல்லை ஐயா" என்றார்.

கொத்தனாரின் வார்த்தைகள் என்னை ஆச்சரியப்பட வைத்தன.

திண்ணைக்குத் திசைகள் இல்லை. அதிலென்ன சந்தேகம்?

திசைகள் மட்டுமா இல்லை? அதற்கு உறவுமில்லை; பகையுமில்லை; உட்காரும் சுகத்தை அன்றி அதனிடம் தருவதற்கு ஒன்றுமில்லை. கவலை களை இறக்கிவைக்கக் கட்டிவைத்த சுமைதாங்கி அது. கிராமத்துத் திண்ணைகள் வித்தியாசமானவை.

தஞ்சாவூர்க் கவிராயர்

பண்ணையாள் கொண்டுவரும் வாழைத்தார் உள்ளேபோகும். பண்ணையாளும் திண்ணையும் எப்போதும் வெளியேதான்

அந்தக் காலத்தில் வீடுகளில் வைத்தே திருமணம் நடக்கும். கல்யாணத்துக்கு வந்த ஆண்கள் திண்ணையில் படுத்துக் கொள்வார்கள்.

“வள்ளி! நாதஸ்வரப் பார்ட்டிக்குத் திண்ணையை ஒழிச்சிக்கொடு!” என்று பெரியப்பா உத்தரவு போடுவார். நாதஸ்வரப் பார்ட்டி படுத்துக்கொள்ள இடம் தரச் சொல்லு கிறார் என்று பார்த்தால் காலையில் நாதஸ்வரக் கச்சேரி திண்ணையில் களைகட்டும்!

திருமணத்தன்று இரவு திண்ணையில் சீட்டுக் கச்சேரி அமோகமாக நடக்கும். திண்ணையின் ஒரு பகுதியில் வழவழ வென்று சிமிட்டி பூசித் திண்டுவைத்துக் கட்டியிருப்பார்கள். மாப்பிள்ளைத் தலைகாணி, மாப்பிள்ளைத் திண்ணை என்றெல்லாம் இதற்குப் பெயர்கள் இருந்தன.

தஞ்சை மேல வீதியில் விட்டல் மந்திர் திண்ணை மிகவும் பிரபலம். இந்தத் திண்ணை இருந்த வீட்டின் உரிமையாளர் பாக்குமரத்து ஐயர் பொதுமக்கள் மற்றும் யாத்ரீகர்கள் வசதிக் காகவே அந்தத் திண்ணையைக் கட்டிவைத்தார். பழமையான இந்தத் திண்ணையில் அமர்ந்து இசை உலகின் பிரபலமான ஜாம்பவான்கள் சாதகம் செய்வார்கள். அவர்களின் சீடர்கள் பின்னாளில் பெரிய கோவிலில் நடக்கும் திருவிழாக்களுக்கு மேலவீதி வழியே தங்களின் வாத்தியத்தை வாசித்தபடி ஊர்வலமாகச் செல்லும்போது விட்டல் மந்திர் திண்ணைக்கு முன்னால் சற்று நேரம் நின்று இசைமழை பொழிவார்கள்.

தங்களின் முன்னோடிகளான இசைவாணர்களுக்கு அவர்கள் செலுத்தும் அஞ்சலி அது.

சிறு பிராயத்தில் எங்கள் வீட்டில் இரண்டு திண்ணைகள் இருந்தன. ஒன்று குட்டித்திண்ணை; மற்றொன்று பெரிய திண்ணை. குட்டித் திண்ணையில்தான் அன்னக்காவடி பண்டாரம் பிச்சை பெற்றுவந்த உணவைச் சாப்பிடுவார். என்ன வற்புறுத்தினாலும் பெரிய திண்ணையில் உட்காரவே மாட்டார். குட்டித் திண்ணையில் ஒருக்களித்தே படுத்துக்கொள்வார். இறைவனின் அடியாருக்கு இடம் கொடுக்கத் திண்ணையே ஆனாலும் புண்ணியம் செய்திருக்க வேண்டும் போலும்.

எங்கள் கிராமத்தில் ஒருவர் இருந்தார். அவர் உட்காராத திண்ணையே கிடையாது. அவர்தான் தபால்காரர்.

படிக்கத் தெரியாத சில கிராமவாசிகளுக்கு வந்த கடிதங்களைத் திண்ணையில் உட்கார்ந்தபடி படித்துக் காண்பிப்பார்.

சில கடிதங்களை அவர் படிக்கும்போது தொண்டை கம்மும். அவர் படிப்பதைக் கேட்டு வீட்டின் உள்ளோரின் கண்கள் கலங்கும். ஏதோ ஒரு ஊரிலிருந்து கவலைகளைச் சுமந்து வந்திருக்கும் கார்டாக இருக்கலாம்.

தபால் பட்டுவாடா செய்தபின் திண்ணையிலிருந்து குதித்து இறங்குவார். அவ்வளவு குள்ளம். குரங்கு பெடல்போட்டு கொஞ்ச தூரம் ஓட்டிய பின் இருக்கையில் ஏறி உட்கார்ந்துகொள்வார்.

திண்ணையை ஒட்டியுள்ள மாடப்பிறையில் ஏற்றிய அகல்விளக்கு திண்ணை முழுவதும் வெளிச்சத்தால் மெழுகி இருக்கும். நிழலும் வெளிச்சமும் கூடி விளையாடும் முன்னிரவுகளின் மாயலோகக் கதவுகள் திறக்கும். பாட்டி சொல்லும் கதையின் படுதாக்கள் திண்ணை நெடுகத் தொங்கும்.

திண்ணைக்கு விடிந்ததும் வீட்டுக்கு விடியும் என்பது பழமொழி. மொட்டை மாடியில் நின்றபடி வானத்தை அண்ணாந்து பார்க்கும் கவிஞர் 'இது மொட்டை மாடியே அல்ல, பிரபஞ்சத்தின் திண்ணை' என்று பிரமிக்கிறார்.

பாரதியாரின் இடிப்பள்ளிக்கூடம் என்ற நகைச்சுவை நடைச்சித்திரத்தில் திண்ணை இடம்பெறுகிறது. பிரம்மராய வாத்தியார் தன் வீட்டுத் திண்ணையில் உட்கார்ந்துகொண்டு சினேகிதர்களுடன் பேசிக்கொண்டு அதாவது கர்ஜனை செய்துகொண்டு இருப்பார். இவருடைய வீட்டுத் திண்ணைக்கு அக்கம்பக்கத்தார் இடிப்பள்ளிக் கூடம் என்று பெயர் வைத்திருக்கிறார்கள்.

திருவண்ணாமலையில் ஒரு அன்பரின் வீட்டுத்திண்ணையில் நாற்பது ஆண்டுகள் மௌனமாக வீற்றிருந்த திண்ணை சுவாமிகள் பற்றிக் குறிப்பிட்டு ஹென்றி ஜேம்ஸ் என்ற ஆங்கிலேயர் அதிசயிக்கிறார்.

திண்ணை சுவாமிகளின் மறைவுக்குப் பின்னர் அந்தத் திண்ணை வெறுமையாகிவிடவில்லை. அங்கே நாற்பது ஆண்டுகளாக அவர் விட்டுச் சென்ற மௌனம் வீற்றிருக்கிறது.

கு.அழகிரிசாமி 'காற்று' என்ற பெயரில் திண்ணைக்காக ஆசைப்படும் ஒரு சிறுமியைப் பற்றி ஒரு கதை எழுதியிருப்பார். ஒரு வீட்டுத் திண்ணையில் தெருக்குழந்தைகள் எல்லாம் கும்மாளம் போடுகிறார்கள்.

அந்த வீட்டில் வசிக்கும் முரட்டு ஆசாமி குழந்தைகளை அடித்து விரட்டுகிறான். அழுதுகொண்டே வீட்டுக்குவரும் சிறுமி அப்பாவிடம் திண்ணை வேண்டும் என்கிறாள். அப்பாவோ பரம ஏழை. சிறுமியின் தகப்பன் வேதகிரி வாயையும் வயிற்றையும் கட்டிப் பழகியவன்தானே ஒழிய எந்தக்காலத்திலும் திண்ணை கட்டியவன் அல்ல என்கிறார் அழகிரிசாமி. இப்படியே கதை போகிறது.

தி. ஜானகிராமன், தஞ்சை ப்ரகாஷ் கதைகளிலும் திண்ணைகள் வருகின்றன.

உ.வே.சா. போன்ற தமிழ் அறிஞர்கள் எல்லாம் திண்ணைப் பள்ளிக்கூடங்களில் படித்தவர்கள்தான். அவர் ஏடு தேடிச் சென்ற காலங்களில் வீட்டுத் திண்ணைகளில் உட்கார்ந்து ஏடுகளைப் பரிசோதித்தப்படியும், படி எடுத்தபடியும் இருந்ததை அனுபவித்து எழுதியிருக்கிறார். அறிவின் விளக்கமாகத் திகழ்ந்த திண்ணைப் பள்ளிக்கூடங்கள் திண்ணையிலிருந்து விடைபெற்றுக்கொண்டுவிட்டன.

'இந்தத் திண்ணைப் பேச்சு வீரரிடம் ஒரு கண்ணாயிருக்கணும் அண்ணாச்சி' என்ற பட்டுக்கோட்டையாரின் பாடலே திண்ணையின் அடையாளமாக வந்து சேர்ந்தது பரிதாபம்தான்.

# 7

## அப்பா ஓட்டிய தபால் ரயில்

ஆங்கில எழுத்தாளர் சாமுவேல் ஜான்சன் மிகவும் உடல்நலம் குன்றிப் படுத்தபடுக்கையாக இருந்தபோது பக்கத்திலிருந்த அவரது புகழ்பெற்ற சீடர் பாஸ்வெல்லிடம் சொன்னாராம்.

"பாஸ்வெல்! நான் சாவதற்குக் கவலைப்பட வில்லை! ஆனால் கல்லறையில் நமக்குக் கடிதங்களே வராது இல்லையா? அதை நினைத்துத்தான் கவலையாக இருக்கிறது!"

வாழ்வுதரும் இனிமைகளில் கடிதமும் ஒன்று!

வாசலில் 'சார் போஸ்ட்' என்ற குரல் கேட்ட மாத்திரத்தில் குழந்தைகள் முதல் பெரியவர்வரை தபால்காரரை நோக்கி ஓடும் உற்சாகம் இன்னும் வற்றிவிடவில்லை!

கடிதங்கள் வருவது குறைந்துவிட்டாலும் அவை தரும் மகிழ்ச்சிக்குக் குறைவேது?

அப்பா கடிதம் எழுத அஞ்சல் அட்டை களைத்தான் உபயோகிப்பார். வீட்டுக்கு வருகிற கடிதங்களில் தபால் கார்டுகளே அதிகம் இருக்கும்.

அப்பா அந்தக் காலத்தில் எல்லோரும் செய்ததுபோலக் கடிதங்களைக் குடைக் கம்பியில் குத்திவைக்கமாட்டார். அவற்றுக்கு வலிக்கும் என்று

நினைத்துக்கொள்வாரோ என்னவோ. அப்படியே பத்திரமாக அடுக்கி நூலால் கட்டி வைத்திருப்பார்.

ஒன்றிரண்டு கார்டுகளை மடித்து அரிக்கேன் விளக்கில் ஷேட் ஆகச் செருகிவைப்பார். படிக்கும் போது எங்களுக்குக் கண்கூசாமல் இருக்க இப்படிச் செய்வார்.

கார்டுகளை வைத்து அவர் எங்களுக்குத் தபால் ரயில் ஓட்டி வேடிக்கை காட்டுவார்.

தபால் கார்டுகளை நெடுக்குவாக்கில் மடித்து ரயில் பெட்டிகள் போலத் திண்ணையில் வரிசையாக நிற்க வைப்பார்.

ரயில் வண்டி மாதிரி வளைந்துவளைந்து நிற்கும் நீளமான கார்டுகளின் வரிசை.

பிறகு கடைசி கார்டைத் தள்ளிவிடுவார்.

தொப்தொப் என்று ஒவ்வொரு கார்டும் முன்னால் நிற்கும் கார்டுமீது சாய்ந்துசாய்ந்து விழுந்தபடி ரயில் போவது போல இருக்கும்.

அப்பா வீட்டில் இருந்தால்தான் இந்த விளையாட்டு ஆட முடியும். எங்களுக்குத் தெரியாமல் கார்டுகளை ஒளித்து வைத்துவிடுவார்.

யாருக்குக் கடிதம் எழுதினாலும் அப்பா தபால் கார்டில் தான் எழுதுவார்.

பாட்டிக்கு அடிக்கடி எழுதுவார். அதாவது எனது அம்மாவின் தாயாருக்கு.

அம்மாவின் உடல்நிலை. நான் மூன்றாம் வகுப்பு பாஸ் ஆனது. நல்ல புளியாகக் கிடைத்தால் வாங்கிவர வேண்டும். அரிவாள்மணை இங்கே கிடைக்கவில்லை. குழந்தைக்குப் புன்னைநல்லூர் மாரியம்மன் கோவிலில் மொட்டை போட வேண்டும்.

இப்படிப் பாட்டிக்குச் சொல்ல அப்பாவிடம் அனேக விஷயங்கள் இருந்தன.

பாட்டி வீட்டு முகவரியில் ஒவ்வொரு முறையும் 'தண்ணீர்த் தொட்டி சமீபம்' என்று மறக்காமல் எழுதுவார்.

இப்படி எல்லா முகவரியிலும் ஒரு கூடுதல் அலங்கரிப்புச் செய்யாமல் இருக்க மாட்டார்

பாட்டி ரேவதி அக்காவிடம் சொல்லி ஒரு கார்டில் ரேவதி அக்காவின் மூலம் கடிதம் கார்டில் வந்துசேரும்.

ரேவதி அக்கா கையெழுத்து தபால் ரயிலில் ஓடும். அப்போதெல்லாம் ஓடும் ரயிலின் ஜன்னலில் தெரிந்தவர் முகம் தென்படுவதுபோல் ரேவதி அக்கா முகம் தெரியும்.

எல்லோர் வீட்டிலும் தபால் ரயில் ஓடுகிறதா என்று தெரியவில்லை.

ஒவ்வொரு கார்டிலும் எவ்வளவோ கவலைகள், கஷ்டங்கள், சந்தோஷங்கள். சத்தம் காட்டாமல் 'தடக் தடக்' என்று விழுந்து கொண்டே போகும் தபால் ரயில்.

சில கார்டுகள் தபால் ரயிலில் சேராது விழுந்துவிடும். இதற்கும் அதில் எழுதியிருக்கும் விஷயத்துக்கும் சம்பந்தம் இருக்கும்போல. அந்தக் கார்டுகள் மட்டும் நிற்க முடியாமல் தள்ளாடுவானேன், அது என்ன கஷ்டத்தைச் சுமக்கிறதோ?

எந்தப் பிரச்சினையானாலும் அதைத் தீர்த்துவைக்க அப்பாவுக்கு ஒரு தபால் கார்டு போதும்.

ஒரு தடவை அப்பாவிடம் கோபித்துக்கொண்டு அம்மா 'தண்ணீர்த் தொட்டி' சமீபம் உள்ள தன் அம்மா வீட்டுக்குப் போனார்.

அப்பா ஒரு கார்டு போட்டார். அம்மா உடனே வந்து விட்டார்.

வந்ததும் வராததுமாக அம்மா எங்கள் வீட்டுக்குப் பின்புறம் இருந்த மாட்டுத் தொழுவத்துக்குச் சென்றார்.

"எங்கே போகிறாய்?" என்று கேட்டார் அப்பா.

"வீட்டுக்காரங்க மாடு கன்னு போட்டதா எழுதி இருந்தீங்கள்ல. அதைப் பார்க்கத்தான். பின்னே உங்களையா பார்க்க வந்தேன்?"

பசு கன்றுக்குட்டியின் உடம்பை நக்கிக் கொடுத்துக் கொண்டிருந்தது.

அம்மாவைப் பார்த்த பசுவின் கண்கள் பளிச்சிட்டன. புரிந்துகொண்டதற்கு அடையாளமாக ஒரு தலையாட்டல்.

அம்மா அதன் நெற்றியைத் தடவிவிட்டுக் கழுத்தை வருடிவிட்டார்.

அங்கே மனுஷாள், மிருகம் என்ற பேதமெல்லாம் இல்லை.

இரண்டு தாய்மார்கள் உறவாடுவது போல் இருந்தது.

அப்பா தபால் ரயிலை ஓட விட்டார். தங்கச்சிப் பாப்பா சிரித்தது. நாங்கள் எல்லோரும் சிரித்தோம்.

ஒரு தபால் கார்டுதான் இதையெல்லாம் சாதித்தது.

கார்டின் பின்குறிப்பாக பி.கு. என்று போட்டு ஒரு வரி சேர்ப்பார் பாருங்கள். அதுதான் கார்டின் ஜீவன்.

○

அப்பா ஒரே ஒரு கார்டை மட்டும் தனியே பத்திரப்படுத்தி வைத்திருந்தார்.

பழுப்பேறிய பழைய கார்டு. அதன் வாசகங்கள் எனக்கு மனப்பாடம்.

"அன்புள்ள ரங்கராஜன்

நேற்று தஞ்சாவூர் திலகர் திடலில் மகாத்மா காந்திக்கு வரவேற்பு கொடுத்தோம்.

நான் கொடுத்த கதர் சிட்டையை வாங்கிக்கொண்டார்.

அன்று மௌனவிரதம்.

ஆனால் எல்லோரையும் பார்த்துப் புன்னகைத்தார்.

எங்களுக்குப் பெரிய பிரசங்கம கேட்ட திருப்தி உண்டாயிற்று.

எல்லாவற்றையும் விட்டுவிட்டு வந்துவிடு. வார்தா போய் காந்தி ஆசிரமத்தில் சேர்ந்துவிடுவோம்.

உன் நண்பன்
சிவப்பிரகாசம்"

ஒருநாள் ஞாயிற்றுக்கிழமை, நல்ல வெயில்.

கதர்க் குல்லாய், வேட்டி சட்டையுடன் ஒரு பெரியவர் எங்கள் வீட்டுக்கு முன்னால் ஒற்றை மாட்டு வண்டியில் வந்து இறங்கினார்.

"ரங்கராஜன்!" என்று ஒரு கணீர்க்குரல்.

"சிவப்பிரகாசம்!"

அப்பா வேகமாக வந்தார். இருவரும் தழுவிக்கொண்டார்கள்.

"என்னை மறந்துவிட்டாயா ரங்கா?"

அப்பா எதுவுமே பேசாமல் சிவப்பிரகாசம் எழுதிய கார்டைக் கொண்டுவந்து காண்பித்தார்.

"ம், நான் எழுதியது தப்புதான். இருக்கும் இடத்தையே ஆசிரமமாக மாற்றிக்கொண்டு விடவேண்டும் உன்னைப் போல!"

நான் அந்தத் தபால் கார்டையே உற்றுப் பார்த்துக் கொண்டிருந்தேன்.

"உனக்குத் தபால் ரயில் செய்ய இதைத் தர மாட்டேன்" என்றார் அப்பா சிரித்தபடி.

நான் சற்றே யோசித்துவிட்டுச் சொன்னேன்.

"இது என்ஜினாக இருக்கட்டும்ப்பா!"

சிவப்பிரகாசம் கண்களை இடுக்கிக்கொண்டு என்னைப் பார்த்துச் சிரித்தார்.

அப்பா என்னை வாரி அணைத்துக்கொண்டார்.

தபால் ரயில் ஓடி மறைந்தேவிட்டது.

❍

பிற்பாடு பல வருஷங்கள் கழித்து தபால் ரயிலை மையமாக வைத்து நான் எழுதிய கதைக்கு ஒரு பிரபல வார இதழ் முதல் பரிசு வழங்கியது.

இதில் வேடிக்கை என்னவென்றால் ஆசிரியர் குழுவினர் என்னை அழைத்துத் தங்களுக்கு முன்னால் தபால் ரயிலை ஓட்டிக் காண்பிக்குமாறு வேண்டினர்.

நான் கார்டுக்கு எங்கே போவது? புதுக் கார்டுகள் ஒரு கட்டு வாங்கிக்கொண்டு போனேன்.

ஆசிரியர் குழுவினர் முன்னால் நீண்ட மேசையில் தபால் ரயில் ஓடியது. எல்லோர் முகத்திலும் புன்னகை.

முதல் பரிசு பத்தாயிரம் ரூபாயை (அப்போது அது பெரிய தொகை) வாங்கிக்கொண்டு வந்து அப்பா படத்தின் முன் வைத்து வணங்கினேன்.

ஒரு கணம் கண்களை மூடினேன்.

எங்கள் கிராமத்து வீட்டின் திண்ணையில் தபால் ரயில் விழுந்துவிழுந்து ஓடிக்கொண்டிருந்தது!

**ஈரமான பி.கு.க்கள்:**

- சுசீலா (எங்கள் வீட்டுகோழியின் பெயர்) குஞ்சு பொரித்திருக்கிறது.
- வாய்க்காலில் தண்ணீர் வந்துவிட்டது.
- வீட்டுக்குப் பின்னால் வயலில் கீதாரிகள் கிடை போட்டிருக்கிறார்கள்.

8

# அப்பாவின் கலைஞர்

அப்பா ஒரு விசித்திரர். அவருக்குக் கலைஞரையும் பிடிக்கும், காந்தியையும் பிடிக்கும். அவர் ஒரு தமிழாசிரியர். அந்தக் காலத்தில் தமிழாசிரியர்கள் ஒன்று திமுககாரர்களாக இருந்தார்கள். இல்லாவிட்டால் திமுக அனுதாபி களாக இருந்தார்கள்; "இடைநிலை ஆசிரியர்களாக இருந்த எங்களைத் தேர்வு எழுதித் தமிழாசிரியராக வழி செய்தவர் கலைஞர்" என்பார் அடிக்கடி. எனக்குப் புரியாது. ஆனால் அவர் கலைஞர்மீது காட்டிய நன்றி உணர்வு என்னைக் கலைஞர்மீது நாட்டம் கொள்ள வைத்தது.

அப்பாவை வழியில் பார்க்கிறவர்கள், "என்ன வாத்யாரையா இன்னிக்குத் திலகர் திடல்ல மூனாகானா மீட்டிங் இருக்கே போகலையா?" என்பார்கள். "போகணும்... போகணும்..." என்பார் சிரித்தபடி. அப்பா கையைப் பிடித்துக்கொண்டு நானும் கிளம்பிவிடுவேன். நேராக குதிரைக் கட்டித் தெரு முனையில் இருக்கும் கலைஞர் டீக்கடைக்குப் போவோம்.

இந்தக் கடைக்காரர் செல்லப்பா தீவிரமான திமுக விசுவாசி. கடையைத் திறந்து டபரா டம்ளர் எல்லாம் கழுவிவைப்பார். பாய்லரைத்துடைப்பார். ஆனால் பற்றவைக்க மாட்டார். அன்றைக்கு வந்திருக்கும் *முரசொலியில்* கலைஞரின் உடன் பிறப்புக்கான கடிதத்தைக் கலைஞர் குரலிலேயே

சத்தம் போட்டு வாசிப்பார். மாற்றுக்கட்சி நண்பர்களும் நின்று கேட்டு மந்தகாசப் புன்னகையுடன் செல்வார்கள். இரவு நேரத்தில் கட்சி ஊர்வலங்களில் செல்லப்பாவைத் தலையில் பெட்ரோமாக்ஸ் லைட்டுடன் பார்க்கலாம். அந்தத் தேர்தலில் கலைஞர் வெற்றிபெற்றார்; முதல்வராகவும் ஆகிவிட்டார். முதல்வரின் கார் வரிசை கரந்தை வழியாகச் சென்றது. சாலை ஓரம் இருந்த செல்லப்பாவின் தேநீர்க் கடையைக் கலைஞர் கவனித்து விட்டார். காரை நிறுத்தும்படிக் கூறி காரைவிட்டு இறங்கி, "என்ன செல்லப்பா, செளக்கியமா," என்று கேட்டதுடன் செல்லப்பா பயபக்தியோடு போட்டுக்கொடுத்த டீயைத் தன் துண்டில் சுற்றிக் குடித்துவிட்டு முதுகில் தட்டிக் கொடுத்து விட்டுப் போயிருக்கிறார். கட்சியின் கடைமட்டத் தொண்டனிடம் ஒரு மாநில முதல்வர் காட்டிய அன்பு அனைவரையும் நெகிழவைத்தது.

❍

திலகர் திடலில் கலைஞர் பேசுகிறாரென்றால் கூட்டம் சொல்லிமாளாது. கலைஞர் கடைசியாகத்தான் பேசுவார். கூட்டம் முடிய இரவு பன்னிரண்டு அல்லது ஒரு மணிகூட ஆகிவிடும். காலையில் அப்பா பக்கத்து வீட்டில் குடியிருந்த ஞானசம்பந்தம் சாரிடம் (அவரும் தமிழாசிரியர்தான்!) "நேத்திக்குத் திலகர் திடலுக்கு நீங்க ஏன் வரலை? கலைஞர் புறநானூற்றுப் பாடல் களுக்குச் சொன்ன விளக்கம் பிரமாதம்!" என்பார். கலைஞர் பேசுவது சிலசமயம் வகுப்பில் தமிழ்ப்பாடம் கேட்பதுபோலவே இருக்கும்.

எங்கள் வீட்டுக்கு அப்பாவைப் பார்க்க ஒரு போலீஸ் ஏட்டு அடிக்கடி வருவார். அவர் சி.ஐ.டி. போலீஸ் பிரிவைச் சேர்ந்தவர். அப்போதெல்லாம் திராவிடக் கட்சிக்காரர்கள் பொதுக் கூட்டம் போட்டால் அதில் அவர்கள் பேசுகிற பேச்சுக்களைக் குறிப்பெடுக்க சி.ஐ.டி.களைக் காவல்துறை அனுப்பிவைக்கும். அவர்கள் பேசுவதைக் குறிப்பெடுத்து அரசுக்கு அனுப்புவது அவர்களின் வேலை. அவரிடம் இருந்த அதிசயமான ஆற்றல் கலைஞரைப் போலவே பேசுவது. கூட்டத்தில் கேட்டதைச் சரமாரியாக ஒப்பிப்பார். "பல வருஷங்கள் கலைஞர் கூட்டம் என்றால் என்னைத்தான் அனுப்பிவைப்பார்கள். எனக்குத் தான் அவர் பேச்சு மனப்பாடம் ஆச்சே" என்பார். நாங்கள் அவரைச் சுற்றி உட்கார்ந்துகொண்டு "கலைஞர் மாதிரி பேசுங்க, கலைஞர் மாதிரி பேசுங்க" என்போம்; சிரித்தபடியே பேசுவார்.

அப்பாவுடன் முடிவெட்டிக்கொள்ள சலூனுக்குப் போவதுண்டு. அங்கே சலூன் கடைக்காரர் அப்பாவுக்குத் தனி மரியாதை தருவார். அவருக்கு ஒரு சுழல் நாற்காலி தனியாக இருக்கும். அப்பாவை அதில்தான் உட்காரவைத்துச் சிகைத் திருத்தம் செய்வார். அப்புறம்தான் என்னிடம் காரணம் சொன்னார். "தம்பி இந்த நாற்காலி திராவிட நாற்காலி. தஞ்சாவூரில் நாடகம் போடவர்ற திமுககாரவுங்க கிருஷ்ணா டாக்கீஸ் இருந்த இடத்தில்தான் தங்கியிருப்பாங்க. கலைஞர் இதில் உட்கார்ந்துதான் முடி வெட்டிக்கொள்வது வழக்கம். ராதா அண்ணன், அண்ணா எல்லோரும் இதில்தான் உட்கார்ந்து முடிவெட்டிக்கொள்வார்கள். இந்த நாற்காலியில் வேறு யாரையும் உட்காரவிட மாட்டேன். உன்னோட அப்பா புலவர்ங்கறதால அவருக்குத் தனிமரியாதை" என்பார். அப்பாவிடம் சொன்னேன். சிரித்துக்கொண்டார்.

○

தஞ்சை ப்ரகாஷின் இலக்கியச் சங்கத்திற்கு அப்பா ஒருமுறை வந்தார். அங்கு நடந்த இலக்கியப் படைப்புகள் பற்றிய பேச்சின் நடுவே அப்பா கலைஞரின் எழுத்தைச் சிலாகித்துப் பேசினார். அங்கிருந்த இலக்கியத் தீவிரவாதிகளால் அப்பாவின் கருத்தைத் தாங்க முடியவில்லை. வெறும் அடுக்கு மொழியும் போலி இலக்கியப் பார்வையும் கொண்ட கலைஞரின் எழுத்துக்களில் அரசியலைத் தவிர எதுவுமே இல்லை என்று வாதிட்டனர். அப்பா மௌனமாக இருந்தார். ப்ரகாஷ் குறுக்கிட்டு, "கலை இலக்கியத்தில் மிகவும் கூர்மையான பார்வை கொண்டவர் என்று நீங்கள் கொண்டாடும் கருணாநிதி பற்றி இலங்கை எழுத்தாளர் மு. தளையசிங்கம் என்ன சொல்கிறார் என்று படிக்கிறேன் கேளுங்கள்," என்றார். மு.த.வின் 'கலை ஒரு விஞ்ஞானக் கணக்கெடுப்பு' என்ற கட்டுரையிலிருந்து ஒரு பகுதியை வாசித்தார்.

"இன்றுங்கூட பராசக்தி சினிமாப் படத்தைப் பார்க்கும் போது அல்லது அதன் கதை வசனத்தைக் கேட்கும்போது மு. கருணாநிதியின் கலைத் திறமைச் சிதறல்களைக் காணலாம். அகிலனைவிடத் திறமையுள்ள ஒரு கலைஞன். புதுமைப்பித்தன், மௌனி ஆகியோரைவிடக் கலையின் நோக்கத்தைப் பூரணமாகப் புரிந்துகொண்டவன். அத்துடன் பாரதியைப்போல் போர்க்கோலம் பூண்டவன். அவனே மு. கருணாநிதி" நண்பர்கள் வாயடைத்துப்போயினர். அப்பாவுக்கு மகிழ்ச்சி பிடிபட

வில்லை. ப்ரகாஷிடமிருந்து அந்தக் கட்டுரையை வாங்கிக் கலைஞர் பற்றிய மு.த.வின் கருத்துக்களைக் குறித்துக்கொண்டார்.

◯

அண்ணா காலமாகி ஒருசில நாட்களில் சி.ஐ.டி. ஏட்டு எங்கள் வீட்டுக்கு வந்தார். வரும்போதே "அண்ணா போயிட்டார்! அண்ணா போயிட்டார்!" என்று தலையில் அடித்து அழுதபடி வந்தார். அப்பாவும் கண்கலங்கினார். திடீரென்று ஆவேசம் வந்தமாதிரி அண்ணா மறைவையொட்டிக் கலைஞர் எழுதிய கவிதையைப் பாட ஆரம்பித்தார். "உன் இதயத்தை இரவலாகத் தந்திடண்ணா அதைக் கொண்டுவந்து உன் கால் மலரில் வைப்பேன் அண்ணா!" என்ற வரிகளை அவர் பாடியபோது அப்பா குலுங்கி அழுதார். எதுவும் புரியாவிட்டாலும் நானும் அழுதேன்.

9

# கங்காளம், பாதாளக் கொலுசு, ஜோடுதல – தெரியுமா?

கங்காளம், பாதாளக் கொலுசு, ஜோடுதல மட்டுமல்ல ரயில் அடுக்கு, கச்சா உருளி, ஆனைக் குண்டான், அரிக்கஞ்சட்டி, தேக்ஸா, பாலாடை, கெண்டி, முந்திரிக் கூஜா, தூக்குச்சட்டி, மரஉரல், கொத்துச் சட்டி, யந்திரம், திருகைக் கெட்டில், மாக்கல்சட்டி, கூம்பா, ஏனம் – இவைபோன்ற இன்னும் எண்ணற்ற பெயர்களை இன்றைய தலைமுறையினர் கேள்விப்பட்டிருக்கவும் மாட்டார்கள்; பார்த்திருக்கவும் மாட்டார்கள். இவையெல்லாம் தஞ்சை மாவட்டத்தின் முந்தைய தலைமுறையினர் காலத்தில் அன்றாடப் புழக்கத்தில் இருந்த பண்டபாத்திரங்களின் பெயர்கள். இவை இப்போது அருங்காட்சியகத்தில்கூட இருக்கின்றனவா என்று தெரியவில்லை.

கங்காளம் என்பது வாயகன்ற பெரிய பாத்திரம். இருபுறமும் இரண்டு பேர் தூக்கிவர வசதியாக உலோக வளையங்கள்; பந்திகளில் உணவு தயாரித்துக் கொண்டுவரப் பயன்படுவது.

ஜோடுதல் என்பதும் ஒரு பாத்திரம்தான். ரயில் அடுக்கு என்பது ஒன்றுக்குள் ஒன்றாகப் பொருந்தும் பாத்திர அடுக்கு. ஆனைக்குண்டான் பெரிய பாத்திரம். இதில் குளிக்க வெந்நீர் விளாவி வைப்பார்கள். முந்திரிப்பழம் போல் இருப்பதால் முந்திரிக் கூஜா. ஏந்தலான பாத்திரத்தை ஏனம் என்பார்கள். காலப்போக்கில் இந்தப் பாத்திரங்களின்

54 தஞ்சாவூர்க் கவிராயர்

இடத்துக்கு நவீனமான பொருட்கள் வந்துவிட்டதால் பொருட்களோடு சேர்ந்து அவற்றின் பெயர்களும் பேச்சு வழக்கிலிருந்து மறைந்துவிட்டன.

முன்பெல்லாம் யாராவது 'எம்ப்ளது' என்று சொல்லி விட்டால் போதும். 'சார் தஞ்சாவூரா' என்று கிண்டலடிப்பார்கள். இப்பொழுது எம்ப்ளது என்பார் இல்லை.

மூன்று குழந்தைகள் இருந்தால் இரண்டாவதாகப் பிறந்த ஆண் குழந்தையை 'நடுவுலவன்' என்றுதான் அழைப்பார்கள். பெண்ணென்றால் 'நடாயி'.

நாடகத்தை நாடவம் என்றும் நீராகாரத்தை நீச்சதண்ணி என்றும் சொல்வார்கள். "பெரியவர்களிடம் பேசும்போது ஒரு 'மட்டு மருவாதி' வேண்டாம்?"என்று கேட்பார்கள்.

நாத்தனார் என்பதை நாத்துனா என்பதே வழக்கம். நகைச்சுவை நடிகர் ஏ. கருணாநிதி பாடும் பழைய பாடலில், "சின்னக்குட்டி நாத்துனா சில்லறைய மாத்துனா குன்னக்குடி போற வண்டியில் குடும்பம் பூரா ஏத்துனா," என்பதும் பேச்சுவழக்கின் நயம்காட்டி மகிழ்விக்கும் திரைப்பாடல்.

திறமையற்றவனைச் சோப்ளாங்கிப்பய என்பார்கள். சமாதானம் பேசுவதை 'மத்துசம் பண்ணிவய்க்கிறது' என்பதே வழக்கு. தண்ணீரை முகர்ந்துகொள் என்பதை மொண்டுக்க என்பதும் கோபத்தில் முகவாய்க்கட்டையை மொகரக்கட்டை என்பதும் உண்டு. ஏமாற்றி நடிப்பவர்களை என்ன ஜாலக்கு பண்றே என்று கேட்பது ரசமானது. தீவட்டித் தடியன், தோத்தாங்குளி, பயந்தாங்குளி, திமிருதாண்டா, தெக்கனாமுட்டி, தப்பிலி பக்கி, கம்மனாட்டி என்பதெல்லாம் தஞ்சைக்கே உரிய வசைச் சொற்கள்.

அச்சில் வெளிப்படுத்த முடியாத வசவுகளும் உண்டு. அவை சர்வசாதாரணமாகப் பேச்சில் புழங்குவதைக் காணலாம். தஞ்சைக்கே உரிய ஒரு கெட்டவார்த்தையைக் கேட்டு அதிர்ந்துபோனார் என் அயல்நாட்டு நண்பர். குறிப்பிட்ட வசைச்சொற்கள் அவற்றின் பொருளை உணர்த்தாது, கோபத்தை மட்டுமே உணர்த்தி நிற்பதை அவருக்குப் புரியவைத்தேன்.

நாற்றுநட்ட வயல்களில் பயிர் நன்றாக முளைத்து வருவதைப்பார்த்து பச்ச புடிச்சிருக்கு என்பதில் உள்ள கவித்துவம் மனசை மயக்கும். மீன் வலைகளில் மாட்டித் துள்ளி விழும் கெண்டை மீன்களைத் துள்ளுக்கெண்டை என்பார்கள்.

திண்ணைப் பேச்சு

ஆள் கட்டுமஸ்தானவன் என்பதைக் குறிக்க 'ஓங்கு தாங்கா இருப்பான்' என்பது உணர்வுப்பூர்வமானது. திருமணமான பெண்களைக் கட்டுக்கழுத்தி என்பார்கள். தீபத்தை அணை என்று சொல்ல மாட்டார்கள். அமத்து என்பார்கள். உறவு வேண்டாம் என்பதை உன் சங்காத்தமே வேண்டாம் என்று சொல்லிவிடுவார்கள். மண்ணெண்ணெய் சீமெண்ணை ஆகிவிடும். சேமிப்பு செருவாடு எனப்படும்.

"உறும நேரத்தில் தோப்புப் பக்கம் போகாதே" என்று என் பாட்டி சொல்வார். உச்சி உறும நேரம் என்பது நண்பகலைக் குறிக்கும். நள்ளிரவில் நடமாடும் ஆவிகள் நல்ல பட்டப்பகலிலும் நடமாடும் என்று பயமுறுத்துவார்கள்.

இரண்டு வேலிகளுக்கிடையே செல்லும் சிறிய பாதையை ஒளுங்கை என்பார்கள். ஒளுங்கை ஒழுங்கையிலிருந்து பிறந்திருக்கலாம்.

ஒவுத்திரியம் என்ற சொல் உபத்திரவம் என்பதைக் குறிக்கும். ஒரவணம் கெட்டுப் பேசுகிறாரென்றால் ஒழுங்கு முறை தவறிய பேச்சு என்று பொருள். மிகவும் பழையது என்பதை அரதப் பழசு என்பதுண்டு.

இதமாக இருக்கிறது என்பதை ஒணக்கையாக இருக்கு என்பார்கள்.

சிறியது என்பதை 'நக்கினியோண்டு' என்றுதான் தஞ்சாவூர்க்காரர்கள் சொல்வார்கள். துக்கினியோண்டு, சின்னோண்டு என்றும் சொல்வதுண்டு. ஒரு வேலையை நேர்த்தியாகச் செய்துவிட்டால் 'நறுவிசாகச் செய்துவிட்டாயே' என்று பாராட்டுவார்கள். ஒரு விஷயத்தில் தனக்குப் பாத்தியதை இல்லையென்பதை 'அக்குசு' என்பார்கள். சிரத்தை என்பதை மெனக்கிடல் என்பது வழக்கம். யாராவது தன் வரம்பை மீறி எதிர்த்துப் பேசினால் 'மேக்கரிச்சுப் பேசாதே' என்பார்கள். *So and So* என்று ஆங்கிலத்தில் சொல்வதற்கு மேப்படியான் என்று சொல்வது எப்படி அழகாகப் பொருந்துகிறது பாருங்கள்!

'மேலும் சொல்' என்பதை 'மேக்கொண்டு சொல்லு' என்பதும் மறுநாள் என்பதை மைக்காநாள் என்று சொல்வதும் வழக்கம். முடியும்வரை என்பதை முடியுந்தண்டி என்பார்கள். தெருவின் பெயரைக் குறிப்பிட்டுச் சொல்லாமல் தெக்க போயிட்டுவர்றேன், மேக்க போறேன் என்று குறிப்பிடுவது திசைகளை நோக்கிச் செல்வதான விரிந்த மனப்போக்கை வெளிப்படுத்துகிறது.

இராத்திரிக்கு வருகிறேன் என்பதை ராவைக்கு வருகிறேன் என்பார்கள். யோசனை அல்ல ரோசனை. மனசுக்குள் சிறிய ஆசை இருப்பதை உணர்த்த நப்பாசை என்பார்கள்.

மழைவிட்டு விலகிய வானத்தைப் பார்த்து 'வானம் வெக்காளித்துவிட்டது' என்பது தஞ்சைக்கே உரிய அழகிய சொல்லாட்சி. வீடுகளில் அடம் செய்யும் குழந்தைகளை அசமடக்கிட்டு வர்றேன் என்பது தஞ்சை மகளிரின் வழக்காகும்.

தஞ்சாவூருக்கே உரிய பலவகையான சைவ அசைவ உணவுகள், கோலா உருண்டை போன்ற சாப்பாட்டுத் தினுசுகள், நகைகள், ஆடை ஆபரணங்கள் இவற்றுக்கெல்லாம் வித்தியாசமான பெயர்கள் உள்ளன. ரேஸ் குழம்பு என்று செய்வார்கள். வழக்கமான குழம்புக்குரிய சேர்மானங்கள் இல்லாமல் அவசரமாகச் செய்யப்படுவது.

கூம்பா என்ற அழகிய சிறு பித்தளைப் பாத்திரத்தில் பழையது சாப்பிடுவது வாழ்வின் தலையாய இன்பங்களில் ஒன்று.

பாதாளக் கொலுசு. இதற்கு பாதாளக் கரண்டி என்றும் பெயர். தெருவில் யாராவது ஒருவர் வீட்டில்தான் பாதாளக் கொலுசு இருக்கும். கிணற்றுக்குள் ஏதாவது பொருள் விழுந்துவிட்டால் கூரான கொக்கிகளுடன் நீருக்குள் மூழ்கும் பாதாளக் கொலுசு அப்படியே அந்தப் பொருளைக் கவ்வியெடுத்து வந்துவிடும். காதல் வயப்பட்ட ஆழ்மனசைக் கவ்வும் கொலுசுகளைப்போல ஆழ்கிணற்றின் அடிவரை சென்று பொருள்களைக் கவ்விக்கொண்டு வரும் கருவிக்குப் பாதாளக் கொலுசு என்று பெயர்வைத்தவன் ரசனைக்காரன்தானே.

ஆங்கிலச் சொற்கள் பல தமிழ்வேடம் தரித்து உலவுவதைத் தஞ்சைக் கிராமங்களில் காணலாம். அவற்றுக்கு இணையான ஆங்கிலச் சொற்கள் எது என்று எளிதாகக் கண்டுபிடித்து விடலாம்.

*அருச்சண்டு, ஷாப்புக்கடை, வேங்கு (Bank), ராக்கெட்டு (டிராக்டர்), சுசட்டி (Society), ஏராப்ளம், ஈச்சரு (ஈஸிசேர்), ஈ.வோ., கலட்டரு, துப்பட்டி கலட்டரு (Deputy Collector) எம்ச்சார் (MGR), கரண்டாபீஸ், பூதரமாவு (முகப்பவுடர்) என்று சொல்லிக் கொண்டே போகலாம்.*

அனாதிகாலம் தொட்டு ஓடிவரும் பேராற்றின் புனல் வெளியில் உருண்டோடிப் பாறைகளும் கூழாங்கற்களாய் ஆகிவிடுவதுபோல மக்களின் வாயில் தலைமுறைதலை முறையாய்ப் புழங்கிவரும், புரண்டுவரும் சொற்களும் உருமாறி

வழுவழுப்பாக ஆகிவிட்ட வார்த்தைக் கூழாங்கற்களே பேச்சு மொழி.

பேச்சுத் தமிழ் என்பது தமிழகத்தில் உள்ள அந்தந்த மாவட்டங்களின் பண்பாட்டு விளைச்சல் என்பதில் ஐயமில்லை. பல மாவட்டங்களுக்கும் வட்டார வழக்குச் சொல் அகராதிகள் வந்துவிட்டன. தஞ்சைக்கு இப்படி ஒரு அகராதி இல்லாத குறையை 'நெற்களஞ்சியத்தின் சொற்களஞ்சியம்' என்ற தமது சிறிய நூலின் மூலம் போக்கிவைத்தவர் மறைந்த எழுத்தாளர் மன்னார்குடி ப. பரிதிபாண்டியன். தஞ்சை மாவட்டத்துக்கே உரிய சுத்த 'சுயம்புவான' (பரிதிபாண்டியன் வார்த்தைகளில்) தஞ்சைப் பேச்சுவழக்குச் சொற்களைத் திரட்டும் பெரும் பணியின் முன்னோடி. அவர் இதனைத் தொடர முடியாதபடி அகால மரணம் குறுக்கிட்டுவிட்டது.

நெற்களஞ்சியங்கள் காலியாகக் கிடப்பதைப்போல் சொற்களஞ்சியமும் காலியாகிக்கொண்டிருக்கிறது. திரும்பப் பெறவே முடியாத பண்பாட்டு விதை நெற்களான சொற்கள் பலவும் தினசரிப் பயன்பாட்டிலிருந்து மறைந்துவருகின்றன. ஆம் காவிரி வண்டல் இலக்கியம் வழக்கொழிந்து வருகிறது. அது முற்றிலுமாக அருகி மறைவதற்குள் அதனைத் தொகுக்கும் பெரும்பணியினைத் தொடங்கியாக வேண்டும்.

# 10

## மாணவர்களே
## மாடுமேய்க்கப் போங்கள்

பொதுமேடையில் தனக்கு முன்னால் தன் பேச்சைக் கேட்கக் கூடியிருந்த மாணவர்களைப் பார்த்து இப்படிச் சொன்னவர்:

எழுத்தாளர் ஜெயகாந்தன்!

எழுபதுகளில் தஞ்சாவூரிலிருந்த கல்லூரியின் தமிழ் மன்றம் சார்பாக ஜெயகாந்தனைப் பேச அழைத்திருந்தார்கள்.

அந்தக் கல்லூரி மாணவர்களின் வீரப் பிரதாபங்கள் மாநிலம் முழுவதும் பிரசித்தம். எதற்கெடுத்தாலும் ஸ்டிரைக், வகுப்புகள் புறக்கணிப்பு, சாலைமறியல்...

ஜெயகாந்தனிடம் கல்லூரி முதல்வர், "சார்,' உங்கள் பேச்சை நான் கேட்டதில்லை. ஆனாலும் ரொம்ப அழுத்தம்திருத்தமாக, ஆக்ரோஷமாகப் பேசக் கூடியவர் என்று கேள்விப்பட்டிருக்கிறேன். நீங்கள்தான் மாணவர்களுக்கு மனதில் உறைக்கும்படி நல்ல அறிவுரை சொல்ல வேண்டும்" என்று கேட்டுக்கொண்டார்.

"அதற்கென்ன, சொன்னால் போச்சு!" என்றார் ஜே.கே.

மேடையில் ஏறியதும் அவர் மாணவர்களைப் பார்த்து இப்படிச் சொன்னார்.

"மாணவர்களே! மாடுமேய்க்கப் போங்கள்!"

ஒரே கூச்சல், விசில் சத்தம்.

அடுத்த வெடிகுண்டு வெளிப்பட்டது ஜே.கே.யிடமிருந்து.

"நீங்கள் வீட்டில் இருந்தால் எங்கே மாடு மேய்க்கப் போய்விடுவீர்களோ என்று பயந்துகொண்டுதான் உங்கள் பெற்றோர் உங்களையெல்லாம் கல்லூரிக்கு அனுப்பி இருக்கிறார்கள்!"

கேட்டுக்கொண்டிருந்த மாணவர்களிடமிருந்து மீண்டும் எழுந்தது ஆரவாரம்.

"நண்பர்களே! மாடுமேய்ப்பது ஒன்றும் தகுதிக் குறைவான செயல் இல்லை! மகாபாரதத்தில் பகவான் கிருஷ்ணரே மாடு மேய்த்திருக்கிறார். எனக்கும் படிப்பு வரவில்லை. 'நீ மாடு மேய்க்கத்தான் லாயக்கு' என்று என் ஆசிரியர்களிடம் பலமுறை திட்டு வாங்கியிருக்கிறேன். நான் ஞானபீடம் வாங்கவில்லையா?"

அன்று சிரிக்கச்சிரிக்கப் பேசினார் ஜே.கே.

அன்றைய கூட்டம் மாணவர்களும் ஜெயகாந்தனும் சேர்ந்து நடத்திய கலந்துரையாடல் அரங்கமாகக் களைகட்டியது. கல்லூரி முதல்வர் பாதியில் எழுந்துபோய்விட்டார்.

அப்போதெல்லாம் பள்ளி, கல்லூரிகளில் படிப்பில் கவனம் செலுத்தாத, கல்லூரி விதிகளுக்குக் கட்டுப்படாத மாணவர்கள் கடைசி பெஞ்சில் 'அடைக்கலமாகி' இருப்பார்கள்.

முதல் பெஞ்ச் மாணவர்கள் ஆசிரியர்கள் சொல்வதைக் கவனமாகக் கேட்டுத் தேர்வுகளில் மதிப்பெண்களை அள்ளு வார்கள்.

காலம் எத்தனையோ கடைசி பெஞ்சு மாணவர்களை வாழ்வின் முதல் பெஞ்சில் உட்கார்த்திவைத்துவிட்டது. அவர்கள் கெட்டுப்போய்விடவில்லை. எதற்கும் கட்டுப்படாதவர் களாக, சுதந்திரர்களாக இருந்தார்கள். அவர்களின் கற்றலுக்கான சாளரங்கள் பள்ளிக்கு வெளியே இருந்தன.

கடைசி பெஞ்சு மாணவர் ஒருவர் பிற்காலத்தில் ரிசர்வ் வங்கி டெபுடி கவர்னராக ஆனார். புகழ்பெற்ற எழுத்தாளர் களும் கவிஞர்களும் கடைசி பெஞ்சில்தான் உருவானார்கள். மதிப்பெண்களுக்காகப் படிக்க மறுத்தவர்கள் அவர்கள்.

படித்துவிட்டு என்ன ஆகப் போகிறாய் என்று குழந்தை களைக் கேட்பது பெரியவர்களுக்கு வேண்டுமானால்

விளையாட்டாக இருக்கலாம். ஆனால் குழந்தைகள் பெற்றோரின் கனவுகளைக் காணுமாறு நிர்ப்பந்திக்கப்பட்டு மொட்டிலேயே கருகிவிடுகிறார்கள்.

எனக்குத் தெரிந்த நண்பர், ஒருநாள் அழுதுகொண்டே வீடு திரும்பிய பள்ளிச் சிறுமியான தன் மகளிடம் காரணம் கேட்டார்.

"டீச்சர் நீ என்ன ஆகப் போகிறாய்னு கேட்டால் என்ன சொல்றதுன்னே தெரியல. என் ஃப்ரண்ட்ஸ் எல்லாரும் டாக்டராகவும் இஞ்சினியராகவும் விமானியாகவும் ஆயிட்டாங்கப்பா. எனக்கு ஆவதற்கு ஒன்றுமே இல்லியா... நான் அப்படியே நின்னேன். எல்லோரும் சிரிச்சாங்க. நீயே சொல்லுப்பா... நான் என்ன ஆகப்போறேன். என்னதான் ஆவப்போறேன்னு எனக்கே தெரியலியே! ஐயோ..." என்று மீண்டும் அழ ஆரம்பித்த குழந்தையைத் தேற்ற முடியாமல் திகைத்துப்போனார் நண்பர்.

பள்ளி ஆசிரியராகப் பணியில் சேர்ந்த இளைஞர் ஒருவர் அறிவுரை கேட்டு என்னை அணுகியபோது ஒரே ஒரு அறிவுரை தான் சொன்னேன்.

"உன் மாணவர்கள் படித்த பின் என்னவாக விரும்பு கிறார்கள் என்று தப்பித்தவறிக்கூடக் கேட்டுவிடாதே."

தென்னிந்தியத் திரைப்பட ரசிகர்களின் கனவுக்கன்னி யாகவும் கவர்ச்சி நடிகையாகவும் கொடி கட்டிப் பறந்த சில்க் ஸ்மிதாவிடம் ஒரு செய்தியாளர் கேட்டார்:

"நீங்கள் திரைத்துறைக்கு வராமல் போயிருந்தால் என்னவாகி இருப்பீர்கள்?"

சில்க் ஸ்மிதா அமைதியாகச் சொன்னார்,

"நக்சலைட்டாக ஆகியிருப்பேன்!"

நானும் எழுத்தாளர் வண்ணநிலவனும் திண்ணையில் உட்கார்ந்து பேசிக்கொண்டிருந்தோம்.

"எழுத்து தவிர உங்களுக்குப் பிடித்தமான வேலை என்ன?" என்று சாதாரணமாகத்தான் கேட்டேன்.

"எழுத்து தவிர அல்ல, எழுத்தை விடவும் பிடித்தமான வேலை எனக்கு ஒன்று இருக்கிறது!"

"என்ன வேலை?"

"சைக்கிள் ரிப்பேர் கடையில் பஞ்சர் ஒட்டுகிற வேலைதான்!"

"நிஜமாகவே சொல்கிறீர்களா? என்ன காரணம்?"

"பஞ்சர் ஒட்டும் பையனை யாரும் கவனிக்க மாட்டார்கள். நாம் பாட்டுக்கு ஒரு மூலையில் உட்கார்ந்துகொண்டு பஞ்சர் ஒட்டிக்கொண்டிருக்கலாம். இந்த எழுதுகிற வேலையே வேண்டாம் என்று தோன்றுகிறது. புகழ் வெளிச்சம் கண்ணைக் கூசுகிறது. எழுதுவதற்காகக் கிடைக்கும் விருதும் பாராட்டும் ரொம்பவும் மூச்சுமுட்டுவதாக இருக்கிறது. என் வேலையை நான் செய்துட்டுப் போறேன். யாருடைய கவனிப்பும் இல்லாமல்! அதற்கு சைக்கிள் ரிப்பேர் கடைதான் சரி!"

"இங்கே எல்லோரும் கவுரவிக்கப்படவும், பாராட்டப் படவும், விருதுகளை விரும்புகிறவர்களாகவும்தானே இருக்கிறார்கள்?"

"எனக்கு விருப்பமில்லை. இதெல்லாம் எனக்கு வேண்டாத சமாச்சாரம்!"

'எழுத்து என்னுள் வளர்த்த துறவு. பிறகு எழுத்தையே துறக்குமளவு வளர்ந்துவிட்டது' என்ற மு. தளையசிங்கத்தின் வாசகத்திற்கு எடுத்துக்காட்டாக எனக்கு முன்னால் சிரித்தபடி நின்றார் வண்ணநிலவன்.

# 11

## காலித் தீப்பெட்டியும் இரண்டு தட்டான் பூச்சிகளும்!

நாளெல்லாம் பாடுபட்டுக் குழந்தை சேர்த்த திரவியம் – ஒரு காலித் தீப்பெட்டியும் இரண்டு தட்டான் பூச்சிகளும். குழந்தைக்குப் பெருமை பிடிபடவில்லை. அதற்குச் சொந்தமாக ஒரு காலித் தீப்பெட்டியும் இரண்டு தட்டான் பூச்சிகளும் கிடைத்துவிட்டன. இதைவிட வேறு என்ன திரவியம் வேண்டும்?

தஞ்சை மாவட்டத்தில் ராஜகிரி, பண்டாரவாடை, அய்யம்பேட்டை, அதிராம பட்டினம் போன்ற ஊர்களிலிருந்து பர்மா, மலேயா, சிங்கப்பூர், துபாய் போன்ற நாடுகளுக்குத் திரவியம் தேடிச் சென்றவர்களின் அழகிய வீடுகளைக் காணலாம். அவற்றில் பெரும்பாலானவை பூட்டியே கிடக்கும். தெருக்களில் நிலவும் அமானுஷ்ய அமைதியைக் கலைத்தபடி அக்காக் குருவிகள் கூவும். அவற்றின் கணவன்மார்களும் வாலிபப் பிள்ளைகளும் மாமன்களும் மச்சான்களும் தூரதேசம் போய்விட்டதுபோல் தோன்றும். கண்ணை விற்றுச் சித்திரம் வாங்கிய தலைமுறை அது.

பால்யத்தில் பளிங்கு விளையாடும் சிறுவர்களிடம் யார் நிறைய பளிங்கு வைத்திருக்கிறார்களோ அவர்களே பெரிய பணக்காரர்கள். கால்சராயின் இரண்டு பக்கப் பைகளிலும் பளிங்குகள் குலுங்கக் கர்வத்தோடு அவர்கள் நடந்து வருவதைப் பார்க்க வேண்டுமே! ஆஹா! வண்ணமயமான பளிங்குகள்!

திண்ணைப் பேச்சு

அவற்றில் வெள்ளை நிறத்தில் உருண்டைக்கல் பளிங்கு லேசில் கிடைக்காது! அதை வாங்கப் பத்துத் தீப்பெட்டிப் படங்களாவது செலவழிக்க வேண்டும்! இதற்காகவே தீப்பெட்டிப் படங்கள் சேகரிக்கப்பட்டன. அதிகமான தீப்பெட்டிப் படங்களைக் கரன்சி நோட்டுக் கற்றையாக அடுக்கிவைத்துக் கொண்டு 'சீன்' போடும் சிறுவர்களுக்குத் தனிமரியாதை கிடைக்கும்.

மயிலிறகுகளைப் புத்தகத்திற்குள் வைத்தால் குட்டி போடும் என்ற நம்பிக்கையால் புத்தகங்களின் நடுவில் ஒரு ரூபாய் நோட்டுகளை வைத்துப் பணக்காரனாகும் உத்தேசமிருந்தது.

சிகரெட் பெட்டிகளின் அட்டைகளும் கரன்சி நோட்டு களாக ஏற்றுக்கொள்ளப்பட்டன. தொப்பித்தலை போட்ட பாஸிங்ஷோ சிகரெட் அட்டைகளுக்குக் கிராக்கி அதிகம். இவற்றை வைத்து இலந்தை வடை, பொட்டுக்கடலை உருண்டை, பெப்பர்மின்ட் முட்டாயி, கமர்கட் போன்றவை சகமாணவர்களிடம் கொடுத்து பண்டமாற்றம் நடக்கும். ஓட்டை அரையணா நாணயங்களை அரைஞாண் கொடியில் கோத்துச் சிறுவர்கள் ஒட்டியாணம் அணிந்தார்கள்.

குழந்தையாய் இருந்தபோது காலணாவுக்கு வாங்கிய கிலுகிலுப்பை தந்த மகிழ்ச்சியைப் போன மாதம் வாங்கிய ஹோண்டா காரால் தர முடியவில்லை என்று குறைபட்டுக் கொண்டார் நண்பர்.

"ஏன் அப்படி?" என்று கேட்டேன்.

"நான் காருக்குக் கட்ட வேண்டிய இ.எம்.ஐ. ஞாபகம் வந்து தொலைக்கிறதே! ஒரே கவலையா இருக்கு! கார் கவலையைத்தான் கொடுக்குது!" என்றார்.

○

பாட்டி பரம ஏழை. ஒரு குடிசைதான் அவர் வீடு. பள்ளி விடுமுறை நாட்களில் அங்குதான் போவோம்! எனக்குப் பாட்டி வீடுதான் பணக்கார வீடாகத் தோன்றும்! குடிசையின் கூரை இடுக்குகள் வழியே சூரிய வெளிச்சம் வட்டம்வட்டமாக வீட்டுக்குள் விழும். வீடு முழுவதும் வெள்ளிக்காசுகள் இறைத்தது போல் தோன்றும்.

சிறுவர் பட்டாளத்தில் சிலருக்குத் திடீர் செல்வாக்கு ஏற்பட்டுவிடும். ஒருநாள் ஒரு பையன் பையிலிருந்து எடுத்துக் காண்பித்த தபால்தலை ஆல்பத்தைப் பார்த்துத் திகைத்து விட்டோம். அன்றுமுதல் தபால்தலை சேகரிப்புப் பித்து பிடித்துக்கொண்டது. அழகழகான வெளிநாட்டு அஞ்சல்

தலைகளைப் பரிமாறிக்கொண்டு அவரவருக்கான ஆல்பத்தில் ஒட்டிவைப்போம். அயல்நாட்டு அஞ்சல்தலைகளின் அழகிய சித்திரங்களில் மனசைப் பறிகொடுப்போம்.

○

நான் ஏழாம் வகுப்புப் படிக்கும்போது என்னிடம் ஒரு குதிரை இருந்தது. அந்த வயதிலேயே பொன்னியின் செல்வன் முழுவதுமாகப் படித்து முடித்துவிட்டேன். வந்தியத்தேவன் மாதிரி என்னிடமும் ஒரு குதிரை இருந்தால் வசதியாக இருக்கும் என்று தோன்றியது. அதை வாங்கிவா இதை வாங்கிவா என்று அம்மா என்னை அடிக்கடி கடைக்கு ஏவுவார். வாசலில் குதிரை கனைக்கும். அவ்வளவுதான். குதிரையில் ஏறிச் சிட்டாகப் பறந்துபோய் வாங்கி வந்துவிடுவேன். பள்ளிக்கூடத்துக்கும் குதிரையில்தான் போவேன். எல்லோருக்கும் முன்னால் வீட்டுக்கு வந்துவிடுவேன். நான் பள்ளியிலிருந்து ஓடிவருவதைப் பார்த்து அம்மா “என்னடா கையிரண்டையும் கடிவாளம் பிடிச்சுட்டு வர மாதிரி பிடிச்சுட்டு வர்றே?” என்பார். “கரெக்ட்! கடிவாளமேதான். இல்லேன்னா குதிரை என்னை எங்கியோ கொண்டுபோய்விடும்” என்பேன். “போடா பைத்தியம்” என்று சொல்லிவிட்டுப் போவார் அம்மா.

கணக்கு வாத்தியார் பெரிய பழுவேட்டரையர் மாதிரி இருப்பார். குண்டாக, தொந்தியும் தொப்பையுமாக இருக்கிற நண்பன்தான் ஆழ்வார்க்கடியான். பக்கத்துக் கிராமத்திலிருந்து வருகிற ஒல்லியான சிறுமிதான் ஊமைராணி. அவளுக்குப் பேச்சு வராது. இப்படி கல்கி கதாபாத்திரங்களுக்கு உயிர் கொடுத்திருநதேன்.

○

தஞ்சாவூரில் பல ஆண்டுகளுக்கு முன்னால் கோபால்சாமி என்ற குழந்தை வைத்தியர் இருந்தார். அவரே ஒரு குழந்தை மாதிரிதான் இருப்பார். குள்ளமாக வெள்ளை மஸ்லின் ஜிப்பா அணிந்த பெரிய குழந்தை மற்ற குழந்தைகளுக்கு வைத்தியம் பார்க்கிற மாதிரி இருக்கும். அவரிடம் ஒரு குழந்தை அகராதி இருந்தது. அவர் பேசுவது குழந்தை பேசுவதுபோல இருக்கும்.

வீட்டில்கூட அம்மாவுக்குத்தான் குழந்தைகள் மனம் புரியும். அதனால்தான் எல்லாக் குழந்தைகளுக்கும் அம்மாவைப் பிடிக்கிறது. அப்பா எப்போதும் கடுகடுவென்று இருப்பார். அவர் குழந்தைமையைத் தொலைத்துவிட்டதே காரணம். அப்பாக்களிலும் தாயுமானவர்கள் உண்டு.

காந்தியின் சிரிப்பு ஒரு குழந்தையின் சிரிப்புபோலவே இருக்கும். அதேபோல ரஸிகமணி டிகேசியின் சிரிப்பிலும் குழந்தையின் சாயல் தென்படும். குழந்தைக் கவிஞர் அழ. வள்ளியப்பாவும் குழந்தை முகத்தோடு இருப்பார். எழுத்தாளரிடம் குழந்தை மனம் இருப்பது அகத்திலும் புறத்திலும் வெளிப்பட்டே தீரும்.

கு. அழகிரிசாமியின் 'ராஜா வந்திருக்கிறார்' கதை வாசித்திருக்கிறீர்களா? குழந்தை மனம் கொண்டவரால்தான் அப்படி ஒரு கதை எழுத முடியும். நம்பிக்கை வறண்ட எழுத்து என்று வர்ணிக்கப்பட்ட புதுமைப்பித்தனின் எழுத்திலும் சில சமயம் ஒரு குழந்தை எட்டிப்பார்க்கும். 'கடவுளும் கந்தசாமிப் பிள்ளையும்' என்ற அவரது கதையில் குழந்தை கடவுளிடமே 'வட்டாட வருதியா?' என்று கேட்கும். மகாமசானம் கதையில் மரணத்தைக் கண்டு பயப்படும் தந்தையிடம் மாம்பழத்தை மூக்கில் தேய்த்துக்கொண்டு 'வாசனையா இருக்கில்ல? என்று கேட்கும். அத்தோடு கதை முடியும்.

தி. ஜானகிராமனின் 'சிலிர்ப்பு' சிறுகதையில் பெரியவர் களுக்கு இல்லாத தாராள மனசு ஒரு பிஞ்சுக் குழந்தைக்கு இருப்பதாகக் காட்டியிருப்பார். அப்பாவிடம் அடம்பிடித்துத் தான் ஆசையாக வாங்கிய ஆரஞ்சுப்பழத்தை ரயிலில் எதிரில் தன்னுடன் பயணிக்கும் ஏழைச் சிறுமிக்குக் கொடுத்து விடுவான். தெய்வம்தான் குழந்தை வடிவில் வந்துவிட்டதோ என்று நம்மைச் சிலிர்க்கவைக்கும் கதை அது.

கவிஞர் நா.விச்வநாதன் குழந்தைகள் பற்றி இப்படி ஒரு கவிதை எழுதியிருந்தார்

சமுத்திரக் கரையில்
ஒதுங்கும் கிளிஞ்சல்கள்
குழந்தைக்கு வைரங்கள்
காட்சிதானே நிஜவைரம் –
காண்பவன் குழந்தையானால்
கிளிஞ்சல்கள் போதுமே!

ஆம். குழந்தை மனம் வாய்த்துவிட்டால் காலித் தீப்பெட்டி திரவியமாகிவிடும்! கிளிஞ்சல்கள் வைரமாகிவிடும்!

# 12

# வானத்தை வாசித்தல்

தமிழ்நாடு அரசு ஓசைப்படாமல் ஒரு சாதனையை நிகழ்த்தியிருக்கிறது.

விக்ரம் விண்கலம் நிலவில் தரையிறங்கிச் சாதனை படைத்திருக்கும் இத்தருணத்தில் தமிழ்நாடு அரசின் இச்செயல் பாராட்டுக்குரியதாகிறது.

2023 சனவரியில் தஞ்சாவூர் மாவட்டம் மேல உளூர் என்கிற குக்கிராமத்தில் உள்ள அரசு மேல்நிலைப்பள்ளியில் ஏறத்தாழ நான்கு லட்ச ரூபாய் மதிப்பீட்டில் வானிலை ஆய்வரங்கு ஒன்றினை நிறுவியுள்ளது.

தமிழ்நாட்டிலேயே இத்தகைய வானியல் ஆய்வரங்கு செயல்படும் முதல் அரசுப்பள்ளி இதுதான் என்பது குறிப்பிடத்தக்கது.

பள்ளியின் இரண்டு மாடிக்கு மேலுள்ள மேற்பரப்பில் சக்திவாய்ந்த தொலைநோக்கி வானத்தைக் கூர்ந்து பார்த்தபடி நிற்கிறது.

இத்தனைநாள் பள்ளிப் பாடங்களைக் குனிந்து வாசித்துப் பழக்கப்பட்ட மாணவர்கள் முதன் முறையாக இதன் வழியாக வானத்தை அண்ணாந்து வாசிக்கத் தொடங்கியிருக்கிறார்கள்.

சந்திரயான் 3 நிலவில் இறங்கும் காட்சி களைத் தத்ரூபமாகக் காணும் வாய்ப்பும்

இவ்வாய்வரங்கின் கணினித்திரைகளில் நேரலையாக இந்தக் கிராமத்து மாணவர்களை வந்தடைந்திருக்கிறது.

பள்ளியின் இயற்பியல் ஆசிரியர் சங்கரன் அர்ப்பணிப்பு உணர்வுகொண்ட அற்புதமான மனிதர். நிலவு தரையிறங்கும் காட்சியை முகமெல்லாம் மகிழ்ச்சிபொங்க மாணவர்களுக்குப் படிப்படியாக வர்ணிக்கிறார். மாணவர்கள் ஆரவாரிக்கிறார்கள்.

நான் காலயந்திரத்தில் ஏறிப் பின்னோக்கி அறுபதாண்டுகள் பயணித்துப் பத்து வயதுச் சிறுவனாகிவிட்டேன்.

இதே பள்ளியில் நான் ஏழாம் வகுப்பு 'பி' பிரிவு மாணவன்.

எங்கள் அறிவியல் ஆசிரியர் வடிவேல் வாத்தியார் வானத்து விண்மீன் கூட்டத்தையும் பிரபஞ்சத்தின் தோற்றத்தையும் சூரியக் குடும்பத்தின் கோள்களையும் பற்றிப் பாடம் நடத்திக் கொண்டிருக்கிறார்.

வகுப்பில் பாடம் நடத்துவதோடு நின்றுவிடாமல் எங்களை எல்லாம் இரவு எட்டு மணிக்குமேல் வயல்வெளிக்குக் கூட்டிச் செல்கிறார்.

வானத்தை அண்ணாந்து பார்க்கச் சொல்கிறார்; வயல்வெளி வகுப்பறை ஆகிவிட்டது.

"வானத்தில் தெரியும் ஒளிப்புள்ளிகளை உற்று நோக்குங்கள். அவற்றில் கண் சிமிட்டாதவை கோளகள். கண் சிமிட்டுபவை விண்மீன்கள்."

"ஏன் நட்சத்திரங்கள் கண்சிமிட்டுகின்றன தெரியுமா?" என்று கேட்கிறார்.

நாங்கள் ஆச்சரியத்துடன் ஆகாயத்தைப் பார்க்கிறோம்.

"விண்மீன்களின் ஒளிக்கற்றைகள் பூமியிலுள்ள வளி மண்டலத்துக்குள் வரும்போது ஏற்படும் ஒளிவிலகல் காரணமாக விண்மீன்கள் கண்சிமிட்டுவதுபோல் தெரிகின்றன! 'டுவிங்கிள் டுவிங்கிள் லிட்டில் ஸ்டார்'னு பாடுகிறோம் அல்லவா? உண்மையில் எந்த ஸ்டாரும் கண்சிமிட்டுவதில்லை! அதேபோல கோள்களுக்கு என்று தனியே ஒளி கிடையாது என்பதால் அவற்றிலிருந்து எந்த ஒளியும் நம்மை அடைவதில்லை... ஆகவே அவை கண் சிமிட்டுவதில்லை!"

“அதோ தெரிகிறது பாருங்கள் ... அதுதான் ஓரியன் நட்சத்திரக்கூட்டம்! ஒரு போர்வீரன் இடுப்புக் கச்சையுடன் வாள் ஏந்தி நிற்பதுபோல் தெரிகிறதா?”

அட ஆமாம்! கச்சைமட்டுமல்ல! அவன் கால்களும் தலையும்கூடத் தெரிந்தன!

“தெரியுது சார்! தெரியுது சார்!” என்று கத்தினோம்.

வடிவேல் வாத்தியார் சிரித்தார்.

“அதோ பாருங்கள் அதுதான் சப்தரிஷி மண்டலம்! நாலு கால், வாலுடன் ஒரு கரடி மாதிரி தெரிகிறதா?”

பார்ப்பதற்குத்தான் இந்த உருவங்கள் இப்படி வடிவமாகத் தெரிகின்றன! இது நம் கற்பனை! உண்மையில் அவையெல்லாம் ஒரே நேர்க்கோட்டில் இல்லை! மேலும் கீழும் உள்ள இரண்டு நட்சத்திரங்கள் பலப்பல ஒளியாண்டுகள் தொலைவில் இருக்கின்றன!

“நமது முன்னோர்கள் வெட்டவெளியில் திருமணம் நடத்தினார்கள். அதிகாலையில் நடக்கும் திருமணத்தின்போது அம்மி மிதித்து அருந்ததி நட்சத்திரத்தைப் பார்க்க வைப்பார்கள். (அருந்ததி என்பது புராணங்களில் வரும் மகத்தான மாதரசியின் பெயர்) சிலப்பதிகாரமும் ‘திங்களைப் போற்றுதும் ஞாயிறு போற்றுதும்! என்றெல்லாம் பாடுகிறது!”

வடிவேல் வாத்தியார் வானத்தை விரித்துவைத்து வாசிக்கக கற்றுக்கொடுத்துக்கொண்டிருந்தார்.

“விடிவெள்ளி என்றால் வீனஸ் என்கிற கோளைக் குறிக்கும். அதிகாலையில் வெள்ளி முளைப்பதையும் அந்தியில் வெள்ளி பிரகாசத்துடன் காட்சியளிப்பதையும் பார்க்கலாம். இதுதான் பால்வீதி” என்று இரைந்துகிடக்கும் நட்சத்திரக் கூட்டத்தைக் காண்பிப்பார். தேள், சிங்கம் (லியோ) போன்ற உருவமுடைய நட்சத்திரக் கூட்டங்களைக் கண்டறியக் கற்றுக்கொண்டோம்.

அடிக்கடி இரவு நேரங்களில் எங்களை வயல்வெளிக்கு அழைத்துச் சென்று வானவெளியைக் காண்பிப்பது அவர் வழக்கம்.

“தொலைநோக்கி இருந்தால் இவற்றை மிகவும் நெருக்க மாகப் பார்க்க முடியும்.”

"சார் நம்ம பள்ளிக்கு ஒரு தொலைநோக்கி வாங்கலாம் சார்!"

"நம்ம பள்ளிக்கூடம் ஏழைப்பள்ளிக்கூடம். ஆனா இது பெரிய பள்ளி ஆகும். நம்ம ஆய்வுக்கூடத்துக்குத் தொலை நோக்கி கிடைக்கும்!"

பள்ளி மைதானத்தில் விளையாடும்போது முன்னால் பறந்து செல்லும் தாத்தாப்பூச்சி உடம்பெல்லாம் நரைத்த முடியும் சின்னமுகம் போன்ற ஒற்றை விதையும் கொண்ட வெடித்த பூக்கள் காற்றில் மிதந்து செல்வதைப் பார்ப்போம். அவற்றைப் பார்த்து எங்களுக்கு அதைக் கொண்டுவா, இதைக் கொண்டுவா என்று கத்துவோம்.

ஒருநாள் அவற்றைப் பார்த்து, "எங்களுக்கு டெலஸ்கோப் கொண்டுவா!" என்று கத்தினோம்.

கொண்டுவந்துவிட்டது. ஒரு அதிநவீன தொலைநோக்கிக் கருவியை மேல உளூர் பள்ளிக்குத் தாத்தாப்பூச்சி கொண்டு வந்துவிட்டது. என்ன, நடுவில் ஒரு 60 வருடம் ஓடிவிட்டது. பரவாயில்லை கொண்டுவந்து சேர்த்துவிட்டது. மாணவர்கள் வானத்தை வாசிக்க ஆரம்பித்துவிட்டார்கள்.

வானவியல் ஆய்வுக்கூடம் பிரமிக்கவைக்கிறது.

ஆய்வுக்கூடத்தின் அறை முழுவதும் சுவாரசியமான விளக்கப்படங்கள். இரண்டு பெரிய திரைகளில் விரியும் பால்வீதி மண்டலம்; சுழலும் கோள்கள்.

"நமது சந்திரயான் விண்கலத்தின் லேண்டருக்கு ஏன் தெரியுமா விக்ரம் லாண்டர் என்ற பெயர்?" என்று கேட்டுவிட்டு விளக்குகிறார் இயற்பியல் ஆசிரியர் சங்கரன்.

விக்ரம் சாராபாய்தான் நமது விண்வெளித் திட்டத்தின் தந்தை. இவர் ராக்கெட்டுகளின் ஏவுதளம் அமைக்கத் திருவனந்தபுரத்தில் ஓர் இடத்தைத் தேர்வுசெய்கிறார். அது அங்குள்ள கிறித்தவத் தேவாலயத்துக்குச் சொந்தமானது.

அங்கிருந்த பாதிரியார் பீட்டர் பெர்னார்டு பெரேரா முன்பு தனது கோரிக்கையை முன்வைக்கிறார். பாதிரியார் தான் நடத்தும் பிரார்த்தனைக் கூட்டத்தில் அவரையும் கலந்து கொள்ளச்செய்கிறார்.

“ஆமாம்!”

“கவிதையும் அப்படித்தான் வெளிப்பட வேண்டும் அடிவயிற்று உறுமலாக” என்று குறுந்தாடியை நீவினார் கம்பீரமாக.

“பாரதி கவிதைகளில் இந்த உறுமல் தொனியைக் கேட்கலாம்!” பாரதிதாசனிடம் கூடுதலாகக் கேட்கலாம்.

“ஓம்! ஓமென்று சொல்லி உறுமிற்று வானம் – என்பான் பாரதி! பூட்டிய இரும்புக் கதவு திறந்தது சிறுத்தையே வெளியே வா என்று உறுமுவார் பாரதிதாசன்.”

“இங்கே வந்த பிறகு என் வாழ்க்கை வட்டம் சுருங்கி விட்டது. திருவல்லிக்கேணியில் இரவெல்லாம் எழுதுவது. பின்னிரவில் கடற்காற்றை அனுபவித்தபடி காலார நடப்பது. தேநீர் அருந்தி புகைத்தபடியே மீண்டும் வந்து எழுதுவது... அது ஒரு காலம்!” என்பார் ஏக்கத்துடன்.

ரயில் நிலையம் பக்கம் இருக்கிற எங்கள் வீட்டுக்கும் வருவார். திண்ணையில் உட்கார்ந்து பேசுவது அவருக்குப் பிடிக்கும். என்னைவிடவும் அந்தத் திண்ணைக்குத் தெரியும் அவர் உரையாடல்கள்...

சங்கப் பாடல்களிலிருந்து ஒரு வரி, காலையில் எழுதிய கவிதையிலிருந்து சில வரிகள். பாப்லோ நெரூடாவின் படைப்பிலிருந்து மேற்கோள்கள். தாமே மொழிபெயர்த்த ரூமியின் கவிதைகள். அவரது பயணங்கள் பரவசங்கள். தமிழீழ விடுதலைப் புலிகளின் தலைவர் பிரபாகரன் விரும்பியதற்கிணங்க அவரைச் சென்று சந்தித்த தருணங்கள்...

கவிஞர் இன்குலாப் ஒரு கலகக்காரர். அவர் கவிதைகள் எழுதினார். போராட்டங்களைத் தேடிப்போனார். அரசியல், இலக்கிய, ஆன்மீகப் போலிகளைப் பகடி செய்தார்.

தெலங்கானாவின் தெருப்பாடகராகப் புகழ்பெற்ற கத்தாரைக் கொண்டாடுவார்.

மேடையில் முழங்கும்போது தெரியும் அளவுக்கு முரடானவர் அல்ல அவர். பேரனுடன் கொஞ்சும் எளிமையாகத் தெரியும் அளவு எளிமையானவரும் அல்ல.

சிற்றலைகள் சிலுசிலுக்கத் தனது பெரும் ஆழத்தை மறைத்தபடி விரிந்து கிடக்கும் பெரும் நீர்ப்பரப்பை ஒத்த மனிதர் அவர்.

## 13

## ஒரு கவிதை ஒரு தோழர்

பல ஆண்டுகளுக்கு முன்னால் மக்கள் கவிஞர் இன்குலாபை வண்டலூரில் இருந்த வங்கி ஒன்றின் காத்திருப்போர் வரிசையில் கண்டு வணங்கினேன்.

புன்னகைத்தார். புறப்படும்போது வெளியே வந்ததும் எங்கள் உரையாடல் தொடர்ந்தது.

என் பேச்சில் அடிக்கடி 'சார்... சார்' என்று சொல்வதைக் கேட்டு என்னைத் தோழமையுடன் தொட்டு, "தோழர் அல்லது இன்குலாப் என்றே அழைக்கலாமே!" என்றார்.

"ஐயா உங்கள் வயதுக்கு முன்னால்..."

"தோழமைக்கு வயது வேறுபாடு கிடையாது! வாருங்கள் தோழர். தேநீர் அருந்தலாம்" என்று சாலையோரத் தேநீர்க் கடைக்கு அழைத்துச் சென்று தேநீர் வாங்கிக் கொடுத்தார்.

அவர் வீடு வண்டலூர் அறிவியல் பூங்காவுக்கு அருகில் இருந்தது. அவரைச் சந்திக்க அடிக்கடிச் செல்வேன். ஒருமுறை பேச்சை நிறுத்தி, "காதில் விழுகிறதா?" என்று கேட்டார்.

"என்ன?"

"ஒரு சிங்கத்தின் உறுமல்" என்று சொல்லிச் சிரித்தார்.

"உறுமல் அடிவயிற்றிலிருந்து வருகிறது பாருங்கள்!"

திண்ணைப் பேச்சு

இது இந்தியாவில் தெரியாது. கலிபோர்னியாவில் இருந்த ஆய்வுக்கூடம் எங்களுக்கு அனுப்பி அதை மாணவர்கள் கணினியில் காணும்படி செய்தோம்!"

ஒரு மாணவர் விக்ரம் லேண்டரை அட்டையில் செய்து வைத்திருக்கிறார்.

யாழினி என்கிற மாணவி சாக்பீஸால் சந்திரயான் செய்து வைத்திருக்கிறார்.

சின்னஞ்சிறு பிஞ்சுக்கைகளால் உருவான அந்த அறிவியல் மாதிரிகள் இன்று உயிர்பெற்று நிலவில் உலவுகின்றன!

வடிவேல் வாத்தியார் வானிலிருந்து புன்னகைக்கிறார்.

கூட்டம் முடிந்ததும் பாதிரியார், "குழந்தைகளே! இதோ வந்திருக்கிறவர் ஒரு புகழ்பெற்ற விஞ்ஞானி. இவர் பெயர் விக்ரம் சாராபாய்! இவர் தமது ராக்கெட் ஆய்வுக்கூடத்தை நிறுவ இத்தேவாலயத்தையும் எனது வசிப்பிடத்தையும் பயன்படுத்த அனுமதிவேண்டுகிறார். அன்பர்களே! ஆன்மிகமும் அறிவியலும் வேறு வேறல்ல! இரண்டுமே மனிதகுலம் முன்னேற உழைப்பவைதாம்! ஆகவே இந்தத் தேவாலயத்தையும் நான் வசிக்குமிடத்தையும் இவருக்குக் கொடுத்துவிடலாம் என்று நினைக்கிறேன்! என்ன சொல்கிறீர்கள்?" என்று கேட்கிறார் பாதிரியார்.

"ஆமென்" என்று அங்கிருந்த அனைவரிடமிருந்தும் ஒரே குரலில் ஆமோதிப்பு கோரஸாக எழுகிறது.

ஆதியோடு அந்தமாக இந்திய விண்வெளித் திட்டத்தை ஆசிரியர் விளக்குகிறார்.

கணினி உதவியுடன் விண்வெளி மண்டலத்தின் கோள்களையும், விண்மீன் கூட்டங்களையும்பற்றி விவரிக்கிறார்.

ஈர்ப்பு விசையின் தத்துவத்தை ஆய்வுக் கருவிகளின் துணையோடு விளக்குகிறார். உலக விண்வெளி மையங்களின் செயற்பாடுகளையும் மாணவர்களுக்குப் புரியும்விதமாகச் சொல்லிக்கொண்டு போகிறார்.

ஸ்பெக்ட்ரோஸ்கோப் என்ற சிறிய மரத்தாலான கருவியை மாணவர்கள் கையில் கொடுத்து சூரிய ஒளியைப் பார்த்து ஏழு நிறங்களையும் காணவைக்கிறார்.

"இதேபோல நிறப்பிரிகையை உண்டாக்கி அதிலிருக்கும் நிறமாலையில் உள்ள கறுப்புப் பட்டைகள் உதவியுடன் நிலவில் நகரும் ரோவர் கருவி கனிமங்களையும் தனிமங்களையும் கண்டுபிடிக்கிறது. இதற்காக ஸ்பெக்ட்ரோ மீட்டர் அதில் பொருத்தப்பட்டிருக்கிறது..."

நானும் மாணவனாகி அவர் சொல்வதை ஆர்வத்தோடு கேட்டுக்கொண்டிருக்கிறேன்.

"இந்த ஆய்வகத்தின் உதவியுடன் அண்மையில் மாணவர்கள் பெற்ற அறிவியல் செய்தி என்ன?" என்றுகேட்டேன்.

"முழுச் சந்திர கிரகணத்தின்போது நிலவு சிவப்பாகத் தெரியும். ரெட்மூன் என்பார்கள். அரிதினும் அரிதான நிகழ்வு

இந்தியாவுக்கான தேசீய கீதத்தை ரவீந்திரநாத் தாகூர் எழுதினார். உலக மக்கள் அனைவருக்குமான தேசிய கீதத்தை இசைத்தவர் மக்கள் கவிஞர் இன்குலாப் மட்டுமே!

'ஒவ்வொரு புல்லையும் பெயர்சொல்லி அழைப்பேன்' என்ற அவர் கவிதையை எந்த மொழியில் வேண்டுமானாலும் மொழிபெயர்த்துப் பாருங்கள். அந்த மொழி பேசும் மக்களுக்கு ஏற்ற கீதமாக இருப்பதை உணரலாம்.

வள்ளலார் வாடிய பயிரைக் கண்டபோதெல்லாம் வாடினார். ஆனால் புல்லுக்கும் பெயர் சூட்டி அந்த ஓரறிவு உயிரோடும் தோழமைகொள்ளும் பொதுவுடைமை மனத்தின் உச்சம் இந்த வரி.

அடுத்த வரி 'பறவைகளோடும் எல்லை கடப்பேன்!' மொழியாலும் இனத்தாலும் நிறத்தாலும் வேறுபாட்டு எல்லைகளை வகுத்துக்கொண்டு ஒரு நாட்டிலிருந்து மற்றொரு நாட்டுக்குப் பயணிக்கக் கடவுச் சீட்டு வேண்டுமென்று கேட்கின்ற வேடிக்கை மனிதர்களை நோக்கிப் பாடுகிறார். வேடந்தாங்கலுக்கு வருகிற பறவைகளிடம் யாரும் விசா கேட்க முடியாது.

'பெயர் தெரியாத கல்லையும் மண்ணையும் எனக்குத் தெரிந்த சொல்லால் விளிப்பேன்' – என்ன ஒரு ஞானச் செருக்கு!

கவிதை தொடர்கிறது. மானுடம் மலர்கிறது.

நீளும் கைகளில்
தோழமை தொடரும்!
நீளாத கையிலும்
நெஞ்சம் படரும்!
எனக்கு வேண்டும்
உலகம் ஒரு கடலாய்
உலகுக்கு வேண்டும்
நானும் ஒரு துளியாய்!

இந்த வரிகளைப் படித்துவிட்டு, "ஐயோ இந்த வரி ஒரு சூஃபி ஞானம்போல் இருக்கிறது! நீங்களே சூஃபி ஞானிபோல் ஆகிவிட்டீர்கள்!" என்றேன்.

"கவிராயரே! என்னைத் தத்துவச் சிமிழிக்குள் அடைத்து விடாதீர்கள்! என்னைச் சாமான்ய மனிதனாகவே பாருங்கள்!"

"மனுசங்கடா! நாங்க மனுசங்கடா! ஒன்னைப்போல அவனைப்போல எட்டு சாணு ஒசரமுள்ள மனுசங்கடா! –டேய் மனுசங்கடா!" என்று அவர்பாடிய மற்றொரு பாடல் நினைவுக்கு வந்தது.

கவிதை தொடர்கிறது:

எந்த மூலையில் விசும்பல் என்றாலும்
என் செவிகளிலே எதிரொலி கேட்கும்!
கூண்டில் மோதும் சிறகுகளோடு
எனது சிறகிலும் குருதியின்கோடு!

என்ன ஒரு மனிதநேயம்!

சுவரில்லாத சமவெளிதோறும்
குறிகளில்லாத முகங்களில் விழிப்பேன்
மனிதநேயம் என்றொரு
பாடலை இசைப்பேன்!

இன்குலாப் நிலவில் கால்வைத்திருந்தால் இந்த வரிகளைத்தான் பாடியிருப்பார்!

பாரதியை நோக்கி அவர் பாடுவதாக அமைந்த வரிகள் இலக்கிய உலகை அதிரவைத்தது.

பாரதீ
அரசாங்கம் கவிஞர்களைக் கண்ணியப்படுத்தும் –
வாழ்ந்து பிணமானால்
உன்போன்றோரையும்
பிணமாக வாழ்ந்தால்
என்போன்றோரையும்!

தனக்கு விருது கிடைக்காத விரக்தியில் பிறந்த கவிதை அல்ல இது! பிணமாக வாழ விரும்பாத பெருங்கவிஞனின் பிரகடனம். ஆகவேதான் அவர் மறைந்தபிறகு வழங்கப்பட்ட சாகித்ய அகாதெமி விருதினைப் பெற மறுத்துவிட்டனர் இன்குலாபின் குடும்பத்தினர்!

தோழர் இன்குலாபின் தன்னம்பிக்கை தன்னிகரற்றது. அவர் கவிதையொன்று இப்படி முடியும்.

"வருகிறது! வாகையின் உச்சி அரும்புகள் சிவக்கும் காலம்!"

வெற்றிவாகை சூடும் மன்னர்களின் ஆதிக்க மனோபாவத்துக்கு அடையாளமாகச் சொல்லப்படும் வாகை சூடுதல் – வரும் காலத்தில் மன்னர் குலம் மறைந்து மானுடம் தழைக்கும்போது அதே வாகை மலரின் வழித்தோன்றல்களான உச்சி அரும்புகள் போன்ற இளைய சமுதாயம் பொது உடைமைப் பதாகையை உயர்த்தும் என்றே இதற்குப் பொருள் கொள்ளலாம்.

இன்குலாப் உடல் நலிவுற்றிருந்த நாள் ஒன்றில் அவர் இல்லம் சென்றேன்.

நீரிழிவு நோய் காரணமாக அறுவை சிகிச்சை மூலம் ஒரு கால் அகற்றப்பட்டிருந்தது.

"வாருங்கள் தோழர்!" என்றார் புன்னகையோடு.

நொய்ந்த உடம்பு! செயற்கைக்கால்!

"கவிராயர்! இன்றொரு சாதனை நிகழ்த்தினேன்!"

ஏறிட்ட என்னைப் பார்த்து –

"வாசலில் உள்ள இரும்பு கேட்வரை தத்தித்தத்தி நடந்தே சென்றுவிட்டேன்!"

தமிழகம் முழுவதும், ஏன் தமிழகம் கடந்தும் சென்றவர், போராடியவர் இப்படிச் சொல்ல நேர்ந்ததே என்று சோர்ந்து போனேன்.

வாடிய என் முகம் கண்டு சிரித்தார் இன்குலாப்.

"கவிராயர்! பயணம் என்பது எவ்வளவு தொலைவு செல்கிறோம் என்பதைக் குறிப்பதல்ல. நாம் இன்னும் இயங்குகிறோம் என்பதை இவ்வுலகிற்கு அறிவிப்பது!"

14

# பெயரில் என்ன இருக்கிறது?

பெயரில் என்ன இருக்கிறது என்று அலட்சியமாகக் கடந்துபோய்விட முடியாது. பெயரில் என்னவோ இருக்கத்தான் செய்கிறது.

பெயர் என்பது நாம் பிறந்த குழந்தையாய் இருந்தபோதே நமக்குச் சூட்டப்பட்டது. பெயர் சூட்டும் வைபவத்தில் குழந்தையைத் தொட்டிலில் இட்டு அதன் காதில் அதற்குச் சூட்டிய பெயரை உச்சரிக்கும் வழக்கம் உண்டு. விவரம் தெரியும் வயது வந்ததும் இந்தப் பெயரை எனக்கு ஏன் வைத்தாய் என்று கேட்டால் உன் காதில் சொல்லிவிட்டுத் தான் வைத்தோம் என்று அழகாகத் தப்பித்துக் கொள்ளலாம் பாருங்கள்.

பெயர் சூட்டலை குழந்தைமீதான முதல் வன்முறை என்பார் என் திண்ணை நண்பர். பெயர் மட்டுமில்லை. அன்பு, அக்கறை என்ற பெயரில் குழந்தையின் விருப்பம் தெரியாமல் அதன்மீது திணிக்கப்படும் எல்லாமே வன்முறைதான்.

சிறுவயதில் எங்கள் வீட்டுக்கு வரும் உறவினர் 'படவா எப்படிடா இருக்கே?' என்று முதுகில் பளார் என்று ஒரு அறை வைத்துவிட்டுதான் பேசவே ஆரம்பிப்பார். இன்னொருவர் அலாக்காக மேலே தூக்கிப்போட்டுப் பிடிப்பார். பெயர் மட்டும் விதிவிலக்கா என்ன?

ஆரோவில் கவிஞர் இரா. மீனாட்சி குழந்தைக்குப் பெயர் சூட்டல் என்ற பெயரில் தன் ஆதங்கத்தை ஒரு கவிதையாக வடித்திருப்பார்.

ஆடை
பிள்ளைக்குப் பெயர் சூட்டணும்
அவசரம் என்னத்துக்கு?
அதன் விழிப்பை
அதுவே பேசும்வரை
நிர்வாணமாய் இருக்கட்டுமே!

ஆம். பிறந்த குழந்தைக்குச் சூட்டப்படும் பெயர் என்கிற ஆடையைக் கடைசிவரை கழற்ற முடிவதில்லை. பெற்றோர் சூட்டிய பெயர் பிடிக்காதவர்கள் அதை மாற்றிக்கொள்கிறார்கள். சட்ட ரீதியாகவும் சமூக ரீதியாகவும் நிகழும் இத்தகைய பெயர் மாற்றங்கள் பற்றிய குறிப்புகள் அரசிதழ் அறிவிக்கைகளில் வெளியாவதைப் பார்க்கிறோம்.

'வேண்டாவெறுப்பாகப் பிள்ளையைப் பெத்து அதுக்குக் காண்டாமிருகம்னு பேரு வச்ச கதையாக' என்று கிராமங்களில் அலுத்துக்கொள்வார்கள். எங்க தாத்தா பேரு, அதைத்தான் எனக்கு வச்சாங்க என்று பெருமையாகச் சொல்லிக்கொள் பவர்கள் உண்டு.

அண்மையில் மறைந்த குணச்சித்திர நடிகரும் இயக்குநருமான மாரிமுத்து, "நான் திரைப்படத் துறையில் வாய்ப்புக் கேட்டு வந்தபோது மாரிமுத்து என்ற கிராமத்துப் பெயரை மாற்றிக்கொள்ளும்படி சொன்னார்கள். அதற்கு நான் சம்மதிக்கவில்லை. திரைத் துறையில் இப்படித் தாமாகப் பெயரை மாற்றிக்கொள்வதும் இயக்குநர் மாற்றிவைப்பதும் இயல்பாக நடக்கும். அந்தப் பெயரில் புகழ்பெற்ற நடிகர்களும் உண்டு. ஆனால் மாரிமுத்து என்ற பெயரை ஒருபோதும் மாற்றிக்கொள்ள மாட்டேன் என்று கூறிவிட்டேன். அந்தப் பெயரிலேயே திரைத்துறையில் பல ஆண்டுகள் செயல்பட்டேன். ஏனென்றால் மாரிமுத்து என்ற பெயர் என் அடையாளம். அதாவது என் கிராமத்து மண்ணின் அடையாளம். இந்தப் பெயரையே சின்னத்திரையில் தான் ஏற்று நடித்த பாத்திரத்தின் ஆதிகுணசேகரன் என்ற பெயர் அடித்துக்கொண்டு போய் விட்டது' என்று கூறியிருந்தார்.

சிவாஜி கணேசன், ஜெமினி கணேசன் போன்ற பெயர் மாற்றங்கள் இப்படி நிகழ்ந்தவைதாம் என்பது எல்லோரும் அறிந்த செய்தி. காலத்தால் அழியாத திரைப்பாடல்களை எழுதிய கண்ணதாசனின் இயற்பெயர் முத்தையா.

எழுத்தாளர்கள் பலருக்கும் புனைபெயர்மீது மோகம் இருக்கிறது.

திண்ணைப் பேச்சு

சிறுகதை மன்னர் சொ. விருத்தாசலம் என்றால் வாசகர்களுக்குத் தெரியுமா? புதுமைப்பித்தனின் இயற்பெயர் தான் சொ. விருத்தாசலம்! தன் புனைபெயர் அமெரிக்க விளம்பரத்தன்மை கொண்டிருப்பதாகப் புதுமைப்பித்தனே கூறியிருக்கிறார்.

அற்புதமான கதைகளைத் தமிழுக்குத் தந்து சாகித்ய அகாதெமி, ஞானபீடம் முதலிய விருதுகளைப் பெற்றவர் முருகேசன் என்றால் எத்தனை பேருக்குத் தெரியும்? முருகேசன் என்ற பெற்றோர் சூட்டிய பெயராகிய சட்டையைக் கழற்றி விட்டு ஜெயகாந்தன் என்ற பெயரில் எழுதத் தொடங்கித் தமிழ் வாசகர்களின் மனத்தில் இடம் பெற்றார். ஜெயகாந்தன் என்ற பெயரின் கம்பீரத்தை வேறு எந்தப் பெயர் அவருக்குத் தந்து விட முடியும்? கிருஷ்ணமூர்த்தி 'பொன்னியின் செல்வ'னை எழுதினார் என்று சொல்வதைக் காட்டிலும் கல்கி என்ற பெயரில் ஒருவிதமான கற்பனாலோகத்துச் சாயல் இருப்பதை மறுப்பதற்கில்லை. கடல்புறா, யவனராணி போன்ற சரித்திரப் புதினங்களை எழுதிய சாண்டில்யனின் இயற்பெயர் பாஷ்யம் அய்யங்கார். எழுபதுகளில் நான் சென்னை ரங்கநாதன் தெருவில் குடியிருந்தபோது அங்கே பிரதிவாதி பயங்கரம் அண்ணங்கராச்சாரியாரின் சொற்பொழிவு எங்கள் வீட்டின் கூடத்தில் நடக்கும், அங்கு வருவார். ஆசாரமான தோற்றம். என் காதுபட ஒரு மடிசார் மாமி அவரிடம் "இங்கேயும் வருகிறீர்கள். சாண்டில்யன் என்ற பெயரில் உங்கள் சரித்திர நாவல் வர்ணனைகளையும் எழுதுகிறீர்கள் எப்படி சார்?" என்று அவரிடம் கேட்டார். "பாஷ்யம் எழுதினால்தானே தப்பு? சாண்டில்யன் எழுதறான். எழுதிட்டுப் போட்டுமே!" என்றார் சாண்டில்யன். வண்ணநிலவனின் இயற்பெயர் ராமச்சந்திரன். 'வானம் வசப்படும்' என்ற நாவலை எழுதியவர் வைத்தியலிங்கம். அவர்தான் பிரபஞ்சன்! ஸ்ரீ வேணுகோபாலன், புஷ்பா தங்கதுரை என்ற பெயரில் கிளுகிளுப்பான கதைகள் எழுதிப் பிரபலமானார். புனைபெயருக்கும் எழுத்துக்கும் சம்பந்தம் இல்லை. சொந்தப் பெயர்கள் எவ்வளவு கர்நாடகமாக இருந்தாலும் அந்தப் பெயரிலேயே எழுதிப் புகழ் பெற்றவர்கள் உண்டு. ப. சிங்காரம் எழுதிய புயலில் ஒரு தோணி, கடலுக்கு அப்பால் போன்ற நாவல்கள் சிங்காரம் என்ற பெயரையே சிலாகிக்க வைத்துவிட்டன.

ஜி. நாகராஜன், கு.ப. ராஜகோபாலன், பி.எஸ். ராமையா என்ற பொதுவான பெயர்களும் பிரபல்யம் அடைந்தன. சமகால மொழிபெயர்ப்பாளர் எழுத்தாளர் ஜி. குப்புசாமி தன் சொந்தப் பெயரில் எழுதிவருவது குறிப்பிடத்தக்கது.

சுஜாதா, இந்திரா பார்த்தசாரதி என்று பெண் பெயரில் எழுதிப் புகழ்பெற்றவர்கள் உண்டு. பேரறிஞர் அண்ணா சௌமியன், சமதர்மன், வழிப்போக்கன், துரை என்ற இருபதுக்கும் மேற்பட்ட புனைபெயர்களில் எழுதியிருக்கிறார்.

பாரதியார் காளிதாசன், ஷெல்லிதாசன் ஆகிய புனை பெயர்களில் பத்திரிகைகளில் கட்டுரைகள் எழுதினார்.

கதை கட்டுரைகள் எழுதிப் புகழ்பெற்றவர்கள் கவிதைகளுக்கென்று தனியாகப் புனைபெயர் வைத்துக் கொண்டிருந்தார்கள். புதுமைப்பித்தன் இப்படி எடுத்த அவதாரம்தான் 'வேலூர் வே. கந்தசாமிக் கவிராயர்' என்பது. "வானத்து அமரன் வந்தான் காண்! வந்ததுபோல் போனான் காண்! என்று புலம்பாதீர். நான் செத்ததுக்குப் பின்னே சிலைகள் வடித்து வையாதீர் அத்தனையும் வேண்டாம் அடியேனை விட்டுவிடும்" என்ற புகழ்பெற்ற கவிதையை இந்தப் புனைபெயரில்தான் எழுதினார். தொ.மு.சி. ரகுநாதன்தான் 'திருச்சிற்றம்பலக் கவிராயர்.' எழுத்தாளர் நா. பார்த்தசாரதி 'செங்குளம் வீரசிங்கக் கவிராயர்' என்ற புனைபெயரில் கவிதைகள் எழுதினார்.

'குரோம்பேட்டைக் கவிராயர்' என்ற பெயரில்கூட ஒருவர் எழுதுகிறார்.

பழங்காலத்தில் கவிராயர் கூட்டம் தமிழ்நாட்டில் அதிகம் இருந்தது. கவிராயர் குடும்பங்கள் இருந்தன. ஆண்டான் கவிராயர் என்று ஒருவர் இருந்தார். இவர் வசைபாடுவதில் வல்லவர். வசைபாடி மண்மாரி பொழியவைத்த கவிராயர்கள் உண்டு.

என் மனைவியைத் தெருவில் சந்தித்த ஒரு பெண்மணி, "நீங்க ராயர் வீட்டம்மாதானே," என்று கேட்டிருக்கிறார். தஞ்சாவூர்க் கவிராயர் என்பது எழுதுவதற்கு வைத்துக்கொண்ட புனைபெயர் என்று விளக்க வேண்டியதாயிற்று.

தமிழில் பெயர் வைப்பதற்கு யாருக்கும் ஆர்வமில்லை. சமஸ்கிருதப் பெயர்களை அர்த்தம் தெரியாமல் சுருக்கிவைக்கும் போக்கு பெற்றோர்களிடையே பிரபலமாகிவருகிறது. வைதேஷ், மாதேஷ், கமலேஷ், அக்ஷய், தியாசினி, தன்விகா என்றெல்லாம் பெயர்களை வைக்கிறார்கள். இதற்கு என்ன பொருள் என்று கேட்டால் சிலர் விழிக்கிறார்கள். அழகா இருக்கு சார் என்று சொல்லிவிட்டு நகர்கிறார்கள். இந்தப் பெயர்களைப் பார்த்தால் இனிப்புக் கடைப் பட்டியலைப் படிப்பதுபோல் இருக்கிறது.

தன் பிள்ளைகளுக்குச் சில விசித்திரப் பெயர்களைச் சூட்டிய பெற்றோரின் துணிச்சலைப் பாராட்டத்தான்

வேண்டும். பிறந்தவுடன் என் மாமியாருக்குச் சூட்டப்பட்ட பெயர் 'சமாதானம்'. உலக யுத்தம் முடிந்து சமாதானம் ஏற்பட்ட வருடத்தில் பிறந்ததால் இந்தப் பெயர் வைக்கப்பட்டதாம். 'பள்ளியில் சிறு வயதில் தன்கூடப் படித்த பெண்ணின் பெயர் என். அருமைக்காதலி' என்றார் என் மனைவி. என் என்பது இனிஷியல். தஞ்சை ப்ரகாஷ் ஒரு குழந்தைக்குச் சூட்டிய பெயர் 'தீக்கண் மறவன்.' ஐரின் நிலவொளி என்பது ஒரு பெண்ணின் பெயர்.

அந்தக் காலத்தில் தியேட்டர்களில் பார்வையாளர் சம்மந்தப்பட்ட முக்கியச் செய்திகளை 'ஸ்லைடு' போட்டுத் தெரிவிப்பார்கள். கமலா அவசரமாக வெளியே வரவும், கணவர் காத்திருக்கிறார் என்று ஸ்லைடு போடப்பட்டது. ஒரே சமயத்தில் தியேட்டரை விட்டு இருபது கமலாக்கள் வெளியே வந்தார்கள் என்பார் பாலகுமாரன்.

விலங்குகளும் பறவைகளும் பெயரின்றி எவ்வளவு ஆனந்தமாகத் திரிகின்றன? எந்தக் குருவியும் இன்னொரு குருவியிடம் உன் பெயர் என்ன என்று கேட்டு இம்சிப்பதில்லை.

நான் யார் என்ற ரமணரின் தத்துவ விசாரம் பெயரிலிருந்து தான் தொடங்குகிறது.

எழுத்தாளர் நகுலனைச் சந்திக்க ஒரு நண்பர் வந்தார் "யார் நீங்கள்?" என்று கேட்டார் நகுலன்.

"நான்தான் ராமகிருஷ்ணன்."

"எத்தனை வருஷமாக ராமகிருஷ்ணனாக இருக்கிறீர்கள்?" என்று கேட்டாராம் நகுலன்.

நமது பெயர் என்பது உண்மையில் நாம்தானா என்ற தத்துவ விசாரத்தில் தள்ளிவிட்டுவிடுகிறது இந்தக் கேள்வி.

மின்சார ரயில் பயணத்தின்போது ஒரு சிறுவன் நாலடி உயரம்கூட இல்லை. குப்பைக்குக் கைகால் முளைத்ததுபோல் இருந்தான். பூ விழுந்த கண்கள். கோணல் பார்வை. நசுங்கிய சொம்பு போன்ற முகம்.

கல்லூரி மாணவர்கள் அவனை அங்குமிங்குமாக விரட்டிக் கலாட்டாசெய்துகொண்டிருந்தார்கள்.

நான் சிறுவனை அழைத்து "தம்பி உன் பெயர் என்ன?" என்று கேட்டேன். "எனக்குப் பேரே இல்லியே" என்று விவாதத்தில் என்னை ஜெயித்தவன்போல் கூவிச் சிரித்தான்.

பெற்றோர் இருந்தால்தானே பெயர் வைக்க? மனசைப் பிசைந்தது அவன் சிரிப்பு.

❍

தெருமுனையில் இருந்த செருப்புத் தைப்பவரிடம் அறுந்து போன செருப்பைக் கொடுத்துவிட்டுக் காத்திருந்தேன்.

கன்னங்கரிய அந்தக் கூன் விழுந்த சிற்றுருவம் நிமிர்ந்து பார்த்ததே இல்லை.

நான் அவரிடம் பேச்சுக் கொடுத்தேன். அவர் அருகில் ஒரு செய்தித்தாள் மடிக்கப்பட்டிருந்தது.

“ஐயா! பேப்பர் பாத்தீங்களா? நம்ம நாட்டுக்குப் பெயரை மாத்தணுமாம்! எது நல்லா இருக்கு? இந்தியாவா? பாரதமா?”

சட்டென்று நிமிர்ந்தார். முகமெல்லாம் வியர்வை.

“ஐயா முதல் போணி நீங்கதான்! என்ன நம்பி என் ஊட்டுல மூணு சீவனுங்க இருக்கு... கஞ்சிக்கு வழி இல்ல... அப்பங் காலத்துலேர்ந்து எங்க நெலமை இப்படியேதான் இருக்கு. . . ஏளாப்பு படிக்கிற எம் பொண்ணு அளுவுறா...பள்ளிக்கொடத்துல ஒதுங்க கஸ்ட்டமா இருக்காம். கக்கூஸ் இல்லயாம்... எங்க நெலமைய மாத்த மாட்டீங்களா? பேர மாத்தறதா இப்ப முக்கியம்?”

காற்று வீசியதில் செய்தித்தாள் பறந்தது...

# 15

## ஒட்டகத்தின் மீதொரு குழந்தை

அரபு நாடுகளில் செல்வச் செழிப்பும் செருக்கும் மிகுந்த அரேபிய ஷேக்குகள் என்று சொல்லப்படும் செல்வந்தர்களின் பொழுது போக்குகள் சில மனிதத்தன்மைக்கே சவால் விடுப்பவை.

இத்தகைய ஈவிரக்கமற்ற பொழுதுபோக்கு ஒன்றினைப் பற்றிய காணொளிப் பதிவினை அண்மையில் காண நேர்ந்தது.

கண்ணுக்கெட்டிய தூரம் பரந்துகிடக்கும் பாலைவனம்.

அதன் ஓரமாக நிழல் தரும் பார்வையாளர் அரங்கு. அரங்கு அரேபிய ஷேக்குகளால் நிறைந்து இருக்கிறது. அவர்கள் வேடிக்கை பார்க்க ஒரு பந்தயம் ஏற்பாடு செய்யப்பட்டிருக்கிறது.

ஒட்டகப் பந்தயம்.

வரிசையாய் நிற்கும் ஒட்டகங்கள்! ஒட்டக ஓட்டிகள் யார் தெரியுமா? ஐந்து அல்லது ஆறு வயதுக்கு உட்பட்ட குழந்தைகள்!

அரபுச் சமூகத்தில் புறக்கணிப்புக்கு ஆளான ஒரு பிரிவினரின் குழந்தைகள் என்று பார்த்தாலே தெரிகிறது. பசி, பட்டினியில் அடிபட்டவை. உண்மையில் அவை ஒட்டகத்தின் மீது உட்கார்ந்த நிலையில் கட்டிவைக்கப்பட்டுள்ளன.

தஞ்சாவூர்க் கவிராயர்

ஏற்கெனவே வீறிட்டு அழத்தொடங்கிவிட்ட அவற்றின் பயம் கலந்த ஓலமே ஒட்டகத்தை விரட்டப் போதுமானதாக இருக்கிறது.

ஒட்டகங்கள் ஓடத் தொடங்கிவிட்டன. குழந்தைகளின் அழுகையும் கத்தலும் சொல்லி மாளாது. பார்வையாளர் அரங்கிலிருந்து ஒட்டகங்களை விரட்ட ஷேக்குகள் பலமாகக் சுவச்சலிடுகிறார்கள்.

ஐயோ! அந்தக் குழந்தைகள்! அவற்றின் மரண ஓலம்! அதைக் கண்டு ரசிக்கும் ஷேக்குகள்! பாய்ந்து செல்லும் ஒட்டகங்களில் குற்றுயிரும் குலையுயிருமாகக் குழந்தைகள்.

வெற்றிக் கம்பத்தைத் தாண்டிச் செல்லும் முதல் ஒட்டகத்தின் முதுகில் குழந்தையின் சடலம்!

நமது கல்விமுறைக்கும் இந்த ஒட்டகப் பந்தயத்திற்கும் பெரிய வித்தியாசமில்லை.

ஒட்டகங்களின் இடத்தில் பாடத்திட்டங்கள். அவற்றின் பிடியில் நமது பிள்ளைகள். பார்வையாளர் அரங்கில் அரசாங்கமும் பெற்றோர்களும்! மதிப்பெண்கள் என்கிற வெற்றிக் கம்பத்தை நோக்கிக் குழந்தைகளைச் செலுத்தும் ஆரவாரங்கள்!

தேர்வு முடிவுகள் என்கிற வெற்றிக் கம்பங்களை எட்டும் முன்னரும், எட்ட முடியாமல் போகும்போதும் ஏன் நடக்கின்றன தற்கொலைகள்? தற்கொலை தீர்வல்ல என்பது பதின்ம வயதை எட்டிவிட்ட பிள்ளைகளுக்குத் தெரியாதா என்ன? அவர்கள் எடுக்கும் முடிவு அல்ல அது. "ஓடினாள் ஓடினாள் வாழ்க்கையின் ஓரத்துக்கே ஓடினாள்" என்று 'பராசக்தி'யில் வரும் வசனத்தை மாற்றி, "துரத்துகிறோம்... துரத்துகிறோம்... அவர்களை வாழ்க்கையின் ஓரத்துக்கே துரத்துகிறோம்!" என்றுதான் சொல்ல வேண்டியதாயிருக்கிறது!

கொரோனா காலத்தில் குழந்தைகள் பள்ளி செல்லவில்லை என்பதும், பாடங்கள் நடத்தப்பட்டு அவர்கள் அதில் தேர்ச்சி பெற்று அடுத்தடுத்த அறிவுப் படிநிலைக்கு நகரவில்லை என்பதும் அரசாங்கத்துக்குத் தெரியும். ஆன்லைன் வகுப்புகள் மூலம் கற்றலின் பயன்கள் மாணவர்களைப் பரவலாகச் சென்றடையவில்லை. அதற்கான தொழில்நுட்பக் கட்டமைப்பும் நம்மிடமில்லை. இப்போது இரண்டாண்டுகள் கழிந்தபின் முன் அறிவுச் சேகரம் இன்றி மாணவர்கள் முன்பாக முதிர்ந்த பாட நூல்கள் வைக்கப்பட்டபோது அதிர்ந்துபோன மாணவர்களை நான் அறிவேன். கிட்டத்தட்ட கையறு நிலையில் பாடப்

புத்தகங்களைப் புரட்டிப்புரட்டித் திகைத்துப்போனார்கள் நமது மாணவர்கள். இந்த அம்சத்தைக் கருத்தில் கொள்ளாமல், கட்டாந்தரையில் குழிதோண்டி விதைகளை விதைத்துவிட்டு அறுவடைக்குக் காத்திருந்த ஆசிரியர்களின் கடமை முடிந்தது. அரசின் கடமையும் முடிந்தது. மாணவர்கள் பாடுதான் திண்டாட்டமாகிவிட்டது.

உழுதுபோடாத வயல்களில் விதைகள் எப்படி முளைக்கும்? நாற்றங்கால் இல்லாத வயல்களில் பயிர்கள் எங்கிருந்து வளரும்?

இது போதாது என்று தங்கள் பிள்ளைகளை முன்னேற்றக் கங்கணம் கட்டிக்கொண்ட பெற்றோர்கள் பாட்டு, நடனம், சதுரங்கம், கராத்தே சாகசம், இந்தி மொழி, விளையாட்டுப் பயிற்சிகள் என்று புற்றீசலாய் முளைத்த மையங்களில் கட்டணம் செலுத்தி, பள்ளிவிட்டு வந்ததும் பயிற்சி நிலையம் அனுப்பு கின்றனர்.

புரியாத பாடங்களைப் படிப்பதா, புதிய கலைகளைக் கற்பதா? குழம்பித்தான் போனார்கள் குழந்தைகள்.

ஒருபுறம் பாடத்திட்டம் என்கிற காராக்கிருகம். மறுபுறம் பெற்றோரின் கனவுச் சிறைகள். நடக்கக் கற்று நாலடி வைக்கும் முன்பே ஓடு, ஓடு, ஓடு என்ற கூச்சல்கள். எங்கே மதிப்பெண், எங்கே மதிப்பெண்? என்று துரத்தும் கேள்விகள்! எங்கு திரும்பினாலும் படி, படி, படி என்ற கூக்குரல்கள்!

எந்தத் திசையில் செல்வது என்ற நிச்சயமின்றி ஓடுவது ஒன்றே குறிக்கோளாய்த் துரத்தப்படும் குழந்தைகள் தன்னம்பிக்கையும் கற்றலில் நாட்டமும் இன்றி மனநோயாளி களாய் மாறிப்போனார்கள்.

'கல்வியின் ஊங்கில்லை சிற்றுயிர்க்கு உற்ற துணை' என்பார் குமரகுருபரர். சிற்றுயிர்க்கு உற்ற துணையாய் விளங்க வேண்டிய கல்வியே சிற்றுயிர்களைப் பலிவாங்கும் மாயப் பிசாசு ஆயிற்று!

போதைப்பொருள் பயன்பாடும் இளம் பருவத் தீச்செயல் களும் மாணவர்களிடையே – மக்களிடையே அல்ல – அதிகரித்திருப்பதை ஒரு புள்ளிவிவரம் சுட்டுகிறது. விரக்தியும் மனச்சுமையும் எடுக்கிற விசுவரூபங்கள் இவை.

சென்ற தலைமுறைகளின் மாணவப் பருவம் பூ ஒன்று மலர்வதற்கு ஒப்பாக இருந்தது. அதை மலரவைக்க ஆசிரியர்கள்

முயன்றதே இல்லை. அது தானாகவே மலர்ந்தது. அப்படி அவர்கள் தாமாகவே மலர்ந்து மணம் வீசுமாறு ஆசிரியர்களும் பெற்றோரும் பார்த்துக்கொண்டனர்.

அப்போதெல்லாம் ஆறுகளுக்குச் சென்று ஆசைதீர நீந்துவோம். நீச்சல் கற்றுத்தரப் பயிற்சிக் கட்டண மையங்கள் இல்லை. கபடி விளையாடவும் சிலம்பு சுழற்றவும் நாங்களே நாடிச் சென்று கற்றோம். அவற்றுக்கென்று பயிற்சிக்கூடங்கள் இல்லை. கிட்டிப்புள், பளிங்கு விளையாடுவது இவற்றை யெல்லாம் விரும்பிச் சென்று விளையாடினோம். அவற்றுக் கெல்லாம் பயிற்சி நிலையங்கள் இல்லை.

சிறார்களின் விருப்பமின்றித் திணிக்கப்படும் விளையாட்டு களும் திறமைகளும்கூட அவர்கள்மீது நிகழ்த்தப்படும் வன்முறைதான்.

மாணவர்களுக்குப் பள்ளிகளில் மனநல ஆலோசனை உதவி மையங்கள் அமைக்கப்பட வேண்டும் என்ற கருத்து இப்போது முன்வைக்கப்படுகிறது. ஆனால் இத்தகைய மையங் களில் சேர்க்கப்பட வேண்டியவர்கள் மாணவர்கள் அல்ல; அவர்தம் பெற்றோர்தாம். வாழ்க்கை குறித்த மதிப்பீடுகளை அவர்களுக்குத்தான் கற்பிக்க வேண்டும்.

"புகழுக்கும் பணத்துக்கும் இரவு பகல் பாராமல் ஓடிக் கொண்டிருக்கும் இவர்கள் திருமணமே செய்துகொண்டிருக்க வேண்டாமே!" என்றார் திண்ணை நண்பர் ஒருவர்.

"அப்படிச் செய்துகொண்டால் அவர்கள் பிள்ளை பெறாது இருக்கட்டும்! எத்தனை அரிய சமுதாயப் பணியாயினும் அது குழந்தை வளர்ப்பைவிடவும் பெரிதல்ல என்ற எளிய உண்மையைக்கூடப் புரிந்துகொள்ளாதவர்கள், தாம் பெற்ற குழந்தைக்கு முன்னோடிகளாக ரோல் மாடலாக இருக்கத் தகுதியில்லாதவர்கள் எதற்குக் குழந்தை பெற வேண்டும்? குழந்தைகளுக்கு விலை உயர்ந்த பங்களாவும் காரும் இன்ன பிற வசதிகளும் கொடுத்தால் மட்டும் போதுமா? பள்ளியில் இருந்து ஓடிவரும் பிள்ளைகளை அள்ளி அணைத்துச் சீராட்ட அம்மா வேண்டாமா? தோழனாய் இருந்து உறவாட அப்பா வேண்டாமா?"

"கைப்பேசிகளிலிருந்தும், ஏனைய பொழுதுபோக்கு கன்னாபின்னா சாதனங்களிலிருந்தும் பெற்றோர்கள் முதலில் விடுபடட்டும். பிறகு தங்கள் பிள்ளைகளை விடுவிக்கட்டும். குழந்தைகளோடு சேர்ந்து அமர்ந்து வாரத்தில் ஒருநாளாவது

திண்ணைப் பேச்சு

சாப்பிடட்டும். சுற்றுலாத் தலங்களுக்குக் குழந்தைகளோடு செல்லட்டும்! குழந்தைகளோடு உறங்கட்டும்!"

திண்ணையில் ஓங்கியொலித்தன குரல்கள்

'ஒட்டகத்தின் முதுகிலிருந்து குழந்தையை இறக்கி விடட்டும்' என்றது இன்னொரு குரல்.

ஜெயகாந்தனின் பாடலை யாரோ கம்பீரமாகப் பாடினார்கள்.

வாழ்ந்திடச் சொல்லுகிறேன் – நீங்கள்
வாழ்ந்ததைச் சொல்லுகிறேன் – இங்கு
வாழவும் வாழ்ந்து
வீழவும் உமக்கு
தலையெழுத்தென்றால் அதைத்
தாங்கிட நாதியுண்டோ?

16

# மழை சிநேகம்

மழைநாள் ஒன்றில் தெருவில்
குடையும் மழைக்கோட்டும்
பேசியபடி
நடந்துபோயின.

– ஜப்பானியக் கவிதை

வாழ்வின் இனிய தருணங்களை மழைக் காலம் கொண்டுவருகிறது.

அப்படியான ஒரு தருணம் அண்மையில் எனக்கு வாய்த்தது.

அது ஒரு பேருந்துப் பயணம்.

காஞ்சிபுரத்தில் பேருந்தில் ஏறும்போதே இருட்டிக்கொண்டுவந்தது; கருமேகங்கள் திரண்டு கொண்டிருந்தன; எப்போது வேண்டுமானாலும் மழை வரலாம என்னும் நிலை.

இருக்கையில் ஜன்னலோரமாய் என் பக்கத்தில் ஒரு பெண். கல்லூரி மாணவி என்று பார்த்தாலே தெரிகிறது.

மழை பெய்கிறதா என்று பார்ப்பதுபோல் கையை வெளியே நீட்டிப் பிறகு இழுத்துக்கொண்டது.

கை நீட்டுகிற தினுசே குழந்தை மாதிரி இருந்தது. உள்ளுக்குள் சிரித்துக்கொண்டேன்.

ஆண்களைக் காட்டிலும் பெண்களிடம் குழந்தைத்தனம் அதிகமாக இருக்கிறது. பெரிய மனுஷி தோரணை பெண் குழந்தைகளுக்குச் சீக்கிரமாக வந்துவிட்டாலும் எல்லாப் பெண்களுமே உண்மையில் பெரிய குழந்தைகள்தாம். இப்போது என் பக்கத்து இருக்கை பெண்ணின் முகத்தில்

கவலையின் சாயல். மழைக்கு முன் வீடு போய்ச்சேர முடியுமா என்ற கவலையாய் இருக்கும்.

பேருந்து புறப்பட்டது.

எனக்கு அந்தப் பெண்ணிடம் ஏதாவது பேசவேண்டும் போல் இருந்தது; குறைந்தபட்சம் எந்தக் கல்லூரி என்றாவது கேட்கலாம்.

அந்தப் பெண்ணுக்கும் என்னிடம் ஏதாவது பேச வேண்டும் என்று தோன்றியிருக்கும்போல.

"மழை தூறல் போடுகிறது" என்றது கவலைப்படுகிற குரலில்.

"மழை வரட்டுமே!" என்றேன்.

அந்தப் பெண்ணின் கேள்விக்கு இது பதில் இல்லைதான். ஆனாலும் அதன் முகத்தில் ஒரு வியப்புரேகை வெளிப்பட்டு மறைந்தது.

"நீங்கள் வேண்டுமானால் இப்படி ஜன்னலோரம் உட்கார்ந்துகொள்கிறீர்களா? எனக்குச் சாரல் ஒத்துக்கொள்ளாது. ஜலதோஷம் பிடிச்சுடும்."

நாங்கள் இடம் மாறிக்கொண்டோம். நான் எப்போது ஜன்னலோரம் உட்காருவேன் என்று காத்திருந்த மாதிரி மழைச்சாரல் வீசியது.

"சாரல் ஜோரா இருக்கு" என்றேன்.

"நனைஞ்சுடப்போறீங்க. ஷட்டரை வேணும்னா இறக்கி விட்டுக்கோங்க." குரலில் என்ன ஒரு கரிசனம்.

"நனையறதுக்குத்தான் நான் இங்கே உட்கார்ந்ததே" என்றேன் சிரிப்புடன்.

"உங்களுக்கு மழைன்னா ரொம்பப் பிடிக்குமோ?" என்று கேட்டது அந்தப் பெண்.

"உள்ளங்கையைக் குவிச்சு மழைநீரைப் பிடிச்சுக் குடிக்கும் அளவுக்குப் பிடிக்கும்!"

"அதெல்லாம் சின்ன வயசுல" என்று சிரித்தது அந்தப்பெண்.

"மழை குழந்தைகளுக்கு மட்டும் பெய்யறதில்லை. நமக்கும்தான். மழை நம்மைக் குழந்தைகளா ஆக்கிடுது."

அந்தப் பெண் நான் பேசுவதை ஆர்வத்துடன் கவனித்தது.

"நீங்க எங்க வேலை பார்க்கறீங்க?"

நான் கதை எழுதுகிற ஆசாமி என்று சொல்லி அந்தப் பெண்ணைக் கலவரப்படுத்த விரும்பவில்லை.

“ப்ச் ஏதோ ஒரு வேலை. மழைதாங்க முக்கியம்” என்றேன் மழையை வேடிக்கை பார்த்தபடி. மழைச்சாரலினூடாக வீசிய காற்று அப்படியே மழையைப் புடவை முந்தானையாக வளைத்துப் போயிற்று.

“சரியான மழைப் பைத்தியம் நீங்க.”

அவள் எடுத்துக்கொண்ட உரிமை எனக்குப் பிடித்தது.

“நீங்க மட்டுமென்ன? மழை வரலேன்னா என்கூடப் பேசியிருப்பீங்களா?”

“உண்மைதான். மழை நம்ம ரெண்டு பேரையும் ஃப்ரண்ட்ஸ் ஆக்கிருச்சு.”

“மனுஷங்க என்னதான் தப்பு செஞ்சாலும் கடவுள் மனுஷங்க மேல காட்டற அன்புதான் மழையாய்ப் பெய்யற மாதிரி இருக்கு!” என்றேன்.

“இதுவே ஒரு கவிதை மாதிரியிருக்கு! எனக்கு ஒரு தோழி இருக்காங்க பரமக்குடியில். உஷாராணின்னு பேரு. கவிதையெல்லாம் பிரமாதமா எழுதுவாங்க! மழை பத்தியே முழுக்கக் கவிதை எழுதி அதைப் புத்தகமாப் போட்டிருக்காங்க!”

“முழுசும் மழை பத்தியா? பலே ஒரு கவிதை ஞாபகம் இருந்தா சொல்லுங்களேன்!”

“மழைக்குப் பயந்துகொண்டு குடையை விரிக்காதீர்கள்னு ஒரு கவிதை எழுதியிருப்பாள். குடையை விரித்து மழையைப் புறக்கணிப்பது அம்மாவைப் புறக்கணிப்பது போல் இருக்காம்!”

“ஏன் அப்படி?”

“அம்மாவோட அஸ்தியைக் கரைச்ச கடல்லேர்ந்து வர்ற நீராவிதானே ஒவ்வொரு மழையும்னு எழுதியிருப்பாங்க!”

“எனக்கும் மழை வரும்போதெல்லாம் அம்மா ஞாபகம் வந்துவிடும்!”

“அதோ அங்க பாருங்க! அந்த மாடு மழையில் நனைஞ்சுகிட்டு ஆனந்தமா நிக்குது! மனுஷங்கதான் மழைக்கு பயப்படுறாங்க!”

“சராசரி மனிதர்கள்!” என்றேன்.

கொஞ்ச நேரம் எதுவுமே பேசாமல் ஜன்னல் வழியே தெரிந்த காட்சிகளைப் பார்த்துக்கொண்டிருந்தோம். பேருந்து போய்க்கொண்டிருந்தது. ஓட்டுநருக்கு முன்னால் இருந்த கண்ணாடியில் வைப்பர் மௌனமாக இயங்கிக்கொண்டு இருந்தது.

“மழை வந்துவிட்டால் குழந்தைகளுக்கு மகிழ்ச்சி” என்று சொல்லி மௌனத்தைக் கலைத்தேன்.

"ஆமாம். மழையில் நனைந்துகொண்டே புத்தகப் பையோடு வீட்டுக்குப் போகிற குழந்தைகளைப் பார்த்தால் பொறாமையா இருக்கும்! தெருவில் போகிற தண்ணீரில் காகிதக் கப்பல் விடலாம். மழை விட்ட பிறகு தெரியும் ரெயின்போ அழகாக இருக்கும்!"

"சின்ன வயசுல உங்கள் மழை அனுபவம் பத்தி சொல்லுங்களேன்" என்று கேட்டது அந்தப் பெண்.

"ரொம்ப சின்ன வயசு. ஐந்தாம் வகுப்போ ஆறாம் வகுப்போ படித்துக்கொண்டிருந்தேன். என் தம்பிக்கு மூணு வயசுதான் இருக்கும். வைசூரியில் இறந்துவிட்டான். ரைஸ்மில் போகிற வழியில் குளத்தங்கரை ஓரம் அவனைப் புதைத்தார்கள்... ஒருநாள் மழை கொட்டோகொட்டென்று கொட்டுகிறது. நான் அப்பாவின் குடையை எடுத்துக்கொண்டு குளக்கரைக்கு ஓடினேன். தம்பியைப் புதைத்த மண்மேட்டின்மீது குடையைப் பிடிச்சுக்கிட்டு அப்படியே நின்னேன். அப்பா என்னைக் கண்டு பிடிச்சு தரதரன்னு வீட்டுக்கு இழுத்துப் போனார்... அப்பா தம்பி மழைல நனைஞ்சுருவாம்பா... நனைஞ்சுருவாம்பா... என்றுஅழுதுகொண்டே போனேன்!"

அந்தப் பெண் என் சோகமான நினைவை மாற்ற நினைத்தது போலும்.

"சார் நீங்க எந்த ஊர்?"

"மழை ஊர். மழைத் தெரு. மழை வீடு – போதுமா?"

"ஐயோ! போதும் சார் உங்கள் மழைப் புராணம்!"

ஜன்னலுக்கு வெளியே வெளிச்சப் புள்ளிகள்.

"அடடா! நான் இறங்கவேண்டிய இடம் வந்தாச்சு! போயிட்டு வரேன் சார்!"

நெரிசலைத் தள்ளிக்கொண்டு சிரித்தபடிக் கையாட்டி விட்டுப் பேருந்தின் படிக்கட்டு நோக்கிச் சென்றாள்.

நானும் கை அசைத்தேன்.

பேருந்து புறப்பட்டது. ஒரு சின்ன ஆனால் மறக்க முடியாத நட்பைப் பரிசளித்துவிட்டு நிதானமாகப் பெய்துகொண்டிருந்தது மழை.

ரயில் சினேகம்போல இது மழை சினேகம்போலும்!

# 17

## வாசனைசூழ் உலகு

ஆழிசூழ் உலகினை வாசனைசூழ் உலகு என்றும் வர்ணிக்கத் தோன்றுகிறது.

வாழ்வை இனிதாக்குவது வாசனைகள்தாம்.

தஞ்சையின் புகழ்பெற்ற ஊதுபத்தி தயாரிப்பாளர் அப்துல் கவுஸ் மழைக்கு முன் வீசும் மண்வாசனையை மணக்கும் ஊதுபத்தியாக எப்படித் தயாரிப்பது என்ற ஆராய்ச்சியில் ஈடுபட்டிருக்கிறார்.

நூறாண்டு பழமையான அரிதான அகர்பத்தி ஒன்று அவரிடம் இருக்கிறது. அதை அவர் ஒரு கண்ணாடிக் குழாயில் போட்டு வைத்திருக்கிறார். நீண்ட ஊசிபோன்ற வடிவத்தில் உள்ளது.

"இந்த வகை அகர்பத்திகளைத் தயாரிக்கும் கைவினைஞர்கள் இப்போது இல்லை. என் தந்தையார் காலத்திலிருந்து இது இந்தக் கடையில் உள்ளது. இதை ஏற்றி வைத்தால் தெருவே மணக்கும்" என்கிறார்.

பல ஆண்டுகளுக்கு முன்னால் வாசனாதித் திரவியங்களாலும் பூக்கடைகளாலும் திரும்பிய பக்கமெல்லாம் மணம் பரப்பிய அய்யங்கடைத் தெரு நினைவுக்கு வந்தது.

"அந்தப் பழைய வாசனை எங்கே போய் விட்டது?" என்று அப்துல் கவுஸிடம் கேட்டேன்.

"காலத்தோடு வாசனையும் போச்சு!" என்று சிரித்தார் கவுஸ்.

சின்னஞ்சிறு வயதிலிருந்தே வாசனைகள் நம்மோடு வந்துகொண்டிருக்கின்றன. நாம்தான் அவற்றின்மீது கவனம் கொள்வதில்லை.

ரோஜாப் பூக்களும் வாசனை ஊதுபத்திகளும் அத்தர், ஜவ்வாது, சென்ட் வகையறாக்களும் நம் வாசனைப் பட்டியலில் இடம் பெற்றிருக்கின்றன. இவற்றைத் தவிரப் பல நூறு வாசனைகள் இருக்கத்தான் செய்கின்றன.

வயசாளிகளிடம் அதாவது வயதான மனிதர்களிடம் ஒரு வாசனை இருக்கிறது. நூறு வயதைத் தாண்டிய எங்கள் வீட்டுப் பாட்டியிடம் அதை அநுபவித்திருக்கிறேன். தோல் முழுவதும் சுருக்கம் விழுந்து முதுமையின் தள்ளாட்டம் மிகுந்துவிட்டபோதிலும் அவர் என்னை வாரியணைத்து முத்தமிடும்போது அவரிடமிருந்து ஒரு வாசம் வரும். அவர் போடுகிற வெற்றிலைப் பாக்கு வாசத்திலிருந்து அதைப் பிரித்து உணர்ந்திருக்கிறேன். கனிந்த பழத்தின் வாசனைபோல காலத்தால் கனிந்துவிட்ட வெள்ளந்தியான என் பாட்டியின் உடலிலிருந்து வீசும் வாசனை முதுமையின் வாசனையாக எனக்குப் புலப்படும்.

கிராமத்தில் சாணம் மெழுகிய குடிசை வீடுகளில் வீசுகிற வாசனை அலாதியானது. சுத்தமாக நம்மை உணரச்செய்யும் சுகமான வாசனை அது.

மாட்டுத் தொழுவத்திற்கென்று தனி வாசனை உண்டு. வைக்கோலை அசைபோட்டபடி மாடுகள் பெருமூச்சுவிடும் சப்தத்தை அங்கே கேட்கலாம். தன்மீது ஊரும் பூச்சிகளையும் ஈக்களையும் தமது வாலால் செல்லமாக விரட்டிவிட்டபடி சாதுவாகப் படுத்திருக்கும் மாடுகளின் மனசில் என்ன மாதிரியான சிந்தனைகள் ஓடும்? சிந்தனைகளே இருக்காதோ? அவற்றின் பெரிய அப்பாவித்தனமான கண்களைப் பார்த்தால் அப்படித்தான் தெரிகிறது.

மனசுக்குள் சிந்தனைகளே தோன்றாதபடிச் செய்து விட்டால் யோகம் கைகூடும் என்று யோக சூத்திரங்கள் சொல்லுகின்றன. ஆகவே மாடுகள் யோகத்தில்தான் ஆழ்ந்திருக்கின்றன. ஞானத்தைத் தேடி எங்கேயும் போக வேண்டாம். மாட்டுத் தொழுவத்திற்குப் போனால் போதும். ஏசு கிறிஸ்து தாம் பிறப்பதற்கு மாட்டுத் தொழுவத்தையே தேர்ந்தெடுத்தார்.

எங்கள் வீட்டருகே ஒரு முதுபெரும் கிழவர் இருந்தார். அவர் தினம்தோறும் ஒரு பெரிய பழுப்பு நிறப் புத்தகத்தைப் புத்தகத் தாங்கியில் வைத்து வாசித்தபடி இருப்பார். நான் ஒருநாள் அவரை

நெருங்கிப் பேச்சுக் கொடுத்தபோது, 'நாலாயிரப் பிரபந்தத்தை வாசித்துக்கொண்டிருக்கிறேன்' என்றார். அவர் ராகத்தோடு பாசுரங்களை மெல்லிய குரலில் பாடுவது ஒரு வண்டின் ரீங்காரம்போல ஒலிக்கும்.

அந்தப் புத்தகத்தின் நடுவே ஒரு நீண்ட சந்தன வண்ண மங்கலான பழுப்பு இலை இருந்தது.

"இது என்ன இலை?"

"இது இலை இல்லை. தாழம்பூ மடல். இந்தப் புத்தகத்தில் பல வருஷங்களுக்கு முன்னால் வைத்தேன். பத்திரமாக இருக்கிறது."

புத்தகத்தை என்னிடம் நீட்டினார். நான் அந்தப் பக்கத்தைக் குனிந்து பார்த்தபோது மெலிதான தாழம்பூ வாசனை புத்தகத்தின் மூச்சுப்போல என்மீது மோதியது! கால காலங்களைத் தாண்டும் தாழம்பூ வாசனை பாசுரங்களோடு வெளிப்படுவது பரவசம் தருவதாக இருந்தது.

எங்கள் பள்ளியில் பணிபுரிந்த ஓவிய ஆசிரியர் ஒருநாள் எங்களிடம் தான் வரைந்து வண்ணம் தீட்டிய ரோஜாப் படத்தைக் காண்பித்தார். தாளில் தத்ரூபமாக ரோஜாப்பூ மலர்ந்திருந்தது. அதை முகர்ந்து பார்ப்பதைத் தவிர்க்க முடியவில்லை. சொன்னால் நம்ப மாட்டீர்கள்!

ரோஜாப்பூ வாசனை அடித்தது!

எனக்கு மட்டுமல்ல. வகுப்பில் அதை முகர்ந்து பார்த்த எல்லோருமே ரோஜா வாசனை வீசுவதாகச் சொன்னார்கள்.

"வாசனை உங்கள் மனதில் இருக்கிறது. படத்தைப் பார்த்ததும் அந்தக் கற்பனைக்கு உயிர் வந்துவிட்டது!" என்றார்.

வாசனை ஏற்கெனவே நமக்குள் இருக்கிறது. முதல் தடவையே நமது மூளை அதைப் பதிவுசெய்துவைத்துவிடுகிறது. பிறகு அந்தத் தோற்றம் அல்லது பொருளை நேராகப் பார்க்கும்போது மூளையின் நியூரான்கள் உடனடியாக அந்த வாசனையை நமக்குள் தோன்றச்செய்கின்றன என்பது அறிவியல் உண்மை.

மனோரஞ்சிதம் என்ற பூமரம் எங்கள் வீட்டில் உள்ளது. அதன் பூக்கள் மஞ்சள் நிறத்தில் தடிமனான இதழ்களுடன் இருக்கும். அந்தப் பூவை நுகரும்போது எந்தப் பழத்தின் வாசனையை நினைத்துக்கொள்கிறீர்களோ அந்தப் பழ வாசனை மனோரஞ்சிதத்திலிருந்து வெளிப்படும் என்று சொல்வதுண்டு. நான் அதைச் சோதித்துப் பார்த்தேன். மனோரஞ்சித மலரே ஒரு பழவாசனையுடன்தான் இருந்தது. நான் நினைக்கும் பழ

வாசனை அடிக்கும் பிரமை ஏற்படத்தான் செய்தது. வாசனை குறித்த அறிவியல் உண்மையை இது உறுதிப்படுத்துகிறது.

அரைப்பதற்குத் தானியங்கள் ஏதும் இல்லாவிட்டாலும் மாவு மெஷின் கடையில் சற்று நேரம் போய் உட்கார்வது உண்டு. அங்கு அரைக்கப்படும் மிளகாய் வாசனை எனக்கும் பிடிக்கும்.

பிறந்த குழந்தையின் உச்சந்தலை வாசனைக்கு ஈடு இணை உண்டா? குழந்தையின் உச்சி முகர்ந்து ஆசீர்வாதம் செய்வது இதனால்தான்!

கோரையில் நெய்த புதுப்பாய்க்கென்று ஒரு வாசனை உண்டு. பச்சைக் கோரையின் பளீர் வாசனை. படுத்தால் ஆனந்தமாகத் தூக்கம் வரும்.

புதுப்பாயில் சயனிக்கும் புதுமணத் தம்பதிகளிடையே அந்த வாசனையுடன் நிகழும் சல்லாபம் வாழ்வுதரும் இனிமை களில் அலாதியானது.

வளையல்காரர் திண்ணையில் வந்து உட்காரும்போது பெண்டுகள் அவரைச் சூழ்ந்து கொள்வார்கள். அவர் வளையல் பெட்டியைத் திறக்கும்போது வெளிப்படும் வளையல் வாசனை கம்மென்று வீசும்.

புதுப்புடவை, மருதாணி, மஞ்சள் சரடு, மல்லிகைச்சரம் இவற்றிலிருந்து வெளிப்படும் வாசனைகளால்தான் மணப்பெண் அலங்கரிக்கப்படுகிறாள். அவள் நம்மைக் கடந்துபோன பின்னரும் வாசனையின் சுழல்களில் மூச்சுமுட்டும்.

அப்பாவிடம் ஒரு கைராட்டை இருந்தது. ராட்டை சுற்றும்போது அதிலிருந்து தேங்காய் எண்ணெய்யும் பஞ்சும் கலந்த ஒரு பரிசுத்த வாசனை வெளிப்படும். காந்தி படத்தைப் பார்க்கும் போதெல்லாம் எனக்குள் வாசனையுடன் ஒரு கைராட்டை சுழலும்.

தஞ்சாவூர் ரசனையில் காப்பி வாசனைக்கும் தாம்பூல வாசனைக்கும் தனியிடம் உண்டு.

எழுத்தாளர் சாவி தமக்குப் பிடித்தமான வாசனை அவரது காரில் பெட்ரோல் நிரப்பப்படும்போது வருகிற வாசனைதான் என்பார். புதுப்பெயிண்ட்/வார்னிஷ் வாசனைகளையும் வாசனைப் பட்டியலில் சேர்த்துக்கொள்ள வேண்டியதுதான்.

கடைக்குக் கடை வித்தியாசமான வாசம் வீசுவதை நாம் உணர்ந்திருப்போம். மளிகைக்கடை, ஷாப்புக் கடை என்று

சொல்லப்படும் நோட்டுப் புத்தகங்கள், எழுதுபொருள்கள் விற்பனைக்கடை, பெப்பர்மின்ட்டும் வாழைப்பழமும் விற்கும் பெட்டிக்கடை எல்லாவற்றிற்கும் ஒரு தனித்துவமான வாசனை உண்டு.

மருத்துவமனை என்னதான் சுத்தமான வாசனை வீசினாலும் அந்த வாசனை வயிற்றைக் கலக்கும்.

திருவண்ணாமலையில் கிரிவலப்பாதை முடிவில் கோவிலுக்கு எதிரே திகுதிகுவென எரியும் கற்பூர மேடை வாசனையும் இணக்கமான சூடும் கலந்து விபூதி வாசத்துடன் பக்தியின் வீறுமிக்க பரிமாணத்துடன் வெளிப்படும்.

கடைகள்தோறும் சாம்பிராணி வாசனையை விசிறியபடிச் செல்லும் இஸ்லாமிய அடியார்கள் ஒரு பெரும் புகை மண்டலத்தையே தந்துவிட்டுச் சிறுதொகை மட்டும் பெற்றுச் செல்வார்கள்.

வாசனைகளை அவதானிக்கக் கற்றுக்கொண்டால் போதும். வாழ்வு இனிதாகும்!

திண்ணைப் பேச்சு

# 18

## கையெழுத்தின் காலம்

வான்பரப்பில்ஒரு
நாரைக்கூட்டம்
வரைந்து சென்றது
இயற்கையின் கையெழுத்தை!

பள்ளி மாணவர்களும் சரி பெரியவர்களும் சரி கையெழுத்தைப் பற்றி யாரும் கவலைப்படுவதாகத் தெரியவில்லை. அழகான கையெழுத்தைப் பார்ப்பது அரிதாக இருக்கிறது.

கையெழுத்துப் பயிற்சிக்கான நான்கு வரி நோட்டுப் புத்தகங்களைக் காண முடிவதில்லை.

முன்பெல்லாம் பள்ளிகளில் அழகான கையெழுத்துக்குத் தனி மதிப்பெண் உண்டு.

கையெழுத்தின் இடத்தைக் கணினியின் தொடுதிரை பிடித்துக்கொண்டுவிட்டது. அழகான அச்செழுத்து வரைவுகளை இப்போது யார் வேண்டுமானாலும் தயாரிக்கலாம்.

தேவையே செயல்பாடுகளைத் தீர்மானிக்கிறது; கையெழுத்தின் தேவை குறைந்துவிட்டது.

கையெழுத்து ஒருவகை மனப்பயிற்சி என்பார் என் தமிழாசிரியர். எண்ணத்தின் ஒழுங்கு எழுத்தில் புலப்படும் என்பார்.

மூளையின் நுண்ணிய செயற்பாடுகளைக் கையெழுத்தை வைத்து அறிய முடியும் என்கிறது அறிவியல். பார்கின்சன் மறதிநோய், பக்கவாதம் ஆகியவை வரப்போவதைக் கையெழுத்து காட்டிக்

கொடுத்துவிடுகிறது. இத்தகைய நோய்கள் வரும்முன்னர் கையெழுத்து நேராக வராமல் கோணலாகும்.

மகாத்மா காந்தி தன் கையெழுத்து கிறுக்கலாக இருப்பதைப் பற்றிக் கவலைப்பட்டார். கையெழுத்தைச் சீராக்க அவர் மேற்கொண்ட முயற்சிகள் பலனளிக்கவில்லை. ஆனால் அந்தக் கிறுக்கல் கையெழுத்துதான் பிரிட்டிஷ் அரசை மண்டியிட வைத்தது; நாட்டின் தலையெழுத்தை மாற்றியது.

பகத்சிங்கின் கையெழுத்து வெகு அழகாக இருக்குமாம். அவரைப் பற்றிய நூலின் பல பக்கங்கள் அவர் கையெழுத்திலேயே அச்சாகியிருக்கின்றன.

அந்தப் புத்தகத்தில் அவர் தன் தந்தைக்கு எழுதிய கடிதம் ஒன்று இடம் பெற்றிருக்கிறது.

'அப்பா! நீங்கள் ஒருபோதும் என் மரண தண்டனையை விலக்கும்படி ஆங்கிலேய அரசைக் கெஞ்சவே கூடாது!'

ஏற்கெனவே அழகான பகத்சிங்கின் கையெழுத்தை இந்த வரி மேலும் அழகாக்குகிறது அல்லவா?

அப்பாவின் நண்பருக்கு ஏதோ மனத்தாங்கல். அப்பாவைத் திட்டி ஒரு கடிதம் எழுதிவிட்டார். சாதாரண அஞ்சல் அட்டை. அப்பா ஒரு பள்ளி ஆசிரியர். அப்பாவைத் திட்டி எழுதியவரும் ஆசிரியர்தான்.

அப்பா அந்த அஞ்சல் அட்டையை எடுத்துப் பத்திரப் படுத்தினார். அதைக் கிழித்துப் போடுவதுதானே எதுக்குப் பத்திரப்படுத்தணும் என்று அம்மா கோபமாகக் கேட்டார்.

'அவர் கையெழுத்தைப் பார்த்தாயா? அப்படியே கண்ணுல ஒத்திக்கலாம்போல இருக்கு. அவருக்கு என்மேல் உண்மையான கோபம் இருந்திருந்தால் இப்படி அழகாக எழுத வருமா? கோபமாகவே இருந்தாலும் நமக்கு நல்ல கையெழுத்து கிடைத்தது லாபம்' என்றார் அப்பா சிரித்தபடி.

'இது உண்மைதான். எழுதுகிறவரின் மனசுதான் கையெழுத்து. எழுதுகிறவரின் கை ஒவ்வொரு எழுத்தின் மீதும் படிந்து கொண்டே போகிறது. ஆகவே கையெழுத்து நண்பரின் நெருக்கத்தை அவரைத் தொடும் உணர்வை ஏற்படுத்துகிறது' என்று ஒரு நண்பர் சொன்னார்.

எழுதுகோல் தெய்வம், இந்த எழுத்தும் தெய்வம் என்று பாரதி பாடிய காரணம் பாரதியின் கையெழுத்தைப் பார்த்தால் புரியும். புதுவை பாரதி நினைவகத்தில் அவர் கையெழுத்துப் பிரதியைக் காட்சிக்கு வைத்திருக்கிறார்கள்.

புள்ளிவைக்க வேண்டிய எழுத்துக்களின்மீது அவர் வைத்திருப்பது புள்ளி அல்ல பொட்டு. எழுத்தை தெய்வமாகக் கொண்டாடுகிற பாரதி அதற்குப் பொட்டு வைத்து வணங்குவது பொருத்தம்தானே?

மறைந்த எழுத்தாளர் சுஜாதா பல ஆண்டுகளுக்கு முன்னரே கையால் எழுதுவதைக் கைவிட்டுவிட்டார்; எல்லாமே கணினிதான்.

புதிய தலைமுறை எழுத்தாளர்கள் பலரும் கணினியில் இலகுவாக எழுதித் தள்ளுகிறார்கள்.

எங்களைப் போன்ற பழைய தலைமுறை ஆசாமிகளைப் பார்த்து, இன்னமும் கையால்தான் எழுதுகிறீர்களா என்று பரிதாபமாகப் பார்த்தபடி கேட்கிறார்கள்.

காகிதமில்லா அலுவலகங்கள் வந்துவிட்டன. அங்கெல்லாம் கையால் எழுதும் தேவை குறைந்துவிட்டது. முன்பெல்லாம் நீதிமன்ற வளாகங்களில் பத்திர எழுத்தர்கள் இருப்பார்கள். முத்திரைத் தாள்களில் அவர்களின் கையெழுத்தில் அதற்கென்றே உரிய நடையில் எழுதப்படும் பத்திரங்கள் மதிப்பு வாய்ந்தவையாகக் கருதப்பட்டன. பத்திர எழுத்தராகவே வேலை பார்த்துக் குடும்பம் நடத்தியவர்கள் உண்டு. இப்போது பழைய பத்திர எழுத்தர்களை மறைந்துவிட்ட சீவராசிகளின் பட்டியலில்தான் சேர்க்க வேண்டும்.

பல ஆண்டுகளுக்கு முன்னால் ஒரு பிரபல நாளேட்டில் பணிபுரிந்த திருப்பூர் கிருஷ்ணன் என்னைப் பார்த்து, "உங்கள் கட்டுரையோ, கதையோ வந்தால் எங்கள் ஆசிரியர் குழு முழுவதும் சுற்றுக்குப் போகும்" என்றார்.

"அவ்வளவு நன்றாகவா எழுதுகிறேன்?" என்று கேட்டேன்.

"நான் உங்கள் கையெழுத்தைச் சொன்னேன். அதை ரசிப்போம்" என்றார் குறும்புச் சிரிப்புடன்.

எழுத்தாளர்களுக்குச் சிலசமயம் Writers Cramp என்று சொல்லப்படும் எழுத்து முடக்கம் ஏற்பட்டுவிடும். அவ்வாறு ஏற்பட்டபோதும் எம்.வி.வி. அஞ்சல் அட்டைகளில் அரும்பாடுபட்டுக் கடிதங்களை எழுதிக்கொண்டே இருந்தார்.

ஜப்பானில் 'காலிகிராபி' கையெழுத்துக் கலை என்றே சித்திரக் கையெழுத்து முறை இருக்கிறது. தனி எழுத்துக்களால் ஒரு விஷயத்தைக் குறிப்பிடாமல் அதை அப்படியே சித்திரமாக வரைந்துவிடுவது. அளவு கடந்த கலை உணர்வு மனத்தில் தளும்பிக் கொண்டிருந்தால்தான் இது சாத்தியம்.

நான் பணிபுரிந்த தஞ்சாவூர் தமிழ்ப் பல்கலைக்கழகத்துக்கு 1990 வாக்கில் தமிழ் கற்பதற்காக சீனாவிலிருந்து வாங்பௌ சௌ என்பவர் வந்திருந்தார். இவரது தமிழ்க் கையெழுத்து அழகும் ஒழுங்கும் சேர்ந்து நெஞ்சை அள்ளும். தமிழ்நாட்டில்கூட அப்படி யாராவது எழுதுவார்களா என்பது சந்தேகம்தான். அவர்தான் எனக்கு நேர்த்தியாகத் தமிழ் எழுதச் சொல்லிக் கொடுத்தார். எல்லாத் தமிழ் எழுத்துக்களும் ஒரு வட்டத்தி லிருந்து உருவாகின்றன. வட்டத்தின் ஓரக்கோடுகளை நீக்கி விட்டால் அழகான கையெழுத்து கிடைத்துவிடும். உங்கள் கையெழுத்து முத்துமாலை ஆகும் வித்தை இது என்பார்.

எண்பதுகளிலேயே தமிழ்ப்பல்கலைக் கழகத் துணைவேந்தர் டாக்டர் வ.அய். சுப்பிரமணியம் தஞ்சை சுற்றுவட்டாரக் கிராமங்களில் எழுதப் படிக்கத் தெரியாத கிராமவாசிகளுக்கு எழுத்தறிவு இயக்கம் தொடங்கினார்.

முன்னிரவுகளில் பள்ளித் தாழ்வாரங்களில் அவர்களுக்குக் கையெழுத்து போடக் கற்றுக் கொடுத்து, கைநாட்டு வைக்கும் பழக்கத்தை ஒழித்தார். அவர்கள் கற்பதற்கான சிறிய பாடநூல் களைத் துணைப்பதிவாளராக இருந்த இரா. சுப்பராயலு உருவாக்கினார்.

துணைவேந்தர் கையெழுத்தை யாராலும் படிக்க முடியாது; அப்படி ஒரு கிறுக்கல்.

என்னைப் பற்றி ஒரு ஐ.ஏ.எஸ். அலுவலர் அவரிடம், "சுருக்கெழுத்து தெரியாத இவரை உங்கள் செயலராக வைத்திருப்பது கஷ்டமாக இல்லையா?" என்று கேட்டார்.

"அவருக்குச் சுருக்கெழுத்து தெரியாதுதான். ஆனால் என் கையெழுத்தை நன்றாகப் படிக்கக் கூடியவர் இங்கே அவர் ஒருவர்தான்!" என்று சொல்லி வாய்விட்டுச் சிரித்தார் வ.அய்.சு.

# 19

## உயிர்களிடத்து அன்பு வேணும்

பலவருடங்களுக்கு முன்னால் மறைந்த எழுத்தாளர் தஞ்சை ப்ரகாஷ் எனக்கு எழுதிய கடிதம் இப்படித் தொடங்குகிறது.

'இன்று காலை பொன்போல் விடிந்தது. நானும் வீரனும் திண்ணையில் உட்கார்ந்து வெயில் காய்ந்தபடி தெருவில் போவோர் வருவோரை வேடிக்கை பார்த்துக்கொண்டிருந்தோம்.'

வீரன் என்பது அவர் வளர்த்த நாய். வீரனை அவர் ஒருபோதும் நாயாக நடத்தியதில்லை. வீரன் அவர் தோழன்.

சென்னைப் புறநகரில் வசித்த என் வீட்டைத் தேடி அவர் வந்தபோது நடந்த ஒரு அதிசய சம்பவம்.

இரவு எங்கள் வீட்டில் தங்கிவிட்டுக் காலையில் புறப்பட்டார் ப்ரகாஷ்.

தெருவில் கொஞ்ச தூரம்தான் நடந்திருப்பார். தெருநாய்கள் அவரைச் சூழ்ந்துகொண்டன. நான் பயந்துவிட்டேன்.

"ஏய் செல்லங்களா இருங்கடா! இருங்கடா! ஏண்டா இப்படிப் பண்றீங்க?"

ப்ரகாஷ் நாய்களிடம் பேசியபடியே பூட்டி யிருந்த ஒரு வீட்டின் படிக்கட்டில் உட்கார்ந்தார்; அவ்வளவுதான். அவர் மடிமீது தாவிப் படுத்துக் கொண்டன சில நாய்கள்.

"ப்ரகாஷ்! இது என்ன அதிசயம்! இந்த நாய்கள் உங்களைப் பார்ப்பது இதுதான் முதல் தடவை. என்னவோ பல வருஷம் பாதுகாத்த எஜமானர் ஊரிலிருந்து திரும்பும்போது பார்ப்பது போல் தாவுவது அதிசயமாக இருக்கிறதே!"

"அதுஅப்படித்தான்! பூர்வஜன்ம வாசனைபோலும். போன ஜென்மத்தில் நானே ஒரு நாயோ என்னவோ?" என்று சொல்லிச் சிரித்தார்.

ரயில் நிலையம்வரை வந்து அவரை வழியனுப்பிவிட்டுத் தான் நாய்கள் திரும்பிச் சென்றன.

அவற்றின் மீது நாம் அன்பு கொண்டிருக்கிறோம் என்பதை அந்த உயிரினங்களின் உள்ளுணர்வு அவற்றுக்குப் புரியவைத்துவிடுகிறது.

உறவினர் ஒருவரின் வீட்டில் பூனை வளர்த்தார்கள்; ஒன்றிரண்டு அல்ல; திரும்பிய பக்கமெல்லாம் பூனைகள். அவை ஒவ்வொன்றுக்கும் செல்லப் பெயர்கள். அந்த வீட்டம்மாள் எங்களை வரவேற்க வந்தால் அவர் கால்களை ஈஷிக்கொண்டு ஒரு பூனையும் வரவேற்கும். குடும்பத் தலைவர் முதல் குழந்தைகள்வரை பூனைகளை அப்படி நேசித்தார்கள். அவர்கள் எல்லோர் முகத்திலும் பூனையின் சாயல் இருந்தது. அவர்கள் 'மியாவ்' என்று கத்தாத குறைதான். பூனைகளைத் தங்களோடு படுக்கவைத்துக்கொண்டார்கள்.

அந்த வீட்டிலிருந்த ஒரு அழகான பூனைக்குட்டியை அப்பாவிடம் சொல்லிக் கெஞ்சிக் கூத்தாடி வீட்டுக்கு வாங்கி வந்துவிட்டேன். இரண்டே நாளில் காணாமல்போய்விட்டது. அப்பா அந்த உறவினரைக் கடைத்தெருவில் சந்தித்தபோது பூனைக்குட்டி காணாமல்போன விஷயத்தைச் சொல்லி இருக்கிறார். அது ரெண்டே நாளில் திரும்பி வந்துவிட்டதே என்றாராம் அந்த உறவினர். அவர்கள் வீடு பத்து கிலோமீட்டர் தொலைவில் இருந்தது. எப்படிப் பத்திரமாகச் சென்றதோ என்று ஆச்சரியப்பட்டோம். கையில் முகவரியை வைத்துக்கொண்டு அலைகிற மனிதர்களைப் பார்க்கும்போதெல்லாம் அந்தப் பூனைக்குட்டி ஞாபகம் வந்துவிடுகிறது.

காந்தி இங்கிலாந்து சென்றபோது ஒரு நண்பரின் வீட்டில் தங்கியிருந்தார். அந்த அயல்நாட்டு அன்பர் கூறிய செய்தி ஒன்றினை மனுபென் தன் நாட்குறிப்பில் எழுதியிருக்கிறார். 'காந்திஜி மூன்று நாட்கள் எங்கள் வீட்டில் தங்கினார். உணவு மேசையில் அவர் சாப்பிட உட்காரும்போதெல்லாம் எங்கிருந்தோ ஒரு பூனை ஓடிவந்து அவர் மடியில் உட்கார்ந்துகொள்ளும்.

காந்திஜி விடைபெற்றுச் சென்ற பிறகு அந்தப் பூனை வருவதே இல்லை.'

பக்கத்து வீட்டில் 98 வயது முதியவர் இருந்தார். தினசரி அதிகாலை அவர்கள் வீட்டு மதில்சுவரில் ஒரு கைப்பிடி மிக்சர் வைப்பார். காக்கைகள் காச்சுமூச்சென்று கத்திக்கொண்டு சிறகடித்தபடி மிக்சரைச் சாப்பிடும். 'அமாவாசையன்று நான் உணவுக் கவளத்தை வைத்தும் வராமல் அடம்பிடிக்கும் காக்கைகள் உங்கள் வீட்டுக்கு வருவது எப்படி?' என்று கேட்டேன். 'அவையெல்லாம் எங்கள் பித்ருக்கள்; முன்னோர்கள். நான் வைத்தால் சாப்பிடும். உங்களுக்குத்தான் இதிலெல்லாம் நம்பிக்கை கிடையாதே! நம்பாவிட்டால் வராது' என்றார். அவர் காலமாகிவிட்டார். அவர் விட்டுச் சென்ற காக்கைக்கு மிக்சர் வைக்கும் வழக்கத்தை அவர் மனைவி (வயது 85) தொடர்ந்தார்.

நான் காக்கைகளை வேடிக்கை பார்த்தேன். இதில் நிச்சயம் அந்த முதியவர் இருப்பார். மற்ற காக்கைகளைக் காட்டிலும் ஒரு காக்கை மிக்சரை ஆவலோடு சாப்பிட்டது. அந்தக் காக்கை தான் செத்துப்போன பெரியவர் என்ற முடிவுக்கு வந்தேன். அதுவும் தன் தலையை ஒருக்களித்து அடிக்கடி என்னைப் பார்த்தது.

'மரணத்துக்குப் பிறகும் மனைவி கையால் சாப்பிடுகிற பாக்யம் எனக்குக் கிடைத்துவிட்டது பார்த்தாயா?' என்று அந்தக் காக்கை என்னைக் கேட்பதுபோல் இருந்தது.

○

சிறு வயதில் மின்வசதியில்லாத கிராமத்தில் வசித்தோம். இரவில் மரங்களில் கூட்டம்கூட்டமாக மின்மினிப் பூச்சிகள் சின்னஞ்சிறு பல்புகளைக் கட்டிவிட்டதுபோல் தெரியும். பூச்சிகளின் அதிசய உலகத்தை எங்கள் அறிவியல் ஆசிரியர் அறிமுகம் செய்துவைத்தார். இலைப்பூச்சி, குச்சிப் பூச்சி, தட்டாரப் பூச்சி, சிவப்பு வெல்வெட் பூச்சி என்று பார்த்து மகிழ்ந்த என் பால்யகாலம் இன்றைய நகர்ப்புறக் குழந்தைகளுக்கு வாய்க்கவில்லையே என்று ஏங்கினேன்.

இந்த ஏக்கத்தைப் போக்கும் விதமாக அடுக்குமாடி கான்கிரீட் கட்டடங்களுக்கு வருகைதரும் பூச்சிகள்பற்றி ஒரு புத்தகமே எழுதிவிட்டார் எழுத்தாளர் ஆதி வள்ளியப்பன். பூச்சிகளைக் கண்டு பயப்படாமல் அவற்றை ரசிக்கவும், பூச்சிகளைப் பொருட்படுத்தவும் இந்தப் புத்தகம் கற்றுக் கொடுக்கிறது. அமெரிக்கா சென்றுவந்த உறவினர் அங்கெல்லாம் வீடுகளில் பூச்சிகளையே பார்க்க முடியாது என்று கூறியபோது பூச்சியில்லா வீட்டுக்குப் போக வேண்டாம் என்று பாடினார் அப்பா.

ஒருநாள் வாக்வம் கிளீனர் என்ற மின்துடைப்பானை விற்க வந்த இளைஞன் அது எப்படி வேலை செய்கிறது என்று காண்பித்தான். விர்ர்ரென்ற ரீங்காரத்துடன் ஒற்றைக்கை வீடுமுழுதும் மூலைமுடுக்கெல்லாம் துழாவிப் பூச்சிகளையும், பல்லிகளையும் கபளீகரம் செய்தது அவன் வைத்திருந்த இயந்திரப்பூச்சி. பிறகு அதன் உள்ளிருந்து உருண்டையாகப் பந்துபோன்ற ஒன்றினைக் காண்பித்தான். ‘ஐயா ! நீங்க இனிமே நிம்மதியா தூங்கலாம்!. இது வீட்டிலிருந்த பூச்சியெல்லாம் உறிஞ்சியெடுத்த உருண்டை!’ என்றான். அப்பா பதறிவிட்டார். ‘இந்த மெஷின் வேண்டாம். அவரைப் போகச் சொல்லு’ என்று சொல்லிவிட்டார். அவன் செய்த வேலையால் வீடு அழகால் நிரம்பியது. அப்பாவின் மனம் அழுகையால் நிரம்பியது.

❍

சில பூச்சிகளுக்குத்தான் எத்தனை வினோதமான நயமான காரணப் பெயர்கள்! இரண்டு முன் கால்களை எழுந்து நின்று கோத்துக் கும்பிட்டபடி நிற்கும் பூச்சியின் பெயர் ‘கும்பிடு பூச்சி’. புத்தகங்களை ஓட்டை போட்டு அரித்துவிடும் வெள்ளிபோல் மினுங்கும் பூச்சி ராமபாணப் பூச்சி. சாமர்த்யமாகப் பேசத்தெரியாதவரை வாயில்லாப் பூச்சி என்கிறோம். பாரதி மனிதர்களைக் கலக மானிடப் பூச்சிகள் என்று சாடுகிறார். ஏற்கெனவே பத்து இலட்சம் வகையான பூச்சிகள் உலகில் உள்ளதாகக் கூறப்படும் நிலையில் கலக மானிடப் பூச்சிகளையும் அவற்றோடு சேர்ப்பதா, வேண்டாமா?

பிரெஞ்சு எழுத்தாளர் காஃப்கா ஒரு மனிதன் திடீரென்று பெரிய கரப்பான் பூச்சியாக மாறிவிட்டால் என்ன நடக்கும் என்பதை *Metamorphosis* (வளர்சிதை மாற்றம்) என்ற நாவலில் விவரித்திருப்பார்.

❍

அப்பாவின் அந்திமக் காலம். படுத்த படுக்கையாகி விட்டார். அவர் பார்வை எதிர்ச் சுவரில் நிலைகுத்தியிருந்தது. “அங்கே என்ன பார்க்கிறீர்கள்?” என்று கேட்டேன்.

“அதோ பார் ஒரு பல்லி. அதன் எதிரே ஒரு கறுப்புப் பூச்சி. அந்தப் பூச்சி பல்லி நெருங்கும்போதெல்லாம் தப்பித்துக் கொண்டே இருக்கிறது. பல்லி நெருங்கும். பூச்சி நகர்ந்துவிடும். நான் பார்த்தபடியே தூங்கிப்போவேன். விழித்துப் பார்த்தால் அங்கே அந்த மரண விளையாட்டு நடந்துகொண்டிருக்கும். இதுதான் என் பொழுதுபோக்கு...”

"அப்பா அந்தக் கறுப்புப் பூச்சியைக் காப்பாற்றிவிடலாம். அங்கே இருந்தால் பல்லி எப்படியும் சாப்பிட்டுவிடும்."

"அந்தப் பல்லிதாண்டா எனக்காகக் காத்திருக்கும் எமன். பூச்சிதான் நான்! பூச்சியைக் காப்பாற்றிவிடலாம் என்கிறாய். என்னை எமனிடமிருந்து காப்பாற்ற உன்னால் முடியுமா?"

தலையைக் குனிந்துகொண்டேன்.

அன்று ஞாயிற்றுக்கிழமை பிற்பகல் மூன்று மணி. தற்செயலாக அவர் உடலைத் தொட்டுப் பார்த்தேன்; சில்லிட்டு இருந்தது; திறந்திருந்த கண்களை மூடினேன்.

அனிச்சையாக எதிர்ச் சுவரைப் பார்த்தேன்.

பல்லி இருந்தது.

பூச்சியைக் காணோம்!

## 20

## ரயில் பெஞ்சு ராகங்கள்

ரயில் நிலையங்களில், குறிப்பாகச் சென்னையின் புறநகர் ரயில் நிலையங்களில் போடப்பட்டிருக்கும் பெஞ்சுகளில் மாலை வேளைகளில் நரைத்த தலையும் தளர்ந்த உடலுமாய் உட்கார்ந்திருக்கும் நாலைந்து முதியவர்களை நீங்கள் கவனித்திருக்கலாம்.

முதுமைக் காலத்தின் புறக்கணிப்பையும் தனிமையையும் போக்கிக்கொள்ள மூத்த குடிமக்களின் கடைசிப் புகலிடங்களில் பூங்காக்கள், கோயில்களின் வரிசையில் ரயில் பெஞ்சுகளும் உண்டு.

தங்களைக் கடந்துபோகும் ரயில்களைப் போலவே அவர்களும் வாழ்வில் எத்தனையோ காட்சிகளைக் கண்டும் கடந்தும் வந்துவிட்டார்கள். பல்வேறு ஊர்களில் பல்வேறு பணிகளில் அவர்கள் வீற்றிருந்த பதவி நாற்காலிகளிலிருந்து ஓய்வுபெற்ற பிறகு காலம் கடைசியாக இந்த ரயில் பெஞ்சில் கொண்டுவந்து உட்கார்த்திவைத்துவிட்டது.

அவர்களைப் பார்க்கும்போதெல்லாம் மனசு ஏனோ கனத்துப்போகிறது.

எங்கள் ஊர் ரயில் நிலையத்தில் ரயில் பெஞ்சில் உட்கார்ந்திருக்கும் அந்த நண்பர்களை நான் அறிவேன். இங்கிதம் கருதி அவர்களின் உண்மைப் பெயர்களுக்கு மாற்றாகக் கற்பனைப் பெயர்களில் குறிப்பிட்டிருக்கிறேன்.

கோபால்ராவ் ரயில் பெஞ்சில் வந்து உட்காரும்போது நீங்கள் உங்கள் கடிகார முட்களை மாலை ஐந்து மணிக்குத் திருப்பிவைத்துக்கொள்ளலாம்.

சரியாக ஐந்து மணிக்கு வந்துவிட வேண்டும் என்பதில் பிடிவாதமாக இருப்பார். முனிசிபல் கமிஷனர் உத்யோகத்தில் அவர் கடைப்பிடித்த நேர ஒழுங்கு அவரைவிட்டு நீங்க மறுத்தது.

அவருடைய ரயில் பெஞ்சு நண்பர்களில் மிகவும் தாமதமாக வருபவர்களை ஏன் லேட்டு என்று கேட்காமல் இருக்க மாட்டார். இதுவும் உத்யோகத் தோரணைகளில் ஒன்றாக அவரோடு ஒட்டிக்கொண்ட சுபாவம்தான். அவர் ஓய்வுபெற்று இருபதாண்டுகள் ஆகிவிட்டன.

சில வருஷங்களுக்கு முன் சுப்பையா என்பவர் ரயில் பெஞ்சுக்கு வந்து சேர்ந்தார். இவர் கோபால்ராவிடம் தபேதாராக வேலைபார்த்தவர். வெள்ளைச் சீருடையில் கோபால்ராவின் முன்னால் குனிந்து வணங்கிய பழக்க தோஷத்தில் உட்காராமல் நின்றுகொண்டிருப்பார். கோபால்ராவ் அவர் கையைப் பிடித்து இழுத்துத் தன் பக்கத்தில் உட்கார்த்தி வைத்துக்கொண்டார்.

கோபால்ராவிற்கு விஷய ஞானம் அதிகம். தினசரி ஒரு பிரபலமான ஆங்கில நாளிதழைப் பூதக்கண்ணாடிவைத்து வாசிப்பார். அவருக்கு ஆகாரமே வேண்டாம். அந்த ஆங்கிலத் தினசரி போதும்.

“பென்ஷனை அரசாங்கம் நமக்குக் காட்டுகிற கருணை என்று நினைக்காதீர்கள்! *Pension is not a Charity. It is deferred wages* என்று சுப்ரீம் கோர்ட்டிலேயே சொல்லிவிட்டார்கள்! நமது ஊதியத்தில் பின்னாளில் ஓய்வூதியமாக வழங்க அரசாங்கம் பிடித்தம் செய்த தொகை அது!”

தொடர்ந்து கூர்மையான ஆங்கிலத்தில், “நான் சொல்வது அர்த்தமாகிறதா?” என்று ஆக்ரோஷமாகக் கேட்பார். எல்லோரும் ஓணான் மாதிரி தலையாட்டுவார்கள்.

ரயில் பெஞ்சுக்குத் தினசரி லேட்டாக வருபவர் ராகவன்தான். வரும்போதே மருமகள் பற்றிய புதிய புகாரோடு வந்து சேர்வார்.

“இன்னிக்கு கோதுமை அரைத்துக்கொண்டு வரச் சொல்லி மாவு மெஷினுக்கு அனுப்பி வைச்சுட்டா” என்பார். அவர் மருமகள் மீது சொல்லுகிற புகார்களை எல்லோரும் அனுதாபத்துடன் கேட்பார்கள். அப்படிக் கேட்பதுதான் ராகவனுக்குக் கிடைக்கும் ஒரே ஆறுதல். இந்த ஆறுதலுக்காகவே

மருமகள்மீது சொல்லப் புதிய புகார் தினமும் அவரிடம் இருக்கும்; அது எவ்வளவு அற்பமாக இருந்தாலும் சரி.

ராகவன் சமீபகாலமாக ரயில் பெஞ்சுக்கு வருவதில்லை. இவர் தன் மருமகள் பற்றிக் குறைபேசுவதை யாரோ அவரிடத்தில் சொல்லிவிட்டார்கள். அவருடைய பையன் இனிமேல் ரயில் பெஞ்சுக்குப் போகக் கூடாது என்று கண்டிப்பாகச் சொல்லி விட்டான்.

வாழ்க்கையின் விளிம்பில் நிற்பவர்களுக்கு விழுந்து விடுவோமோ என்ற பயம் எப்போதும் இருக்கிறது. அவர் களுக்குப் பற்றிக்கொள்ள ஏதோ ஒன்று தேவையாய் இருக்கிறது. அதையும் பிடுங்கிக்கொண்டுவிட்டால் அதல பாதாளம்தான்!

ராகவன் விஷயத்திலும் அதுதான் நடந்தது. ராகவனின் மரணத்திற்கு டாக்டர்கள் வேறு ஏதோ காரணம் எழுதினார்கள். உண்மையான காரணம் அவர் ரயில் பெஞ்சுக்கு வராததுதான் என்று ரயில் நண்பர்களுக்குப் புரிந்தது.

"எப்படி மாமா எங்களை விட்டுப் போக மனசு வந்தது?" என்று மருமகள் பெரிதாகப் பிலாக்கணம் வைத்தார். ரயில் பெஞ்சு நண்பர்கள் ஒருவரையொருவர் பார்த்துக்கொண்டார்கள்.

கோபால்ராவும் சுப்பையாவும் ஒண்டிக்கட்டைகள். கோபால்ராவின் மகன், மகள்கள், மருமகள்கள் எல்லோரும் பக்கத்து ஊரில்தான் வசிக்கிறார்கள். கோபால்ராவ் தன் கிராஜுட்டி பணத்தில் கட்டிய வீட்டில் தனியாகத்தான் வசித்தார்.

"ஏன் தனியாக இருந்துகொண்டு கஷ்டப்படுகிறீர்கள்?" என்று யாராவது கேட்டால், "இங்கே என் வீட்டில் நான் ஒரு நாற்காலியில் உட்கார்ந்துகொண்டிருக்கிறேன். அவர்கள் வீட்டில் நான் மற்றொரு நாற்காலியாக இருக்க வேண்டிவரும்... அங்கே ஏற்கெனவே போதுமான மரச்சாமான்கள் இருக்கின்றன!" என்று ஆங்கிலத்தில் பொரிந்துதள்ளுவார் கோபால்ராவ்.

ரயில் பெஞ்சுக்குப் புதிதாக ஒருவர் வந்து சேர்ந்தார். அவர் பெயர் ரகுராம். வயது எண்பதுக்கு மேல் இருக்கும். அவரைப் பார்த்தால் ஒரு நாரை நடந்து வருவதுபோல் இருக்கும். பெரிய பெரிய காதுகள். பல வருஷங்கள் கேரளாவில் வசித்ததால் பேச்சில் மலையாளச் சாயல் இருந்தது.

அவருக்கு மூன்று பையன்கள். இரண்டு பையன்கள் வெளிநாடுகளில் நல்ல உத்யோகத்தில் இருந்தார்கள். கடைசிப் பையன் மட்டும்தான் இவருடன் வசித்தான். அவனுக்குப் புத்தி சுவாதீனமில்லை.

எப்போது பார்த்தாலும் ஒரு துண்டைக் கட்டிக்கொண்டு மொட்டை மாடியில் வெயிலில் உட்கார்ந்திருப்பான்; வாலிபப் பிள்ளை. ஆனால் சித்தப் பிரமை காரணமாக அவனுடைய செய்கைகள் விபரீதமாக இருக்கும்.

ரகுராமைப் பார்த்து ரயில் பெஞ்சு நண்பர்கள் தங்கள் நிலைமை எவ்வளவோ தேவலை என்று நினைத்துக் கொண்டார்கள்.

என் குழந்தைகளில் இவன்தான் இப்படி ஆகிவிட்டான் என்று சொல்லி வருத்தப்படுவார் ரகுராம்.

மனசுக்குள் இப்படி ஒரு பாரத்தைச் சுமந்துகொண்டு இருந்தாலும் ரகுராம் உற்சாகமாகவே இருந்தார். பழைய தமிழ் சினிமாப் பாடல்களைப் பாசத்தோடு பாடுவார். எல்லாம் காதல் கீதங்கள். அவர் பாடுகிறார் என்றே தெரியாது. ஆனால் நெஞ்சை மயக்கும் காதல் கீதம் காற்றின் கான நரம்புகளில் ரீங்காரமிடும். 'சிட்டுக்குருவி பாடுது... தன் பெட்டைத் துணையைத் தேடுது...' என்று பாடும்போது கிட்டத்தட்ட அழுகிற குரலில் கேட்கும்.

அவர் வீட்டில் ஒரு பழையகால கிராமபோன் பெட்டி இருந்தது. அதனோடு ஒரு பெரிய பூ விரிந்தமாதிரி ஸ்பீக்கர். அபூர்வமான பழைய கிராமபோன் தட்டுகள்.

ரகுராம் ஒருநாள் குளியலறையில் தடுக்கி விழுந்து பின் மண்டையில் பலமான அடிபட்டுவிட்டது. அவரை மருத்துவமனையில் அவசர சிகிச்சைப் பிரிவில் சேர்த்தார்கள். ரகுராமிற்கு நினைவு திரும்புவது கஷ்டம் என்று சொல்லி விட்டார்கள்.

சித்த சுவாதீனமில்லாத அவர் மகன்தான் தலைமாட்டில் உட்கார்ந்திருந்தான். அந்தண்டை இந்தண்டை நகராமல் அப்படியே உட்கார்ந்திருந்தான். பீங்கான் நிரம்பியதும் கழிப்பறையில் கொண்டுபோய்க் கொட்டிவிட்டு வருவான். அப்பாவின் உதட்டோரம் வழிந்துகொண்டிருந்த உமிழ்நீரைத் துடைத்துக்கொண்டே இருப்பான்.

வெளிநாட்டில் இருந்த இரண்டு பிள்ளைகளும் விமானத்தில் வந்தார்கள். மருத்துவமனையில் ஒரு பெரும் தொகையைக் கொடுத்து அப்பாவைப் பத்திரமாகப் பார்த்துக்கொள்ளும் படிச் சொல்லிவிட்டுப் போய்விட்டார்கள்.

அதிசயமாக ரகுராமிற்கு நினைவு திரும்பிவிட்டது. உடல்நிலை சீராகிவிட்டது. அவருக்குப் பக்கத்துப் படுக்கைக் காரர்கள் அவருடைய சித்தபிரமை பிடித்த மகன் செய்த பணிவிடைகளைப் பற்றி அவரிடம் சொன்னார்கள். ரகுராம்

அவன் கையைப் பிடித்துக்கொண்டார். அவன் தாடையைத் தடவிக் கொடுத்தார். கன்னங்களில் கண்ணீர் வழிய டாக்டர்களிடம் எல்லாம், "மை சன்! மை சன்!" என்று அறிமுகப்படுத்தினார். ரகுராம் பிழைத்துவிட்டார். மெல்ல ரயில் பெஞ்சுக்கு வர ஆரம்பித்துவிட்டார். அவர் மகன் பழையபடி மொட்டை மாடிக்குப் போய்விட்டான்.

அன்றைக்கு ரயில் பெஞ்சில் ரகுராமன் சன்னமான குரலில் ஏதோ பாடிக்கொண்டிருந்தார். குரலில் ஏக்கம் இழைந்தது. வார்த்தைகளே இல்லாத ஹம்மிங். நிறைவேறாத காதலின் சோகம் நிரம்பிய கானங்கள்...

கோபால்ராவ் ரகுராமைப் பார்த்து, "அடடே! கண்ணெல்லாம் கலங்கியிருக்கே! என்ன விஷயம்?" என்றார்.

"திடீரென்று அவள் ஞாபகம் வந்துட்டுது."

"உங்கள் மனைவி ஞாபகமா?"

"இல்லை... இல்லை அவளுக்கு முன்னால் ரொம்ப சின்ன வயசில் நான் நேசித்தபெண்... அவ பேரு வள்ளி..."

"இப்ப என்ன திடீர்னு அவள் ஞாபகம்?" கிளறினார் கோபால்ராவ். கரி அடுப்பை விசிறிவிடுவது மாதிரி இருந்தது அவர் செய்கை.

"அப்போது நான் கேரளாவில் மூணாறில் டீ எஸ்டேட்ல மேனேஜரா இருந்தேன்" என்றுதான் ஆரம்பிப்பார்.

"முதலாளி வெள்ளைக்காரன். எனக்கு அவன் வாங்கிக் கொடுத்த பைக்கில் எஸ்டேட் முழுவதும் சுற்றிவருவேன்."

"அப்போதுதான் அந்த ஏழைத் தமிழ்க் குடும்பத்தோடு பரிச்சயம். வள்ளி சின்ன மான் குட்டி..."

ரகுராமின் தொண்டை கம்மியது.

"நிர்த்தாட்சண்யமாக விட்டு ஓடிவந்துவிட்டேன் தமிழ் நாட்டுக்கு. அந்தப் பாவம்தான் என் மகனுக்கு இப்படி ஆயிட்டுதோ என்னமோ" என்றார் கரகரத்த குரலில்.

ஒரு நீண்ட கூட்ஸ் வண்டி முடிவே இல்லையோ எனும்படி பெட்டிகள் வந்துகொண்டே இருக்க, கடைசியில் ஒரு சின்ன வராந்தாவுடன் கூடிய வீடு போன்ற கார்டு பெட்டி மெல்ல நகர்ந்தது.

கையில் பச்சைக் கொடியை நாட்டியமுத்திரைபோல் நளினத்தோடு அசைத்து அப்படியே சுருட்டிக்கொண்டு பெட்டிக்குள் சென்றுவிட்டார் கார்டு.

திண்ணைப் பேச்சு

# 21

## கைராட்டை சுழலட்டும்

மகாத்மா காந்தியின் மறைவுக்குப் பிறகு கைராட்டை சுழல்வது நின்றுவிட்டது.

காந்தி அருங்காட்சியகத்தில் வைக்கப்படும் பொருளாகக் கைராட்டை மாறிவிட்டது.

எல்லாத் துறைகளிலும் சுதேசியமே இருக்க வேண்டும் என்ற காந்திஜியின் வாழ்க்கைத் தத்துவத்தை நிறைவேற்றும் உபகரணங்களாகக் கதரும் கைராட்டினமும் திகழ்ந்தன. இயந்திர நாகரிகத்தை எதிர்த்து நிற்கக் கைராட்டை சிறந்த ஆயுதமாக இருந்தது.

இந்தியாவின் லட்சக்கணக்கான கிராம மக்கள் தரித்திர நாராயணர்களாக இருந்தனர். இவர்களுக்கு வேலையில்லாத ஆறுமாத காலத்துக்குச் சுயதொழில் மூலம் சம்பாதிக்க வகை செய்யக்கூடியது கைராட்டை ஒன்றுதான் என்று உணர்ந்தார் காந்தி. ஆகவே கைராட்டையைக் 'காமதேனு' என்றே காந்தியடிகள் குறிப்பிட்டுவந்தார்.

1908ஆம் ஆண்டில் 'இந்திய சுயராஜ்யம்' என்ற நூலில் இந்தியாவின் வறுமைப் பிணிக்கு ராட்டை ஒன்றுதான் தக்கமருந்து என்று அடிகளார் எழுதினார். ஆனால் அப்போது அவர் ராட்டினத்தைப் பார்த்ததுகூட இல்லை.

காந்தியடிகள் பீஜப்பூரில் இராட்டினத்தைக் கண்டுபிடித்தார். அவ்வூரில் பல வீடுகளில்

இராட்டினங்கள் பரண்களில் போடப்பட்டிருந்தன. பஞ்சுத் திரி கொடுத்தால் நூல் நூற்றுத் தருவதாக அந்த ஊரிலிருந்த பெண்கள் தெரிவித்தனர். ஆசிரமத்திலேயே பஞ்சுத் திரி செய்து பீஜப்பூரில் நெசவு செய்ய ஏற்பாடு செய்யப்பட்டது. பீஜப்பூர் கதர் பொதுமக்கள் மத்தியில் பவனிவரத் தொடங்கியது.

சபர்மதி ஆசிரமத்தில் ராட்டையிலிருந்து சர்க்கா என்ற புதிய படைப்பு கதர் நூலுக்காகக் கண்டுபிடிக்கப்பட்டன. சபர்மதி ஆசிரமத்தில் முதல் கதர்த் துணி நெய்யப்பட்டு காந்திஜியிடம் கொடுக்கப்பட்டது. அன்றிலிருந்து கதர் தவிர வேறு துணி ஏதும் அணியும் அவசியம் காந்தியடிகளுக்கு இல்லாதுபோயிற்று.

செய்தியாளர் கூட்டமொன்றில், “இசையில் ஏன் உங்களுக்கு நாட்டம் இல்லை?”என்று கேட்டதற்கு காந்திஜி, “யார் சொன்னது? கைராட்டை சுழலும்போது கேட்கும் ஓசை எனக்குப் பிடித்த இசை!” என்றார்

எங்கள் வீட்டிலும் கைராட்டை இசை கேட்ட காலம் இருந்தது. அப்பா இருந்தவரை அதைப் பராமரித்தும் பயன்படுத்தியும் வந்தார். அவர் மறைவுக்குப் பின் ஒரு மூலையில் தூசிபடிந்து இருந்தது; பிறகு காணாமல் போய்விட்டது.

எனக்குக் கைராட்டையில் நூல் நூற்கத் தெரியும். அப்பாதான் கற்றுக் கொடுத்தார்.

அப்பாவுக்குக் கோபம் வந்துவிட்டால் கைராட்டையில் நூல் நூற்க உட்கார்ந்துவிடுவார்.

அவர் கோபத்தின் தன்மைக்கு ஏற்ப ராட்டையின் பெரிய தட்டும் சிறிய தட்டும் வேகமாகச் சுழலும்.

பஞ்சிலிருந்து ‘விர்... விர்...’ ரென்று நூல் வெளிப்படும். பின் ஒரே பாய்ச்சலில் கீழிறங்கித் தக்ளியில் சுற்றிக்கொண்டு பதுங்கிவிடும்.

தன்னுடைய கோபத்தையெல்லாம் அப்படியே சிட்டைகளாக்கி வைத்துவிடுவார்.

தெற்கு வீதியில் இருந்த காதி பவனில் அவற்றையெல்லாம் கொண்டுபோய்க் கொடுத்துக் கதர்ச் சட்டை வாங்கிப் போட்டுக்கொள்வார்.

ராட்டை சுற்றும்போது அதிலிருந்து தேங்காய் எண்ணெய்யும் பஞ்சும் கலந்த ஒரு வாசனை வரும். மிகவும் சுத்தமாக

நம்மை உணரவைக்கும் வாசனை. சத்தியத்துக்கு ஒரு வாசனை உண்டென்றால் அதுவே அந்த வாசனை. சத்தியத்துக்கு ஒரு வடிவம் உண்டென்றால் அதுவே கைராட்டை.

ராட்டையில் நூல் நூற்க அப்படியே உட்கார்ந்துவிடக் கூடாது.

முதலில் கைகால்களைச் சுத்தமாகக் கழுவிக்கொண்டு வந்து உட்கார வேண்டும். அப்புறம் ராட்டையை அதற்காக உள்ள சிறு துணியால் துடைக்க வேண்டும். ராட்டை சுழலும் பகுதியில் இரண்டு சொட்டுத் தேங்காய் எண்ணெய் விட வேண்டும்.

அவசரமின்றிப் பஞ்சுத் திரியை இழுத்துக் கையைப் பின்னோக்கிக் கொண்டுசெல்ல வேண்டும்.

நூல் சீராக வந்து தக்ளியில் சுற்றும்.

அப்பா மாதிரி எனக்குச் சீராக, மெல்லிசாக நூல் நூற்க வராது. திப்பித்திப்பியாக மொத்தமாக வரும்.

"பொறுமை வேணும்" என்பார் அப்பா.

உப்புப் பெறாத விஷயங்களுக்கெல்லாம் அப்பா அம்மாவிடம் சண்டை போடுவார்.

கைராட்டை கோபமாகச் சுழலும்.

பஞ்சு சீற்றத்துடன் பாயும்.

"அவரோடு சேர்ந்து நீயும் ராட்டையும் கையுமாக உட்கார்ந்துவிடாதே. வா கோயிலுக்குப் போகலாம்" அம்மா கூப்பிடுவார்.

வீடுதிரும்பும்போது கைராட்டையின் கோபம் தணிந்து சக்கரங்கள் சாதுவாக இருக்கும்.

ஒருநாள்...

நானும் என் தங்கைகளும் அப்பாவைப் பார்த்து நடுங்கிப்போனோம்.

அப்பா கைராட்டையில் ஆவேசமாக நூல் நூற்றுக் கொண்டிருந்தார்.

புருவங்கள் நெறிபடுகின்றன; பஞ்சுத்துகள்கள் பறக்கின்றன.

“சீனாக்காரன் சண்டைக்கு வந்தால் இவருக்கு என்ன வந்தது? ஒரு பக்கம் நண்பனைப் போல் இந்தோ சீனா பாய்பாய் என்று சொல்லிவிட்டு மறுபக்கம் முதுகில் குத்திவிட்டானாம்! காலையிலேர்ந்து கைராட்டை சுத்துது! ஒரே கோபம்!”

அம்மா கிராம சேவக்கிடம் சொல்லிக்கொண்டிருந்தார்.

ஒருநாள் அப்பாவிடம் கேட்டேவிட்டேன்.

“ஏன் கோபம் வந்தால் நூல்நூற்க உட்கார்ந்துடறீங்க?”

அப்பா புன்னகை செய்தார்.

“நூல்நூற்றால் கோபம் போகும்! மனசு ஒருமுகப்படும்! இதுதான் காந்தி சொன்ன கைராட்டைத் தத்துவம்!”

அப்பாவுக்கும் அம்மாவுக்கும் சண்டை வந்துவிட்டால் “அப்பா சண்டை வேண்டாம்ப்பா, சண்டை வேண்டாம்ப்பா” என்று கைராட்டையை அவருக்கு முன்னல் நாங்களே கொண்டுவந்து வைப்போம்.

அப்பா சிரித்துவிடுவார்.

நாங்கள் அவரைச் சுற்றி உட்கார்ந்துகொண்டு “அப்பா! அப்பா! காந்தியப் பாத்த கதை சொல்லுங்க” என்போம்.

அவர் பலமுறை சொன்னதுதான். ஆனால் எத்தனை முறை கேட்டாலும் அலுக்காது.

“பலபலவென்று விடிந்துகொண்டிருந்தது. ரயிலிலிருந்து காந்திஜி வெளியே வந்து படிக்கட்டில் நின்றார். அவர் உடம்பின் மீது சூரியக் கதிர்கள் பட்டுத் தங்கம்போல் ஜொலிக்கிறார் காந்தி. கூட்டம் முண்டியடித்தது. கைராட்டையில் நூற்ற சிட்டைகளுடன் வந்தவர்கள் காந்தியை நெருங்க அனுமதித்தார்கள். நான் கையோடு கொண்டுபோன கதர்சிட்டைக் கொடுத்து வணங்கினேன். புன்னகைத்தார். இந்தப் புன்னகையின் மீது துப்பாக்கியால் சுட கோட்சேக்கு எப்படி மனசு வந்ததோ?”

அப்பாவின் கைராட்டையிலிருந்து எழுந்த மெல்லிய ரீங்காரம் ராட்டையின் அழுகைபோல் இருந்தது.

❍

உத்திரமேரூர் அருகே காந்திய நெறிகளின்படி நடத்தப்படும் ‘சைல்டு ஹேவன்’ என்ற குழந்தைகள் காப்பகம் இருக்கிறது.

அண்மையில் இக்காப்பகத்திற்குப் பறை இசையை அறிமுகப் படுத்த வந்த எடிட்டர் பி. லெனின் தனது நண்பர் டி.கே. சந்திரனை அழைத்துவந்தார். மதுரையில் பல ஆண்டுகளுக்கு முன் 'கஸ்தூரிபா காதி வஸ்திராலயம்' என்ற சிறிய கதர்க் கடையைத் தொடங்கிய டி.கே. சந்திரனின் விடாமுயற்சியும் காந்தியப் பற்றும் தன்னம்பிக்கையும் இன்று 'சென்னை சில்க்ஸ்' நிறுவனமாக உயர்ந்திருக்கிறது. களியாம்பூண்டி குழந்தைகள் காப்பகத்திற்குக் கைராட்டைகள் வழங்கவிருக்கும் டி.கே. சந்திரன் தாமே கைராட்டினத்தில் நூல் நூற்கக் கற்றுத்தரப்போவதாகவும் தெரிவித்தார். விரைவில் அங்கு கைராட்டைகள் வரவிருக்கின்றன.

கைராட்டைகள் சுழலட்டும்!

22

# சைக்கிள் ஓட்டத் தெரியாத மாப்பிள்ளை

தில்லியில் பள்ளிக்கூடங்களுக்கு விடுமுறை விட்டுவிட்டார்கள். குழந்தைகளுக்குக் கொண்டாட்டம். பெற்றோர்கள் கண்ணைக் கசக்கிக்கொண்டு நிற்கிறார்கள்.

காற்று மாசு நுரையீரலை மட்டும் பாதிக்க வில்லை. கல்வியையும் பாதித்திருக்கிறது. எங்கு பார்த்தாலும் புகைமூட்டம். தலைநகருக்கே இந்த நிலை!

காற்று மாசு சென்னையையும் விட்டுவைக்க வில்லை.

வீட்டுக்கொரு மரம் வளர்ப்போம் என்ற கோஷம் புகை கக்கியபடிச் செல்லும் வாகனங் களின் பின்புறம் எழுதப்பட்டிருக்கிறது.

சீனாவில் பெய்ஜிங் போன்ற பெருநகரங்களில் எப்போதோ சைக்கிளுக்கு மாறிவிட்டார்கள். அது மட்டுமல்ல சீனாவில் பொதுப்போக்குவரத்து அதிகப்படுத்தப்பட்டுத் தனியார் வாகன நடமாட்டம் கட்டுப்படுத்தப்பட்டுள்ளது.

இந்தியாவில் முன் எப்போதைவிடவும் பெட்ரோல், டீசல் வாகனங்கள் அதிகரித்திருப்ப தாகப் புள்ளிவிவரம் கூறுகிறது.

வீட்டுக்கொரு சைக்கிள் வாங்குவோம் என்ற புதிய கோஷம்தான் புகைமூட்டத்திலிருந்து தப்பிக்க ஒரே வழி.

○

அது ஒரு சைக்கிள் காலம்!

சைக்கிள் சாதுவான வாகனம்; புகை துப்பாது; இரைச்சல் எழுப்பாது. வித்தியாசமான சைக்கிள் மணி ஓசைகள். பால்காரன் வருகை, பேப்பர் பையன், தபால்காரர் என்று தெருவின் அழைப்பு மணிகளாக அவை இருந்தன. அவசர மில்லாத, அழகிய உலகத்தின் அடையாள வாகனமாக சைக்கிள் இருந்தது.

'என் தாத்தாவிடம் ஒரு யானை இருந்தது' என்ற வைக்கம் முகமது பஷீரின் நாவலைப் போல் என் தாத்தாவிடம் ஒரு சைக்கிள் இருந்தது என்று சொல்லிக்கொள்ளும் காலம் வந்து விட்டது. எல்லோர் வீட்டிலும் ஒரு பழைய துருப்பிடித்த சைக்கிள் இருக்கிறது.

பள்ளிக் குழந்தைகள் சைக்கிளில் போவதைத் திண்ணையில் உட்கார்ந்தபடி பார்க்கச் சந்தோஷமாக இருக்கிறது.

மனசுக்குள் ஒரு சைக்கிள்; அதன் சக்கரங்கள் பின்னோக்கிச் சுழல்கின்றன.

எங்கள் ஊரில் ஒரு மைதானம் இருந்தது. அதில் சைக்கிள் சாகச நிகழ்ச்சி நடக்கும். ஒரு நபர் சைக்கிளில் உட்கார்ந்த படியே குளிப்பார், சாப்பிடுவார், குட்டிக்கரணம்போடுவார். ஏகப்பட்ட கோமாளித்தனங்கள் செய்வார். தரையில்கூடச் செய்து காட்ட முடியாத சாகசங்களை சைக்கிளில் உட்கார்ந்தபடி செய்துகொண்டே மைதானத்தைச் சுற்றி வருவார். மைதானத்தின் நடுவிலுள்ள கம்பத்தில் ஸ்பீக்கரில் அன்றைய பிரபலமான சினிமா பாட்டுகள் உச்சஸ்தாயியில் ஒலிக்கும். சில சமயம் சைக்கிளிலேயே படுத்துத்தூங்குவார். பல நாட்கள் விடிய விடிய சைக்கிள் ஓட்டும் அவர் இரவில் எல்லோரும் போன பிறகு சைக்கிளை விட்டு இறங்குவாரா என்று ஒளிந்திருந்து வேடிக்கை பார்ப்போம். பாவம் சுற்றிக்கொண்டேதான் இருப்பார். கடைசி நாளில் ஊர்ப் பெரிய மனிதர் அவருக்கு மரியாதை செய்வார்.

எண்பதுகளில் வீடுகள் தோறும் சைக்கிள்கள் இருந்தன. ராலி, ஹெர்குலிஸ், அட்லஸ், ஹீரோ போன்ற சைக்கிள்களில் ராலி வைத்திருந்தால் தனி 'கெத்து'. அதிக சுமை ஏற்ற ஹெர்குலிஸ்தான் சரி.

தஞ்சாவூர்க் கவிராயர்

ஹீரோ, அட்லஸ் எல்லாம் ஏழைகளின் சைக்கிள்.

வாடகை சைக்கிள் கடையை மறக்க முடியுமா? சிறுவர் சைக்கிள்களை எடுத்துக்கொண்டு தெருக்களில் சுற்றிய நினைவுகள்... தாம் சைக்கிள் கற்றுக்கொண்டதைப் பற்றி சுஜாதா அமர்க்களமாக ஒரு நகைச்சுவைக் கதை எழுதி யிருக்கிறார்.

அப்போதெல்லாம் சைக்கிள்களுக்கு லைசென்ஸ் வாங்க வேண்டும். அந்த லைசென்ஸ் வட்டத் தகரத்தை சைக்கிள் முன்புறம் ஹாண்டில் பாரில் இணைத்திருப்பார்கள். அது இல்லாவிட்டால் அபராதம் கட்ட நேரிடும்.

சைக்கிளில் டைனமோ இருக்கும். இரவில் டைனமோ இல்லாமல் சென்றால் காவல் துறையினர் 'பிடித்து' விடுவார்கள். சைக்கிளில் ஒருவர் மட்டுமே செல்லலாம். இருவர் சென்றால் அபராதம் கட்ட நேரிடும்.

சிறுவர்கள் குரங்குப் பெடல் போட்டபடி சைக்கிள் ஓட்டுவோம்.

பெண்கள் சைக்கிள் ஓட்டுவதை வேடிக்கை பார்ப்பார்கள். கவிஞர்கள் பெண்கள் சைக்கிள் ஓட்டுவதைப் பற்றிக் கவிதைகள் எழுதினார்கள். ஞானக்கூத்தனின் சைக்கிள் கமலம் கவிதை பிரபலம்.

அதிலிருந்து சிலவரிகள்:

**சைக்கிள் கமலம்**

...மைதானத்தைச் சுற்றிச் சுற்றி
எங்கள் ஊர்க்கமலம்
சைக்கிள் பழகினாள்

தம்பியைக் கொண்டுபோய்ப்
பள்ளியில் சேர்ப்பாள்
திரும்பும்பொழுது கடைக்குப் போவாள்

கடுகுக்காக ஒருதரம்
மிளகுக்காக ஒருதரம்
கூடுதல் விலைக்குச் சண்டைபிடிக்க
மீண்டும் ஒரு தரம்
காற்றாய்ப் பறப்பாள்

. . . . . . . . . . . . . . . . .

எங்கள் ஊர்க்கமலம் சைக்கிள் விடுகிறாள்
என்மேல் ஒருமுறை விட்டாள்...
மற்றபடிக்குத் தெருவில் விட்டாள்!

சின்ன வயசில் பாக்கியம் ராமசாமி எழுதிய 'அப்புசாமியும் சீதாப்பாட்டியும்' தொடரில் அப்புசாமி சீதாப்பாட்டிக்கு சைக்கிள் கற்றுக் கொடுத்ததைப் படித்துவிட்டு விழுந்துவிழுந்து சிரிப்போம்.

நகரங்களிலும் சிற்றூர்களிலும் தெருக்களில் எத்தனையோ பேர் சைக்கிளில் போனாலும் புதுவையில் அந்த நகருக்கு உரிய பிரஞ்சுப்பெயர் தாங்கிய சுத்தமான அழகிய வீதிகளில் சைக்கிளில் செல்லும் ஆசிரமவாசிகளைப் பார்க்கப்பார்க்க ரம்மியமாக இருக்கும்.

காந்திஜி பிரார்த்தனைக் கூட்டத்திற்கு நேரமாகி விட்டது என்பதால் நண்பரின் சைக்கிளை வாங்கிக்கொண்டு அதில் சென்று பிரார்த்தனையில் சரியான நேரத்தில் கலந்து கொண்டது பற்றி இரண்டாம் வகுப்புப் பாடப்புத்தகத்தில் படித்தது நினைவிற்கு வருகிறது.

படித்துவிட்டு வேலையில்லாத இளைஞனாக ஊர்சுற்றிய காலத்தில் அப்பாவின் நண்பர் சிபாரிசில் உள்ளூரில் ஒரு வேலை கிடைத்தது. பட்டப்படிப்பில் நான் படித்த கணக்கியல் தொடர்பான கேள்விகளை எதிர்பார்த்துச் சென்ற என்னிடம் அந்த நிறுவன உரிமையாளர் ஒரே கேள்விதான் கேட்டார்.

"சைக்கிள் ஓட்டத்தெரியுமா?வங்கிக்குச் சென்று பணம் செலுத்திவிட்டு வருவதுதான் உங்கள் வேலை."

"சைக்கிள் ஓட்டத் தெரியாது சார்."

"போய்வா, தம்பி."

நான் வெளியே வந்தேன்.

என்னோடு படித்துப் பத்தாவதோடு படிப்பைக் கைவிட்ட பால்ய நண்பன் குமரேசன் சைக்கிளில் வந்து இறங்கினான்; துருப்பிடித்த சைக்கிள்.

"என்ன இவ்வளவு தூரம் குமரேசா?"

"இங்கே மாடியில் ஒரு கம்பெனியில் வேலை காலியாய் இருப்பதாகச் சொன்னார்கள்."

அவனுக்கு வேலை கிடைத்துவிடும்.

நான் நடந்தே கருந்தட்டான்குடி வந்தேன். அப்பாவுக்கு விஷயம் தெரிந்துவிட்டது.

அவர் என்னை எதுவுமே கேட்கவில்லை.

தஞ்சாவூர்க் கவிராயர்

பள்ளி ஆசிரியரான அவருக்கும் சைக்கிள் ஓட்டத் தெரியாது!

அது என்னவோ கடைசிவரை சைக்கிள் ஓட்டும் வித்தை எனக்குக் கைவரவே இல்லை.

படித்து வேலைக்கும் போயாகிவிட்டது. சைக்கிள் ஓட்டவே சந்தர்ப்பம் கிடைக்கவில்லை.

எனக்குப் பெண் பார்க்கப் போன இடத்தில் ஒரு அதிர்ச்சி காத்திருந்தது. அவர்கள் வீட்டு வராந்தாவில் ஒரு சைக்கிள் நின்றது.

படிப்பு, உத்யோகம் என்று என்னைப் பற்றி நானா விதமான கேள்விகள். நடுவில் எங்காவது மாப்பிள்ளைக்கு சைக்கிள் ஓட்டத் தெரியுமா என்று கேட்டுவிடுவார்களோ என்று உள்ளூர உதறல் இருந்தது.

திருமணம் முடிந்த கையோடு "உனக்கு என்ன பரிசு வேண்டும்?" என்று மனைவியிடம் கேட்டது தப்பாகிவிட்டது.

"ஒரு லேடீஸ் சைக்கிள் வாங்கிக் கொடுங்கள்!"

எனக்குத் தூக்கிவாரிப்போட்டது.

"யார் கற்றுக் கொடுப்பது?"

"நீங்கதான்!"

"எனக்குதான் சைக்கிள் ஓட்டத் தெரியாதே" என்றேன் அசடுவழிய.

"அடக்கடவுளே! கடைசியில் சைக்கிள் ஓட்டத் தெரியாத வருக்கா என்னைக் கட்டிக் கொடுத்தார்கள்!" என்று கிண்டல் செய்வார் என் மனைவி.

திண்ணைப் பேச்சு

23

# மாந்தோப்பும் கீதாரிகளும்

தீபாவளியையொட்டிச் சென்னைத் தெருக்கள் வெறிச்சோடிக் கிடந்தன.

பட்டணம் கிராமங்களுக்குப் போய்விட்டது.

கிராமத்துக் காற்றையும் இரைச்சலற்ற சூழலையும் தேடிப் பட்டணவாசிகள் புறப்பட்டு விட்டார்கள்.

தஞ்சாவூரில் படித்துப் புதுவைக்குச் சென்று விட்ட எழுத்தாளர் பிரபஞ்சன் அடிக்கடி தஞ்சை வந்து ப்ரகாஷ் நடத்திய யுவர் மெஸ்ஸில் தங்கிச் செல்வது வழக்கம். "இங்கே தஞ்சாவூருக்குச் சட்டை உரித்துப் போவதற்காக வந்திருக்கிறேன்!" என்பார் மெல்லிய சிரிப்புடன்.

நான் சென்னை வந்து முப்பது ஆண்டு களுக்கு மேலான போதிலும் ஆண்டுக்கு இரண்டு மூன்று முறையாவது தஞ்சாவூர் அருகிலுள்ள கிராமத்துக்குச் சென்று சட்டை உரித்துக்கொண்டு வருவது வழக்கம்.

சில ஆண்டுகளுக்கு முன்னால் அப்படி ஒரு பயணத்தை நான் மேற்கொண்டபோது என் நண்பரும் எழுத்தாளருமான சுந்தர்ஜியும் என்னுடன் வந்தார்.

ஒரத்தநாடு போகிற வழியில் அந்த குக்கிராமம் இன்னும் நகரத்தின் ஒப்பனைகள் இன்றி இருக்கிறது.

நான் படித்த பள்ளி. மூங்கில் பிளாச்சு வகுப்பறை. தெருக்கோடியில் நாங்கள் குடியிருந்த வீடு. நால்ரோடு என்று அழைக்கப்படும் கடைத்தெரு.

மீனாட்சி சுந்தரம் ஓட்டல் காணாமல் போயிருந்தது. அதற்குப் பதிலாகக் குட்டித் தேநீர்க்கடைகள். கண்ணாடிப் பெட்டிக்குள் காரா சேவு, பஜ்ஜி, போண்டா வகையறாக்கள்.

தட்டியில் புகைபடிந்த சினிமா போஸ்டரில் பானுமதியும் எம்.ஜி.ஆரும் – தீபாவளி ரிலீஸ் அலிபாபாவும் நாற்பது திருடர்களும் அறிவிப்புடன் கடைக்குக் கவர்ச்சியூட்டினர்!

ஒரு மளிகைக்கடை, பெட்டிக்கடை, புராதன காலத்து முடித் திருத்தகம். நீண்டு செல்லும் நெடுஞ்சாலையின் இருபுறமும் தோப்பும் துரவுமாய்ப் பேருந்தின் சன்னல்வழி என் பால்யத்தின் பத்தாண்டுகளைச் சட்டென்று கடந்துவிடலாம்.

என்னோடு ஆரம்பப் பள்ளியில் ஒன்றாய்ப் படித்த பரஞ்சோதி பக்கத்து ஊரில் வேலை பார்த்துக்கொண்டு கிராமத்தில் நிலபுலன்களைக் கவனித்துக்கொண்டிருந்தான்.

நாங்கள் போனபோது அவன் மட்டும்தான் இருந்தான். அவன் மனைவியையும் குழந்தைகளையும் காணவில்லை. ஒவ்வொரு முறை போகும்போதும் இப்படித்தான். காரணத்தை அவன் சொன்னதில்லை; நானும் கேட்பதில்லை.

மாட்டுத் தொழுவத்திலிருந்து திரும்பிக்கொண்டிருந்தான்; உடம்பெல்லாம் வைக்கோலும் தூசும்!

பசுஞ்சாணமிட்டு மெழுகிய பெரிய திண்ணை. நாழி ஓடுகள் வேய்ந்த வீடு.

“பரஞ்சோதி எப்படி இருக்கே?”

“ஆச்சரியமாஇருக்கே! என்ன திடீர்னு... பங்குனி உத்தரம்கூட அடுத்த மாசம்தானே வருகிறது!”

“ஏதோ போக வேண்டுமென்று தோன்றியது, வந்தோம். அதுசரி வீட்டில் நீமட்டும் தனியாக எப்படி இருக்கே?”

“தனியாகவா? அதெல்லாம் டவுன்காரங்க பேசுற பேச்சு! கிராமத்துல யாரும் தனியா இருக்க முடியாது. ஒருத்தரும் இல்லேன்னாலும் உழவு மாட்டுகிட்ட பேசிக்கிட்டு இருப்போம்!”

“கிராமத்தில் யாரும் தனியாக இருக்க முடியாது. ஆகா! என்ன அருமையாகச் சொல்லிவிட்டாய் பரஞ்சோதி!”

"அட, போடா! உனக்கு எல்லாமே இங்க அதிசயம்தான்! அருமைதான்! கொஞ்சம் இரு வருகிறேன்!"

ஒரு பெரிய தொரட்டுக் கம்புடன் வெளியே போனான்.

திரும்பி வரும்போது ஒரு செய்தித்தாள் துண்டில் கருநீலத்தில் பளபளவென்று நாவல் பழங்கள்! நாவல் பழத்தின் கொட்டைகளும் நீலச்சாயம் பூசிக்கொண்டிருந்தன!

கொல்லைப்புறம் நடந்தோம். தென்னைமரங்களில் இளநீர் குலைகுலையாகக் காய்த்துத் தள்ளியிருந்தது! கொய்யாவும் மாவும் கைக்கெட்டும் தூரத்தில் தொங்கிக்கொண்டிருந்தன.

பரஞ்சோதி இளநீர்க்காய்களைச் சீவித்தள்ளிக் கொண்டிருந்தான். குளிர்ச்சியும் சுவையும் மிகுந்த இளநீர்!

நண்பருக்கு நான் என் பால்ய காலத்தின் மாயாலோகக் கதவுகளைத் திறந்துவிட்டேன்.

வாய்க்காலில் ஒரு பக்கம் புகுந்து மறுபக்கம் வருவது, வயல்வெளியில் பசங்களுடன் அடித்த கொட்டம், குளத்தில் இறங்கி மீன்பிடிப்பது, வரப்போரம் சூரியகாந்திப் பூக்களின் வரிசை.

இறந்துபோன என் தம்பி, அடையாளம் இழந்து போனவர்கள், வீட்டுக்குத் தெரியாமல் கல்யாணம் செய்து கொண்டவர்கள், காதலில் தோற்றுத் தற்கொலை செய்து கொண்டவர்கள், ராணுவச் சேவைக்காக ஊரை விட்டுப் போனவர்கள், இரவில் குதிரையில் ஊரைச் சுற்றிவரும் ஐயனார், ஆடு வெட்டும் திருவிழா, பள்ளி வாழ்க்கைக் கதாநாயகிகள் பற்றியெல்லாம் கொட்டகையில் குந்தியிருந்து நான் பேசுவதைப் பசு ஒன்று கழுத்து மணியை அசைத்தபடி ஆமோதித்துக்கொண்டிருந்தது.

வயல்காட்டில் வேப்பமரக் குச்சியை ஒடித்துக் கடித்த படிப் பல் தேய்த்தோம். தபதபவென விழுந்துகொண்டிருந்த பம்புசெட் தண்ணீர்த் தொட்டிக்குள் மூழ்கினோம்.

வயற்காட்டில் வேலைசெய்த பெண்களின் கேள்விக்குப் பரஞ்சோதி சொன்ன பதில் காதில் விழுந்தது.

"கிராமத்தை வேடிக்கை பார்க்க வந்திருக்காங்க!"

"பூ! இவ்வளவுதானா? வேலை வெட்டி இல்லாதவங்கன்னு சொல்லு..." என்று சொல்லிவிட்டு வேலையைப் பார்க்கப் புறப்பட்டார்கள்.

யார் வீட்டிலிருந்தோ சாப்பாடு வந்திருந்தது; சாப்பிட்டு விட்டு ஒரு குட்டித் தூக்கம்.

"இன்னிக்கு ராத்திரி மாந்தோப்பில் தூங்குவோம்! அங்கே பெஞ்சு போடச் சொல்லியிருக்கேன்!"

நாங்கள் இருட்டிலும் மாந்தோப்புக்குப் போகும் முன்னதாகவே டார்ச் லைட், போர்வை, தலையணை, குடிநீர், வெற்றிலை, ஊதுவத்தி சகிதம் எங்களை வரவேற்றது மாந்தோப்பு.

இருட்டு. சிள் வண்டுகளின் ரீங்காரம். மாந்தோப்பு வாசனை. மெல்லிய தென்றல். பழந்தின்னி வௌவால்கள் மாம்பழங்களைக் கடித்துக்கடித்து எங்கள்மீது போட்டுக் கொண்டிருந்தன.

கண்ணுக்கெட்டிய தொலைவில் மெல்லிய சிம்னி வெளிச்சங்கள். காற்றில் மிதந்துவரும் ஆடுகளின் தோல் மணம். நடுநடுவே ஆடுகளின் 'மே மே' என்ற சத்தங்கள்.

"அங்கே கீதாரிகள் கிடை போட்டிருக்கிறார்கள்!" என்று சொன்னான் பரஞ்சோதி.

இருட்டில் மிதந்துவந்த ஆடுகளின் சத்தமும் கீதாரிகளின் அதட்டலும் சுகானுபவங்கள்.

புலர்காலைப் பொழுதில் சூரிய வெளிச்சத்தின் மெல்லிய ரேகைகள் பட்டு மின்னிய பனிப்படலத்தின் ஊடாக கீதாரி களின் கூடாரங்கள் மசமசவென்று தெரிந்தன.

நாஙகள் அவர்களிடம் பேச்சுக் கொடுத்து அவர்களின் வாழ்க்கைபற்றிக் கேட்டோம். பெரிய தாழங்குடையைக் கவிழ்த்த கூடாரங்களிலிருந்து போர்வைகளுடன் வெளிப்பட்ட பெண்கள் அடுப்புப் பற்றவைக்க இதமான புகைமூட்டம்.

"எலேய் ராமு" என்று ஒருவர் குரல்கொடுக்க, கூட்டத்தில் இருந்து ஒரு பெரிய ஆடு ஓடிவந்து பணிவோடு நின்றது. "இது கோயிலுக்கு நேர்ந்த கிடாங்க" என்றார் கரகரத்த குரலில்.

"எல்லா ஆடுகளுக்கும் பெயர் உண்டா?"

"உண்டுங்க சாமி. கந்தர்வக்கோட்டையிலிருந்து கால்நடை யாகவே கூட்டி வாரோம். வெள்ளாமைக்குப் பிந்தி இந்த மாதிரி வயல்களில் கிடைபோடுவோம்". அவற்றிற்கான தீனி, வியாதி வந்துவிட்டால் போடும் மருந்துகள் பற்றியெல்லாம் விளக்கமாகச் சொல்லிவந்தவர் கோயிலுக்காகவோ கறிக்காகவோ அவற்றைப் பிரிய நேர்கையில் கண்ணீர்விடுவதையும்

சொன்னபோது போர்த்துக்கீசிய எழுத்தாளர் பௌலோ கொய்லோவின் 'அல்கமிஸ்ட்' (ரசவாதி) நாவலில் சாண்டியாகோ என்ற மேய்ப்பன் கதாபாத்திரத்தை நேரில் காண்பதுபோல இருந்தது. மௌனமாக அவர் பீடிப்புகைச் சுழல்கள் அவரின் உணர்வுகளைப் போலவே சோகத்துடன் காற்றில் கலந்து கரைந்துபோயின.

கீதாரியின் மனைவி வெற்றிலைக் காவியேறிய பல்லைக் காட்டிச் சிரித்தார். கீதாரியின் தலையில் அவர் கை பேன் பார்த்துக் கொண்டிருந்தது. "ஆளுக்கொரு கிடையை மேய்த்துக்கொண்டு நாமும் கிளம்பிவிடலாம் போல் இருக்கு" என்றார் சுந்தர்ஜி. அந்த மனிதர்களுக்கோ ஆடுகளுக்கோ கொடுப்பதற்கு எங்களிடம் எதுவுமே இல்லை. கோயிலுக்கு நேர்ந்துவிட்ட ராமு என்கிற ஆடு அங்கேயே நின்றுகொண்டிருந்தது. நான் ராமுவின் தலையில் முத்தமிட்டேன். ஏனோ அழுகை வந்தது.

சென்னை மீண்ட பிறகும் என்னைப் பார்க்கும் போதெல்லாம் "மறுபடி கிராமத்துக்குப் போகணும் சார்!" என்பார் நண்பர்.

நான் போக விரும்பவில்லை. இப்பவும் கிராமத்து வாய்க்கால் மதகுகளில் தண்ணீர் பாய்ந்துகொண்டுதான் இருக்கிறது. மாமரங்கள் பூவும் பிஞ்சுமாய்க் காய்த்துக் குலுங்கியபடி தான் நிற்கின்றன. சூரிய காந்திப் பூக்களும் வரப்போரம் மலர்ந்து வளர்ந்து சிரிக்கின்றன.

பரஞ்சோதிதான் இல்லை.

24

# வீடென்று எதனைச் சொல்வீர்?

வீடென்று எதனைச் சொல்வீர் / அது இல்லை எனது வீடு
ஜன்னல்போல் வாசல் ஒன்று / எட்டடிச் சதுரம் உள்ளே
பொங்கிட மூலை ஒன்று / புணர்வது மற்றுமொன்றில்
நண்பர்கள் வந்தால் / நடுவிலே குந்திக் கொள்வர்
தலைமீது கொடிகள் ஆடும் / கால்புறம் பாண்டம் முட்டும்
என்றும் — / கவியெழுதி விட்டுச் செல்ல
கனவுகள் மடித்து வைக்க / வாய்பிளந்து வயிற்றை எக்கி
கால்சரிந்த பீரோ உண்டு / வீடென்று எதனைச் சொல்வீர்
அது இல்லை எனது வீடு.

நன்றி — மாலன்

வேலைதேடிச் சென்னை வந்து வீடின்றித் தவித்த தமிழ் எழுத்தாளர்கள் மேன்ஷனில் தங்கி வாழ்க்கையைக் கழித்திருக்கிறார்கள். அதேபோல மேன்ஷனில் தங்கியிருந்த எழுத்தாளர் சி. மோகன் தன் கவிதைத் தொகுப்புக்கு வைத்த தலைப்பு: எனக்கு வீடு. நண்பர்களுக்கு அறை.

புதுமைப்பித்தன் சென்னையில் தான் வாழ்ந்த ஒண்டுக்குடித்தன அனுபவத்தை ஒருநாள் கழிந்தது என்ற சிறுகதையில் வர்ணிப்பதைப் படிக்க வேடிக்கையாகவும் வேதனையாகவும் இருக்கிறது.

"சென்னையில் ஒண்டுக்குடித்தனம் என்பது ரசமான விஷயம். வீட்டுச் சொந்தக்காரன் குடியிருக்க வருகிறவர்கள் எல்லோரும் திருக்கழுக்குன்றத்துக் கழுகு என்று நினைத்துக்கொள்வானோ என்னமோ?"

உள்ளே வீட்டின் பாகவசதிதான் விசித்திரமாக இருந்தது. முன்பக்கம் ஒற்றைச் சன்னல் படைத்த

ஒரு சிற்றறை. அகற்கப்புறம் எங்கேயோ பல கட்டுகள் தாண்டி மற்றொரு அறை. அதுதான் சமையல் வகையறாவுக்கு.

முதல் அறை படிக்க, படுக்க, நாலுபேர் வந்தால் பேச. இவை எல்லாவற்றிற்கும் பொது இடம். முதலில் முருகதாசர் பொருளாதாரச் சலுகையை உத்தேசித்தே அதில் குடியிருக்கலாம் என்று துணிந்தார். அதனால் தமக்கும் தம் சகதர்மிணிக்கும் இப்படி நிரந்தரமான பிளவு இருக்கும் என்று சிறிதும் எட்டி யோசிக்கவில்லை. மேலும் அவர் யோசிக்கக்கூடியவரும் அல்லர்.

பக்கத்தில் இருந்த அரிக்கன் விளக்கை எடுத்துக்கொண்டு சமையல் பகுதியை நோக்கிப் பிரயாணமானார்.

இடைவழியில் குழாயடியில் உள்ள வழுக்குப் பிரதேசம், அடுத்த பகுதிக்காரர் விறகுக் கொட்டில் முதலிய விபத்துகள் உள்ள 'பிராட்வே'யை எல்லாம் பொருட்படுத்தாமல் ஒருவாறு வந்து சேர்ந்தார்..."

புதுமைப்பித்தன் போன்றவர்கள் தங்களின் வறுமையை இலக்கியமாக்கியபோது 'ஆகா' என்று அதைத் தலையில் தூக்கிவைத்துக்கொண்டாடினார்கள்! வாழ்ந்து பார்த்தால்தான் கஷ்டம் புரியும்.

'ஒண்டுக் குடித்தன கூட்டுக்
குடும்பி
கண்டுபிடித்தது ரப்பர் வளையல்'

என்கிறார் கவிஞர் நீலமணி. சிருங்கார ரஸ சாயல் கொண்ட இந்தப் புதுக்கவிதையில் ஒளிந்திருப்பது ஆற்றாமையா, ஆத்திரமா? இரண்டும்தான்!

சென்னையில் ஒண்டுக் குடித்தன வீடு ஒன்றில் வசித்தவர்தான் ஜெயகாந்தன். அவருடைய கதை மாந்தர்கள் பலரும் இங்கேதான் உலவினார்கள்.

'ஒரு கலைஞனை வீடுதான் முதலில் கொல்கிறது' என்பார் மறைந்த எழுத்தாளர் அஃக் பரந்தாமன்.

வெ. சாமிநாத சர்மா தொடங்கி எத்தனையோ ஏழை எழுத்தாளர்கள் வீடின்றி அலைந்தது தமிழ்நாட்டில் அரங்கேறிய சோக நாடகம்.

ஒரு பழைய படம். சி.சு.செல்லப்பாவும் அவர் மனைவியும் வீட்டுத் திண்ணை ஒன்றில் உட்கார்ந்திருப்பார்கள். இளைத்துத் துரும்பாகிக் கண்களில் ஏக்கம் தவிர ஏதுமின்றி விறகுபோல் சதைப்பிடிப்பற்ற உடலுடன் காட்சியளிப்பார் செல்லப்பா. பரிதாபமாக இருக்கும். வீட்டுக்கு உள்ளே அவர் அச்சிட்ட

விற்காத புத்தகங்கள் அடைத்துக்கொண்டு அவர்கள் இருவரையும் திண்ணைக்கு அனுப்பிவிட்டதுபோல் தோன்றும்.

தமிழ்நாடு அரசு கொண்டுவந்துள்ள எழுத்தாளர்களுக்கான கனவு இல்லம் திட்டம் பாராட்டுக்குரியது. எழுத்தாளர்களின் கனவை அறிந்து, தகுதி அறிந்து எழுத்தாளர்களின் குறைந்தபட்சத் தேவையைக் கணக்கில் கொண்டு கனவு இல்லம் கட்டிக் கொடுத்தால் போதும். சொல்லேர் உழவர்களின் நெஞ்சம் குளிரும். அறிஞர் உலகம் வாழ்த்தும்.

என் தந்தை ஒரு ஏழை ஆசிரியர்; சொற்ப வாடகை. மிகவும் வசதிக்குறைவான வீடுகளில்தான் வசித்தோம். ஆனாலும் குதூகலத்துக்கும் கொண்டாட்டத்திற்கும் குறைச்சல் இல்லை.

‘கொடிது கொடிது இளமையில் வறுமை’ என்ற ஔவையின் பாடல் வரிகள் பெரியவர்களுக்கானதே ஒழிய குழந்தைகளுக்கானதல்ல. குழந்தைகளுக்கு வறுமையின் வலி புரிபடாது. மழைக்காலத்தில் வீடு ஒழுகுவது பற்றிக் கவலையின்றி அங்கங்கே ஒழுகும் இடங்களிலெல்லாம் ஓடிஓடிப் பாத்திரங்களை வைப்பது எங்களுக்குப் பிடித்த விளையாட்டு.

தெருக்களில் மனிதர்கள் வசிப்பதாகத் தோன்றுகிறதே ஒழிய உண்மையில் வீடுகள்தான் வசிக்கின்றன.

ரஷ்ய எழுத்தாளர் தஸ்தயேவ்ஸ்கி தமது வெண்ணிற இரவுகள் என்ற கதையில் வீடுகள் பேசுவதாக எழுதியிருப்பார். வேடிக்கையாக எழுதப்பட்டதல்ல; உண்மையில் வீடுகள் பேசுகின்றன.

அவர் எழுதுகிறார்:

வீடுகளும்கூட என் நண்பர்கள்தான். தெருவில் நான் போகும்போது அவை யாவும் என்னை நோக்கி முன்னால் ஒரு அடியெடுத்துவைப்பது போலிருக்கும். சன்னல்கள் யாவற்றிலும் என்னை உற்று நோக்கியவாறு அவை வாய்திறந்து என்னுடன் பேசுவது போலவே தோன்றும்.

“என்ன சேதி? சுகம்தானே? நான் நல்லபடியாகத்தான் இருக்கிறேன். மே மாதத்தில் எனக்கு இன்னொரு மாடி கட்டப் போகிறார்கள்” என்றோ, “வணக்கம்! என்னைப் பழுதுபார்க்கப் போகிறார்கள். நாளைக்கு வேலை தொடங்குவார்கள் என்றோ நான் தீப்பிடித்து எரிந்துபோகப் பார்த்தேன். பயந்து நடுங்கிப் போனேன்” என்றோ சொல்வதுபோலிருக்கும்.

ஐயோ! இந்த மாநகர வீடுகள்! அடுக்குமாடிக் கட்டிடங்கள் ஒரு பெரிய அசுரனைப் போல மனிதர்களையும் குழந்தைகளையும் விழுங்கிவிட்ட பூதாகரமான வயிறுகளுடன் காட்சி தரும்!

தஞ்சை ப்ரகாஷ் 'கரமுண்டார் வூடு' என்ற பெயரில் எழுதிய நாவலில் தஞ்சை மாவட்டத்தில் உஞ்சினி என்ற கிராமத்தில் ஆற்றோரம் இருந்த அவரது பூர்வீகமான கரமுண்டார் வூடு பற்றிய வர்ணனை வாசகனை மிரளவைக்கும்.

"எட்டுக்கட்டு வூடு. ஆத்துக்குள்ளார பாதி வூடு நிக்கும். ஆத்துக்குள்ள வூட்டுப் பின்கட்டு முழுதும் நிக்குது. பின்னால தொழுவத்துல நூறு மாடு கட்டிக் கிடந்த இடம். அதுக்குப் பின்னால காவிரி இப்பமும் நுங்கும் நுரையுமாக வீட்டை இன்னும் நனைக்குது. மோதிப் பாஞ்சு ஓடுது. வெறும் காரைக்கட்டுதான் நூறு வருஷ வூடு. முட்டையும் கடுக்காவும் கருப்பட்டியும் அரைச்சுக் கட்டுன வூடு. ஆட்டுச் செவுரு எல்லாம் ஆத்துக்குள்ள. எப்பமும் முங்கிமுங்கிப் பாசி ஏறிக் கறுப்படிச்சி மறுபடி பாசி ஏறி கரமுண்டார் வூட்டுச் செவுரு மேல வீசுற தண்ணிச் சத்தம். வீட்டுக்குள்ற சளப்புசளப்புன்னு கேட்கும். வூட்டுக்குள்ள நாலு முற்றம். முற்றத்தின் மேல் காத்துப்பந்தல். பத்து ஜன்னல் பெரிசு பெரிசா. அடுக்கடுக்கா பத்தாயம்..."

கிராமத்தில் இன்னும்கூடப் பழைய நினைவுகளைத் தாங்க முடியாமல் தள்ளாடி நிற்கும் வீடுகளைப் பார்க்கலாம். கம்பி அழிவைத்த நீண்ட முற்றங்கள் வழியாக வானம் வீட்டுக்குள் வந்திருக்கும். கம்பிவழியே விரலை நீட்டி ராத்திரியில் நட்சத்திரங்களைப் பறித்துவிடலாம்போலத் தோன்றும்.

திண்ணையில் கோழிகளை மூடும் பஞ்சாரங்கள். குஞ்சுகளோடு மேயும் கோழிகள். அங்கு வீசும் கோழிப்பீ வீச்சம்கூட மனசுக்குப் பிடித்துவிடும்.

வீடுபற்றிக் கவிஞர் ரவி சுப்பிரமணியன் எழுதி அவரே மெட்டமைத்த புதுக்கவிதையை இலக்கியக் கட்டங்களில் ஒருவித ஏக்கத்துடன் பாடுவார்.

அந்தி மறைந்த நேரம் / நீயும் இல்லை / வாசலிலேயே காத்திருந்தேன் / நெடுநேரம் / என்ன செய்வது எனத் தெரியாமல்

அந்தப் புராதன விளக்குப் பிறையில் / ஒரு சுடரை மட்டும் / பொருத்திவிட்டுத் திரும்பினேன்!

சிதிலமடைந்த பின்னரும் புராதன விளக்குப் பிறைகளில் பொருத்தப்பட்ட சுடரின் புகைபடிந்த கருமையே சுடராக உறைந்து பொலிகிறது. தயிர்க்காரியின் கோடுகளுடன்!

## 25

# உறையூர் சுருட்டும் இரண்டாம் உலக யுத்தமும்!

உறையூர் சுருட்டுக்கும் இரண்டாம் உலக யுத்தத்திற்கும் என்ன சம்பந்தம் என்றுதானே கேட்கிறீர்கள்?

சொல்லுகிறேன்.

இரண்டாம் உலக யுத்தத்தில் முக்கியப் பங்கு வகித்த பிரிட்டிஷ் பிரதமர் வின்ஸ்டன் சர்ச்சில் என்றவுடன் நம் நினைவுக்கு வருவது என்ன?

நெறித்த புருவமும் கடுகடு முகமும் அவர் வாயில் புகையும் அநதச் சுருட்டும்தானே?

சுருட்டுப் புகைப்பது சர்ச்சிலுக்கு மிகவும் பிடிக்கும்.

யுத்த வியூகங்களை வகுக்கும்போது சுருட்டுப் புகைத்தபடி அவர் சுட்டிக்காட்டும் வரைபடத்தின் படி தொலைதூரத்தில் துருப்புகள் நகரும். இங்கே இவர் சுருட்டு புகையும். எங்கோ குண்டுகள் பொழியும்.

புகைப்பதற்கும் சிந்திப்பதற்கும் தொடர்பு இருப்பதாக எங்கும் சொல்லப்படவில்லை. ஒரு மனிதர் ஆழ்ந்த சிந்தனையில் மூழ்கியிருப்பதன் அடையாளமாக அவர் பிடிக்கும் சிகரெட் அல்லது சுருட்டிலிருந்து எழும் புகை வளையங்களைச் சித்திரிப்பது திரைப்படங்களில் வருகிற வழக்கமான காட்சிதான்.

யுத்த காலத்தில் சர்ச்சிலுக்கு ஹவானாவில் இருந்து சுருட்டுகள் வரும். இரண்டாம் உலக யுத்தம் மூண்ட போது அத்தியாவசியப் பொருட்களை ஏற்றிக்கொண்டு வரும் வணிகக் கப்பல்களை வழியிலேயே அட்லாண்டிக் கரையோரம் நாஜிப் படைகள் தடுத்து நிறுத்தின. இது பிரிட்டனைக் கவலைகொள்ளச் செய்தது. ஏனெனில் சர்ச்சிலுக்குப் பிடித்தமான ஹவானா சுருட்டுகளின் பெட்டிகள் இந்தக் கப்பல்களில் இருந்தன.

சென்னை மாகாண கவர்னருக்கு ஒரு யோசனை பளிச்சிட்டது. அவரது அதிகாரத்தைப் பயன்படுத்தி CCA என்ற பதவியை உருவாக்கினார். சர்ச்சில் சிகார் அசிஸ்டென்ட் என்று அதற்குப் பெயர். அவரது வேலை திருச்சி உறையூரிலிருந்து அருமையான உறையூர் சுருட்டுகளை வரவழைத்து, இங்கிலாந்தில் இருக்கும் பிரதமரின் புகழ்பெற்ற 10, டவுனிங் தெரு என்ற முகவரிக்கு அனுப்புவதுதான். 'சுருட்டுச் சுவைஞர்' (Cigar Taster) என்ற பெயரில் அவர் அழைக்கப் பட்டார்.

சர்ச்சிலுக்கு உறையூர் சுருட்டுகள் பிடித்துப்போயின. அதனாலேயே உறையூர் சுருட்டுகள் இங்கிலாந்து உள்ளிட்ட ஐரோப்பிய நாடுகளில் பிரபலமாயின. உறையூர், சுருட்டுத் தயாரிப்பு நிறுவனங்களின் கேந்திரமாகிவிட்டது. உலகெங்கும் உள்ள பிரபுக்கள், அதிகாரிகள் தமது அந்தஸ்தைப் பறைசாற்ற வாயில் சுருட்டுடன் காட்சியளித்தார்கள்.

ஷெர்லாக் ஹோம்ஸின் துப்பறியும் நாவல்களில் குற்றவாளி பற்றிய பயங்கர வர்ணனையில் 'ஆறடி உருவம். அகோர முகம். வாயில் புகையும் திருச்சினாப்பள்ளி சுருட்டு' என்ற வரி இடம் பெற்றது என்றால் பார்த்துக்கொள்ளுங்களேன். ஆல்பிரட் ஹிட்ச்சாக்கின் திகில் படங்களில் மர்ம ஆசாமிகளின் கையில் உறையூர் சுருட்டு புகைந்தது.

உறையூர் சுருட்டின் மெலிதான காரமும் நறுமணமும் சர்ச்சிலுக்கு மிகவும் பிடித்துப்போனது. ஆனால் உறையூர் சுருட்டைத் தயாரிக்க மிகவும் மெனக்கெட வேண்டியிருந்தது. இத்தொழிலில் தேர்ந்த வல்லுநர்கள் தரமான புகையிலையைப் பதினான்கு ஆண்டுகள் ஊறவைக்கப்பட்ட வெல்லத்திலும் பழச்சாறுகளிலும் பதங்கமாதல் முறைப்படிப் பதப்படுத்திக் கையால் உருட்டி ஆறு அங்குல நீளத்தில் தயாரித்தனர். உறையூர் சுருட்டின் சுவையும் மணமும் அபாரமாக இருந்தன.

உறையூரில் செயல்பட்ட மொத்தம் 4000 சுருட்டுக் கம்பெனிகளில் 1900ஆம் ஆண்டு சோலைத்தேவர் என்பவரால் தொடங்கப்பட்ட ஃபென் தாம்ஸன் கம்பெனி மட்டுமே இன்று மிச்சமிருக்கிறது.

தமிழ்நாட்டில் அக்காலத்தில் உள்ளூர் தயாரிப்புகளான கடாமார்க் சுருட்டுகள், பெல் பிராண்டு சுருட்டுகள் பிரபலமாக இருந்தன.

சுருட்டுப் பிடிப்பது வெறும் புகைவிடுகிற விஷயமில்லை. அது ஒரு தனிக்கலை என்று கூறிச் சுருட்டுப் பிரியரான தன் தாத்தா எப்படி சுருட்டுப் பிடிப்பார் என்பதை நயமாக விவரித்தார் நண்பர்.

முதலில் கையில் சுருட்டை உருட்டி அழகுபார்ப்பார். அப்புறம் அதையெடுத்து நாசியில் வைத்து மென்மையாக அநுபவித்து நுகர்வார். அதன் முனைப் பகுதியைச் சற்றே திருகிக் கிள்ளிப்போடுவார். பிறகு பற்றவைத்து லேசாகப் புகையை விடுவார். பிறகுதான் ரசித்து உள்ளே இழுத்துச் சுருட்டைப் புகைப்பார்.

‘புதிய பறவை’ திரைப்படத்தில் ‘பார்த்த ஞாபகம் இல்லையோ’ என்ற நடன இசைப் பாடலுக்கு ஆடியபடி வரும் சௌகார் ஜானகியை ரசிக்கும் சிவாஜி கணேசன் சிகார் புகைத்தபடி வெளிவிடும் புகை வளையங்கள் காணத் தெவிட்டாத காட்சி.

சுருட்டைச் சற்றே புகைத்தபின் அதன் நெருப்பு நுனியை ‘கட்ட’ரின் துணைகொண்டு துண்டித்து மீண்டும் பின்னர் புகைப்பது வழக்கம்.

சுருட்டு சமயச் சடங்குகளிலும் இடம் பெற்றிருக்கிறது. மதுரை வீரன், கருப்பசாமி, முனீஸ்வரன் ஆகிய நாட்டார் தெய்வங்களின் வழிபாட்டில் அசைவ உணவுப் படையல் களில் சுருட்டும் இடம் பெறும். ‘சுடலைமாடன் தெய்வத்துக்கு சுருட்டு வச்சுதான் படைக்கணும்’ என்ற சொலவடை திருநெல்வேலியில் உண்டு. பெண்களுக்கும் சுருட்டுப் புகைக்கும் வழக்கம் இருந்திருக்கிறது.

‘புகையிலை – வழக்காறும் வரலாறும்’ என்ற அருமை யான ஆய்வுப் படைப்பினைத் தாம் அரிதின் முயன்று தொகுத்த பல தரவுகளோடு தமிழுக்குத் தந்திருக்கிறார் தமிழ்ப்

பல்கலைக்கழக நாட்டுப்புற இலக்கியத் துறைத் தலைவர் பேராசிரியர் இரா. காமராசு.

அவர் எழுதியுள்ள இந்நூலில் இடம்பெற்றுள்ள அரிய பல செய்திகளில் ஒன்று:

தென் அமெரிக்கப் பழங்குடிகளின் அமானுஷ்ய மதச் சடங்குகளில் சுருட்டும் இடம் பெற்றிருந்தது. சுருட்டுகளில் எழுகின்ற புகையிலையின் மயக்கம் ஒருவகை தியான நிலைக்குத் தங்களை இட்டுச்செல்வதாகப் பழங்குடியினர் நம்புகின்றனர்.

கொலம்பஸ் அமெரிக்காவைக் கண்டுபிடித்தபோது அதுவரை புகைச் சுருட்டுகள் பற்றி அறிந்திராத கொலம்பஸ் கொள்ளிக்கட்டைகளை வாயில் கவ்வியபடி அலையும் மனிதர் களைக் கண்டதாகக் குறிப்பிட்டிருக்கிறார்.

சுவாமி விவேகானந்தரிடம் சுருட்டுப் பிடிக்கும் பழக்கம் இருந்தது. வட இந்திய கிராமம் ஒன்றில் வழிநடையாகச் சென்ற விவேகானந்தர் சாலை ஓரம் ஹூக்கா புகைத்தபடி உட்கார்ந்திருந்த முதியவரை நெருங்கித் தாமும் ஹூக்கா புகைக்க விரும்புவதாகக் கூறியிருக்கிறார். முதியவர், தாம் தாழ்த்தப் பட்ட இனத்தைச் சேர்ந்த துப்புரவுத் தொழிலாளி என்று கூறிப் பதற்றத்துடன் மறுத்தபோது கடவுளுக்குமுன் எல்லோரும் சமம் என்று கூறி அவர் புகைத்த ஹூக்காவை வாங்கிப் புகைத்திருக்கிறார்.

சுருட்டுப் பிடிக்கும் வழக்கம் தற்போது மறைந்துவருகிறது. உறையூரில் மிஞ்சியிருக்கும் ஃபென் தாம்ஸன் கம்பெனியின் தற்போதைய உரிமையாளரிடம் உரையாடியபோது இத் தொழிலுக்கு விதிக்கப்படும் வரி, சுருட்டுக்கான வரவேற்பின்மை ஆகிய காரணங்களால் இத்தொழில் நசிந்துவருகிறது என்று குறிப்பிட்டார்.

தாம் தயாரிக்கும் தரமான சுருட்டின் தற்போதைய விலை ரூ. 900 என்று தெரிவித்தார். ஒரு கண்ணாடிப் பெட்டிக்குள் குறிப்பிட்ட வெப்பநிலையில் அவை பாதுகாக்கப்படுவதைப் பார்க்கமுடிந்தது. 90 வயது வாடிக்கையாளர் ஒருவர் இப்போதும் தம்மிடம் சுருட்டு வாங்கிச் செல்வதாகக் குறிப்பிட்டார். புகையிலைக் கம்பெனிகள் தமது மிகச் சிறந்த வாடிக்கையாளர் களைக் கொல்கின்றன என்ற பிரான்ஸ் நாட்டு முதுமொழி நினைவுக்கு வந்தது.

சர்ச்சிலுக்கு உறையூரிலிருந்து சுருட்டு தவறாமல் அனுப்பப்படுகிறதா என்பதைக் கண்காணிக்கத் திருச்சி மாவட்ட நிர்வாகம் ஒரு அறிக்கையை அனுப்பிவந்தது. இதில் வேடிக்கை என்னவென்றால் யுத்தம் முடிந்து சர்ச்சில் மறைந்த பிறகும், நம்நாடு சுதந்திரம் பெற்று வெகுகாலம் ஆன பிறகும், இப்படி ஒரு அறிக்கை ஒரு *NIL REPORT* என்ற பெயரில் அனுப்பப்பட்டு வந்தது. பிறகு தணிக்கையில் கண்டறியப்பட்டு அறிக்கையும், இப்படி ஒரு அறிக்கையை அனுப்பும் *CCA* என்ற உதவியாளர் பதவியும் தேவையில்லை என்று சுட்டிக்காட்டப்பட்டது.

அண்மையில் பிரதமர் மோடி நாடாளுமன்றத்தில் அரசுத் துறைகளிலுள்ள தேவையில்லாத, செயல்படாத பதவிகளைப் பற்றிப் பேசியபோது உறையூர் சுருட்டுஅனுப்பப்படுவதைக் கண்காணிக்க ஏற்படுத்தப்பட்ட இந்தப் பதவி சம்பந்தப்பட்ட நபர் தமக்கு ஊதிய உயர்வு ஏன் வழங்கப்படவில்லை என்று கேட்டபோதுதான் தெரியவந்து, பின்னர் அந்தப் பதவியையே நீக்கும்படி ஆயிற்று என்று நகைச்சுவையோடு தெரிவித்தார்.

26

# நிலவொளியில் பறக்கும் ஹைகூ கவிதைகள்

எழுதப்படாத ஹைகூ கவிதைகள்
நிலவொளியில் வௌவால்கள்

என்கிறார் ஒரு ஜப்பானியக் கவிஞர். ஆகா, என்ன அழகான கற்பனை! வௌவால்களைக் கண்டாலே முகம் சுளிக்கும் மனிதர்களுக்கு மத்தியில் அவற்றை ரசித்து நிலா வெளிச்சத்தில் பார்க்கும்போது எழுதப்படாத ஹைகூ கவிதைகளாகத் தோன்றுகிறது என்று வர்ணிக்கும் அந்த ஜப்பானியக் கவிஞரை எவ்வளவு பாராட்டினாலும் தகும். யாரும் விரும்பாத காக்கையைக் 'கண்ணுக்கினிய கருநிறக் காக்கை' என்று பாரதி பாடவில்லையா?

எனக்கு வௌவால்களைப் பிடிக்கும். புராதனக் கட்டடங்களிலும், கோயில் மண்டபங்களிலும் அவை தலைகீழாகத் தொங்குவது பிடிக்கும்; அவற்றின் வாசனை பிடிக்கும். அவற்றின் கறுப்பு வெல்வெட் இறக்கைகள் பிடிக்கும். மணிக்கண்களை குழந்தைபோல் உருட்டுவது பிடிக்கும்.

வௌவால் பறப்பதால் அது பறவை அன்று; அது விலங்கு. அது பாலூட்டி வகையைச் சேர்ந்த, பறக்கும் ஒரே விலங்கு. வௌவாலைப் பற்றிய செய்திகள் ஆச்சர்யம் தருபவை. அவை பறப்பதற்கு ஒருவித நுண்ணலைகளைப் பயன்படுத்துகின்றன. ஒரு பொருளின் மீது பட்டு அவை திரும்பிவருவதை

உணர்ந்து எவற்றின் மீதும் மோதிக்கொள்ளாமல் பறக்கின்றன. வெளவாலை வைத்துதான் ராடார் கருவி கண்டுபிடிக்கப்பட்டது.

கிராமத்தில் எங்கள் எதிர் வீட்டுத் திண்ணையில் படுத்திருக்கும் தாத்தா இரவு நேரங்களில் பழந்தின்னி வெளவால்கள் ஆகாயத்தில் பறந்துபோவதைத் துல்லியமாகச் சொல்லிவிடுவார். பழந்தின்னி வெளவால்களை வேட்டை யாடிக் கொண்டுவருவார்கள்.

பழந்தின்னி வெளவாலின் தோலை உரிக்கும்போது அதன் முதுகுப் பகுதி அச்சு அசலாக ஒரு மனிதனின் முதுகுபோலவே இருக்கும். முதுகு மட்டுமல்ல இடுப்பு, கால்கள் எல்லாமே மனிதச் சாயலில் இருக்கும். நல்ல பெரிய ஆகிருதி உடையதுதான் பழந்தின்னி வெளவால்.

துரிஞ்சல்கள் என்ற பெயரில் சிறியவகை வெளவால்கள் இருக்கின்றன.

அடர்ந்த காடுகளில் ராட்சஸ வெளவால்கள் மரத்தடியில் தூங்கும் மனிதர்கள், விலங்குகள்மீது தங்களின் பெரிய இறக்கைகளால் விசிறிவிட்டு அவர்களைச் சுகமாகத் தூங்கச் செய்துவிடும். பிறகு அவர்களின் ரத்தத்தை உறிஞ்சும். வெளவால் பற்றித் தாத்தா சொல்லும் கதைகளில் இதுவும் ஒன்று.

அந்தக் காலத்தில் குழந்தைகளுக்கான 'வெளவால் மனிதன்' *(Batman)* திரைப்படம் பிரசித்தம்.

வெளவால் அமானுஷ்யத் தோற்றம்கொண்டது. திகில் படங்களில் இருண்ட குகைகளில் வெளவால்கள் பறந்து போவதைக் காட்டுவார்கள்.

புதுமைப்பித்தன் தமது 'காஞ்சனை' என்ற பேய்க் கதையில் இரவு வேளையின் அமானுஷ்யத்தை நாலே வரியில் சித்திரித்திருப்பார்.

"மாடி ஜன்னலருகில் நின்று நிலா வெளிச்சத்தை நோக்கினேன்.

மனித நடமாட்டமே இல்லை.

எங்கோ ஒரு நாய் மட்டும் அழுது பிலாக்கணம் தொடுத்து ஒடுங்கியது.

பிரம்மாண்டமான வெளவால் ஒன்று வானத்தின் எதிர்க் கோணத்திலிருந்து எங்கள் வீடுநோக்கிப் பறந்து வந்தது."

கிராமத்தில் நானும் அப்பாவும் வாடகைக்கு வீடு தேடிப் போனோம். நாழி ஓடுகள் வேய்ந்த நாலுகட்டு வீடு. ஒரு பெரியவர் கையில் குறட்டுடன் வீட்டின் விராந்தையில் மரச்சட்டங்களின் இடுக்கிலிருந்து வௌவால்களைப் பிடித்துக் கீழே போட்டுக் கொண்டிருந்தார்.

“வாங்க வாத்யாரய்யா. இந்த வௌவாலுங்க ராத்திரிபூரா பின்னாடி நம்ம தோப்புல பழம், காயெல்லாம் கடிச்சுட்டுப் பகல்ல நல்லாத் தூக்கம் போடுதுங்க... இதுங்கள வேட்டையாடிக்கிட்டு இருக்கேன்...”

“தயவு செய்து வௌவால்களைக் கொல்லாதீர்கள்” என்றார் அப்பா கெஞ்சும் குரலில். தாத்தா கேட்பதாக இல்லை. நாங்கள் அந்த வீட்டுக்குக் குடிபோனோம். வௌவால்கள் குறுக்கும் நெடுக்கும் பறக்கும்.

“எவ்வளவு அழகா இருக்கு பார்த்தாயா?”என்று சொல்லி அப்பாதான் வௌவால்களை நேசிக்கக் கற்றுக் கொடுத்தார்.

ஒருநாள் என்னிடம் “நம்ம உறவினர் வீட்டுக்கு உன்னைக் கூட்டிப் போகிறேன். அங்கே உனக்கு ஒரு அதிசயம் காட்டுகிறேன் பார்!” என்றார்

அதிசயம்தான். உறவினர் வீட்டுப் பின்கட்டில் ஒரு அறை. அந்த அறையின் மேற்கூரை முழுவதும் வௌவால்கள் தொங்கிக்கொண்டிருந்தன.

அப்பாவிடம் அவர் சொல்லிக் கொண்டிருந்தார். வீட்டில் வௌவால் இருந்தால் அதிருஷ்டமாம்! ஆகவே வௌவால்களை அவர் விரட்டுவதில்லையாம்!

“வௌவால்களுக்கு நம்மைப்போல இங்கே வாழ்வதற்கு உரிமையுண்டு. அதிருஷ்டம்என்று சொல்வதெல்லாம் சுத்த மூடநம்பிக்கை!” என்றார் அப்பா கோபத்துடன்.

இரவு திண்ணையில் படுத்துக்கொண்டோம். வௌவால்கள் எங்கள் தலைக்கு மேல் விர்விர் என்று பறந்தன.

உறவினர் நீண்ட நேரம் மௌனமாகப் புகைத்த பின் “கடைசிப் பொண்ணை நினைச்சாதான் கவலையா இருக்கு. என் பையன்கள் எல்லாம் என்னை மாதிரி நல்ல சிவப்பு. அவ என் அம்மா மாதிரி அட்டைக்கரி. பார்த்தாயல்லவா? அப்படியே வௌவால் மாதிரி. எப்படி அவளைக் கரையேத்தப் போறேனோ?”

"அப்படியெல்லாம் பேசாதீர்கள்! நிறத்துல என்ன இருக்கு? குழந்தை இந்த வயசுலேயே பெரிய மனுஷி மாதிரி பேசுகிறாள். அவளுக்குன்னு ஒருத்தன் எங்கியோ பொறந்திருப்பான்!" அப்பா.

"ஆமா! பொறந்திருப்பான்! வௌவாலா!"

அந்தப் பெண் ஒரு சொம்பில் பாலுடன் மூன்று டம்ளரும் கொண்டு வந்தது. என்னைப் பார்த்து, 'உனக்கு வேணுமானால் ஆற்றிக் கொடுக்கட்டுமா? சூடாயிருக்கு' என்று சொன்னது.

பால் வெண்மையாக இருந்தது. எனக்குப் பால் குடிக்கப் பிடிக்கவில்லை.

சமீபத்தில் சென்னையில் நாங்கள் குடியிருந்த வீட்டின் ஜன்னலில் எங்கிருந்தோ ஒரு வௌவால் வந்து தொற்றியது. அழகாக விரிந்த இறகுகள்.

எனக்குப் பால்ய காலத்து வௌவால் சம்பவம் நினைவுக்கு வந்துவிட்டது. அந்தப் பெண்ணிற்குக் கல்யாணம் ஆகியிருக்குமா?

மனைவியுடன் அந்தக் கிராமத்துக்குக் கிளம்பி விட்டேன். வீட்டில் இப்போது வேறு யாரோ குடியிருந்தார்கள். திண்ணையில் உட்கார்ந்திருந்தார்.

"இந்த வீட்டுக்காரரர் என்னிடம் வீட்டை ஒத்திக்குக் கொடுத்துவிட்டு வெளிநாட்டுக்குப் போய்விட்டார். நீங்கள் அவருக்கு என்ன உறவா?"

"இப்போது எங்கேயிருக்கிறார் தெரியுமா?" என்று கேட்டேன்.

"தெரியாது. ஒரு நிபந்தனைக்கு ஒத்துக்கொண்டதால் இந்த வீடு சல்லிசாகக் கிடைத்தது. இங்கே வீட்டின் பின் அறையில் வௌவால்கள் இருக்கு. அதைத் துரத்தக் கூடாதாம். வௌவால் இருந்தால் அதிருஷ்டமாம்!"

"அவரின் கடைக்குட்டிப் பெண் பற்றித் தெரியுமா? அதற்குக் கல்யாணமாயிற்றா?"

"ஐயோ சார், அதை ஏன் கேட்கிறீர்கள்? அதற்கு மனநிலை பிசகிவிட்டது. வீட்டுல வச்சிக்க முடியலை. வெளியே அனுப்பிவிட்டார்."

"வெளியே என்றால்?"

"கோயில்ல கொண்டுபோய் விட்டுட்டார். அதுபாவம் கோயில்ல சுத்திகிட்டுக் கெடக்கு..."

“நான் அந்த வௌவால் ரூமைப் பார்க்கலாமா ?”

அழைத்துப் போய்க் காட்டினார்.

வௌவால் வாசம். அதே வௌவால் கூட்டம் கூரையெங்கும் தலைகீழாக.

“நிலைமாறாத நோக்குகளால் காட்சி தலைகீழாகிறது/ வௌவாலுக்கு நாமும் / நமக்கு வௌவாலும்” / என்ற கவிஞர் கரிகாலன் கவிதை நினைவுக்கு வந்தது.

ஏனோ கோபம் வந்தது. கறுப்பு வௌவால் வீட்டுக்குள் இருந்தால் அதிருஷ்டம்; பெண் கறுப்பாக இருந்தால் துரதிருஷ்டம்.

காரைக் கோபமாகக் கிளப்பினேன்.

கோவில் வழியாகத்தான் போக வேண்டும்.

பெண்களும் ஆண்களுமாய் எத்தனையோ முதிய பிச்சைக்காரர்கள் கையேந்தினார்கள்.

இதில் அந்தப் பெண்ணை எங்கே தேடுவது? கையிலிருந்த பணத்தையெல்லாம் கொடுத்துத் தீர்த்தேன்.

எல்லோரும் கோரசாக ‘ஐயா நீங்க நல்லா இருக்கணும்!’ என்றார்கள்.

ஒரு பெண் மட்டும் ஏதும் சொல்லவில்லை. என்னையே உற்றுப் பார்ப்பதுபோல் ஒரு பிரமை.

அந்தப் பெண்ணின் முகத்தில் வௌவால் ஜாடை இருந்தது!

27

# மகா சாக்கடையின் கரையோரம்

கூவம்
கலைந்த மழை மங்கல்
சிதறும் தூறல் திரை!
நனைந்த மக்கல் கூரைகள்!
கூரைமீது ஈரப்புகையெழுச்சி
மங்கிய காட்சியில் மரம் பச்சை!
பனிப்புகை குழம்பல்!
கூவத்துச் சாக்கடைப் பாய்மீது
மழைச்சாரல் சிதறும் முத்து
நீர்ப்பரப்பில் எருமை முகத்துமூச்சு
நாற்றத்துக்குள் எருமைக் குளியாடல்
நனைந்த மண்ணில் பதிந்த காலடி
சகதி சேர்ந்த சேற்றுக் கோலம்
கூவத்தில் எருமைகள்
அசையாத மூச்சு
உடலேணி ஏறி – அவள்
உள்ளத்தோணி பற்றி
நாற்ற உலகிடையே ஏறிவர் பவனி
ஓ! அது
பேசாத பேச்சு!
மழைச்சாடல்
மூட்டம்
இருள்
மோனம்
கூவம்

– தஞ்சை ப்ரகாஷ்

கூவம் என்ற இக்கவிதையில் அழுக்கும் குப்பையும் சகதியும் கும்பியுமாய்ச் செல்லும் கூவத்தைப் போலவே பெருக்கெடுத்துப் பாயும் வார்த்தைகள். புரிதல் இன்றி உணர்த்தலே உருவாய்க்கொண்டு சாக்கடைப் பாய் விரிக்கும் சாகசம் செய்திருப்பார். காவிரி கங்கை போன்ற நதிகளைப் போற்றிப் பாடும் கவியுள்ளம் கூவத்தையும் பாட ஒப்பாத நிலைமாற்ற தஞ்சை ப்ரகாஷ் எண்ணினார் போலும். எழுதி விட்டார் கூவம் கவிதையை!

மகா நதிகளின் கரையோரம்தான் கலைகளும் இலக்கியமும் தழைத்துச் செழித்தன. மனித நாகரிகமும் வேர்பிடித்து விருட்சமானது.

கூவம் என்கிற மகா நதியோரம்தான் தருமம் செழித்தது. வந்தாரை வாழவைக்கும் தாய்மடியாய் விரிந்தது. இன்று அந்த மகாநதியை மகா சாக்கடையாக்கிவிட்டு அதன் கரையோரம் கையறு நிலையில் நிற்கிறோம்.

கூவம் நதியிலே துவைத்துக் குளித்துத் தூய்மை உடலோடும் மனத்தோடும் கரையேறி இறைவழிபாடு செய்து திரும்பியோர் உண்டு. வள்ளலார் முதலான சித்தர்கள் வாழ்வின் தூய்மைக்கும் வழிகாட்டச் செய்த அந்த மகாநதியைத் துர்நாற்றம் வீசும் கழிவு நீரோட்டமாய் மாற்றிவிட்டோம். சென்னை மாநகர் முழுக்க ஓடிக்கொண்டிருந்த நதிகளிளெல்லாம் சாக்கடை கலந்து, நாறுவது எல்லாம் கூவம் என்றானது.

அரிமர்த்தன பாண்டியன் ஈசன்மீது அடித்த பிரம்படி எங்கெல்லாம் விழுந்தது என்று திருவிளையாடல் புராணம் கூறும். ஈசன் முகத்தில், நெஞ்சில், அண்டத்தின் முகடுகளில், சுழலும் கிரகங்கள்மீது, கருவில் அடைபட்ட உயிர்கள்மீது அந்த அடி விழுந்ததாம்.

கூவம், வீதிக்குள்ளும் வீடுகளுக்குள்ளும் மட்டும் புகவில்லை. மனித மனங்களுக்குள், அரசியல் இலக்கியத் தத்துவத்துக்குள் எல்லாம் புகுந்து எல்லாவற்றையும் தன்னின் அம்சங்களுடன் ஊடாடும் தனிப்பிறவிகள் ஆக்கிவிட்டது.

கவிஞர் ரவி சுப்பிரமணியன் தன் கவிதையொன்றில் வண்டல் நகரின் அழகிய சிறு செடியைக்கொண்டுவந்து சாக்கடைப் பூமியில் நட்டதும் அது முதலில் கருத்துச் சுருங்கிப் பிறகு மணமும் மாறி மற்றொரு மாநகரச் செடியாகத் தளுதளுத்து வளர்ந்துவிட்டது என்கிறார்.

செடிகள் என்பது குறியீடு; குறிக்கப்படுவது மனிதர்கள்.

தமிழகத்தின் தனித்தன்மை மிக்க மாவட்டங்களிலிருந்து வாழ்வாதாரம் தேடிச் சென்னைக்கு வந்தவர்கள் மொழியிலும் நடைஉடை பாவனைகளிலும் ஒரு கலப்படட வார்ப்பாக மாறிவிடுகிறார்கள்.

அவ்வாறு நிகழாமல் தன் சுயத்தைக் காப்பாற்றிக்கொள்ளப் போராடும் மனிதர்களும் உண்டு.

சாக்கடைகள் இன்றி சென்னையின் சரித்திரத்தை நீங்கள் எழுதிவிட முடியாது.

பதினேழாம் நூற்றாண்டின் தொடக்கத்தில் ஆங்கிலேயர்கள் கோட்டை கட்டிச் சென்னையை வணிக நகரமாக்க முற்பட்டனர். அப்போதுதான் திறந்தவெளிச் சாக்கடைகள் கட்டப்பட்டன என்று வரலாற்று ஆய்வாளர் ஸ்ரீராம் குறிப்பிடுகிறார்.

மூடப்படாத இச்சாக்கடைகள் சுகாதாரக் கேடுகளை விளைவித்துவிட்டன. சென்னை மாகாண கவர்னரே டைபாய்டு நோய்க்குப் பலியாகிவிட்டார்.

ஆங்கிலேய அரசு ஒரு சுகாதாரத்திட்ட வரைவைத் தயாரித்து இங்கிலாந்து அனுப்பியது. அங்கு அதைப் பரிசீலித்த ஃப்ளாரன்ஸ் நைட்டிங்கேல் அம்மையார் இந்தியப் பெருநகரங்களில் சென்னையில் மட்டும் மூடப்படாத சாக்கடைகள் இருப்பதைச் சுட்டிக்காட்டி அவற்றை மூடுமாறு பரிந்துரைத்தார்.

சென்னையின் திறந்த சாக்கடைகளை மூடுவதும் அவற்றின் சீரான ஓட்டத்திறகுமான கட்டமைப்பும் உடனடித் தேவை என்பதை வலியுறுத்தி அவர் விக்டோரியா மகாராணியாருக்கும் இந்திய வைஸ்ராய்க்கும் கடிதம் எழுதினார்.

இப்பரிந்துரைகள் நிறைவேற்றப்படுவதில் இடர்ப்பாடுகள் எழுந்தன. மெல்லமெல்லக் கூவம் முதலான ஆறுகள் மக்கள் பயன்பாட்டுக்கு லாயக்கற்றதாக மாறிக்கொண்டிருந்தன.

அதற்குமுன் கூவத்தில் படகுகள் ஓடின. ஆங்கில அரசின் கெடுபிடிகளிலிருந்து தப்பிக்க பாரதியார் மைலாப்பூரிலிருந்து பக்கிங்ஹாம் கால்வாயின் சரக்குப் படகொன்றில் புதுவைக்குத் தப்பிச் சென்றதற்கான சான்றுகள் உள்ளன.

பாரதிதாசன் சென்னையிலிருந்து பக்கிங்ஹாம் கால்வாய் வழியே ஆற்று நீரில் படகுப் பயணம் மேற்கொண்டதைப் பாடலாகப் புனைந்திருக்கிறார்.

சென்னையிலே ஒரு வாய்க்கால்
புதுச்சேரி நகர்வரை நீளும்
அன்னதில் தோணிகள் ஓடும்
எழில்
அன்னம் மிதப்பதுபோல்
என்னரும் தோழரும் நானும் ஒன்றில்
ஏறி அமர்ந்திட்ட பின்பு
சென்னையை விட்டது தோணி
பின்பு தீவிரப்பட்டது வேகம்...

என்று கவிதையும் தோணியாய்ச் செல்கிறது. மாலை வெயிலையும், சஞ்சீவி பர்வதச் சாரல் பாடல்களையும் பாடி ரசித்தபடி இரவு பௌர்ணமி வெளிச்சத்தில் தோணி செல்கிறது. இவ்வுலகில் தொழிலாளர் இன்றி இன்பம் ஏது என்று புகழ்கிறார். முத்துமாலையை இழுத்துச் சிதறவிட்டாற்போல் சிந்திக்கிடக்கும் நட்சத்திரக் குப்பையைப் பார்த்தபடி மகாபலிபுரம் கடற்கரை சேர்கிறார்.நட்சத்திரக் குப்பையாம். ஆ! நன்று இந்தக் கற்பனை.

பாரதிதாசன் வாழ்ந்த புதுவையின் சாக்கடை நீர் தூய பளிங்கு நீராக வெண்ணிறத்தில் செல்லும் என்று புதுவைத் தமிழறிஞர் அமரநாதன் கூறுகிறார். சைடு வாய்க்கால்கள் என்று அழைக்கப்பட்ட அந்தச் சாக்கடைகளின் இருமருங்கும் வீடுகள் இருந்தன. 74–களில் இருந்த நிலை இப்போது மாறிவிட்டது.

தஞ்சாவூரில் சந்துகள்தோறும் சாக்கடைகள் இருந்தன. நகர் முழுவதும் இருந்த பாதாளச் சாக்கடைகளுடன் அவை இணைக்கப்பட்டுத் தெருக்கள் கழிவுநீர் தேங்காமல் காப்பாற்றப்பட்டன. மழைநீர் வடிகால், சாக்கடைக் கட்டமைப்பு, குடிநீர் ஏற்பாடு என நீர் மேலாண்மையால் பழைய தஞ்சாவூர் சிறந்து விளங்கியது. மராட்டிய மன்னன் காலத்தில் கட்டப்பட்ட சாக்கடைகள் இன்றளவும் ஓடுகின்றன. ஜல சூத்திரம் என்ற நீர்மேலாண்மை பற்றிய நூலில் தஞ்சையின் நீராதாரம், கழிவுநீர்ப் போக்கிகள் கட்டமைப்பு குறித்த அரிய செய்திகள் உள்ளன.

தலைநகர் சென்னையில் குவிகின்ற மக்கள் கூட்டம் அதைக் குடியிருக்கத் தகுதியற்ற இடமாக மாற்றிவிட்டது. எல்லாக் குப்பைகளையும் சாக்கடையில் கொட்டுவது, எல்லாக் கழிவுகளையும் நீர்நிலைகளில் விடுவது போன்ற தனிமனித அலட்சியமும் அண்மையில் சென்னையில் சாக்கடைநீர் எங்கும் நீக்கமற நிறைந்து வழிந்ததற்குக் காரணங்கள் என்பதை மறுப்பதற்கில்லை.

இணைப்பு விடுபட்ட சாக்கடைகளை இணைத்து சாக்கடைப் போக்கினைத் தொடரச் செய்தது, அடைப்புகளை நீக்கியது, தேங்கிய நீரினை இறைப்பான்கள் மூலம் அப்புறப் படுத்தியது என்ற அரசின் முயற்சிகளைப் பாராட்டத்தான் வேண்டும். தூய்மைப் பணியாளர்கள், காவலர்கள், மருத்துவப் பணியாளர்கள் இரவுபகலாக ஓய்வு ஒழிச்சலற்ற சேவையும் நமது நன்றிக்குரியவை.

இயற்கையின் சீற்றத்துக்கு முன்னால் எல்லா மனித யத்தனங்களும் பயனற்றுப் போகின்றன.

சென்னையை மீட்டெடுக்க முடியும் என்ற நம்பிக்கை கவிஞர் ரவி சுப்பிரமணியனின் மற்றொரு மாநகரச்செடியாக நமக்குள் முளைக்கிறது.

இச்செடியைக் கவனமாகப் பாதுகாத்து எழிலுடன் பூத்துக் குலுங்கச் செய்யும் பொறுப்பு அரசுக்கு மட்டுமல்ல நமக்கும் இருக்கிறது!

## 28

# பிரபஞ்சத்தின் திண்ணை

மொட்டைமாடிதான் பிரபஞ்சத்தின் திண்ணை. அதில் என்ன சந்தேகம்?

வீட்டுத் திண்ணையில் உட்கார்ந்து தெருவை வேடிக்கை பார்க்கலாம்.

மொட்டைமாடியில் உட்கார்ந்து பிரபஞ்சத்தை வேடிக்கை பார்க்கலாம். பகல் என்றால் வானத்து நீலம், இரவென்றால் அண்டசராசரங்கள் நட்சத்திரக் கூட்டங்கள்.

மொட்டைமாடி பிரபஞ்சத்தின் திண்ணையே தான்.

வீடு கட்டிய புதிதில் மொட்டைமாடி புதுசாகவும் பளிச்சென்றும் இருந்தது. இப்போது போல் பாசி படிந்திருக்கவில்லை.

சித்ரா பௌர்ணமி அன்று குழந்தைகளோடு மாடிக்குப் போய்விடுவோம். நிலா வெளிச்சத்தில் நிலாச்சோறு சாப்பிடுவோம். மொட்டை மாடியில் சாப்பிட்டிருக்கிறீர்களா? சாப்பாட்டைத் தாண்டி வேறு ஏதோ கிடைக்கும் சாப்பிட! வீட்டுக்குள் வசிப்பதும் மொட்டைமாடியில் வாழ்வதுமாய்க் கழிந்த நாட்கள் அவை.

நோயின்றிவாழ பகலானாலும் இரவானாலும் கூடியவரை திறந்தவெளியில் வானத்தின் கீழே பொழுது கழிக்க வேண்டும் என்கிறது ஒரு மருத்துவக் குறிப்பு.

தஞ்சாவூர்க் கவிராயர்

மொட்டைமாடிக்கு மேல் கவிந்த வானத்தைப் பார்க்கும் போது மொட்டைமாடி கட்ட செங்கல்லையும் சிமெண்டையும் விட வானத்தைத்தான் அதிகம் பயன்படுத்தியிருப்பார் கொத்தனார் என்று தோன்றும்.

சிலசமயம் மொட்டை மாடியில் இலக்கிய ஜமா கூடும்.

ஒரு நண்பர் பெயர் மறந்துவிட்டது. ஆனால் அவர் சொன்ன கவிதை மறக்கவில்லை.

வாசிக்க ஒரு புத்தகம்
யோசிக்க ஒரு மொட்டை மாடி

கடவுளிடம் யாசிக்க இதைத் தவிர ஒன்றுமில்லை.

ஒருநாள் மாடிக்குப்போன பாரதியார் நீண்ட நேரம் கீழே இறங்கிவரவில்லை. அவர் மனைவி செல்லம்மாள் 'இவ்வளவு நேரம் மொட்டை மாடியில் என்ன செய்துகொண்டிருந்தீர்கள்?' என்று கேட்டாராம்.

"மந்திரச் சொல். ஒரே ஒரு மந்திரச் சொல் வேண்டி தவம் புரிந்தேன்" என்றார் பாரதி.

தஞ்சாவூரில் தஞ்சை ப்ரகாஷ் நடத்திய இலக்கிய மெஸ் பிரபலமானது. தமிழ்நாடு மட்டுமின்றி வெளிநாடுகளிலிருந்தும் அங்கு இலக்கிய நண்பர்கள் வருவார்கள்.

சட்டென்று ப்ரகாஷ் பாயைச் சுருட்டிக்கொண்டு 'வாருங்கள் மொட்டை மாடிக்குப் போகலாம்' என்று கிளம்பிவிடுவார். பேச்சும் சிரிப்பும் அமர்க்களப்படும்.

'அதோ ஒரு நட்சத்திரம் விழுகிறது!' என்று நண்பர் இருளாண்டி கத்துவார்.

ந. பிச்சமூர்த்தி பேசவே மாட்டார். அவர் பார்வை விழாத நட்சத்திரங்களில் லயித்திருக்கும். வெங்கட்சாமிநாதனின் கணேஷ் பீடிப்புகை இருட்டில் வெண்ணிற வளையங்களாக வெளிவரும்.

மொட்டை மாடி கயிற்றுக் கட்டில், நிலா வெளிச்சம் கையில் டிரான்சிஸ்டர் – ஒரு தலைமுறையின் ஆகச் சிறந்த வாழ்க்கையின் அடையாளம் இவை.

சிறுவயதில் மொட்டை மாடியில் வற்றல் வடகம் பிழிந்து காய வைப்பார்கள். காக்கை வந்து கொத்திச் செல்லாமல் இருக்க எங்களைக் காவல்வைத்துவிடுவார்கள். ஆனால் அரைகுறையாய்க் காய்ந்த வடகத்தை ருசி பார்ப்போம். அது ஒரு தனி ருசி!.

திண்ணைப் பேச்சு

மொட்டைமாடி என்றதும் அசோகமித்திரனின் எலி கதைதான் நினைவுக்கு வருகிறது.

அசோகமித்திரன் வைத்த பொறியில் ஒரு எலி சிக்கிக் கொள்ளும். அதை மொட்டைமாடியில் கொண்டுவிட எடுத்துப் போவார். கூண்டைத் திறந்துவிடுவார். எலி ஓடாமல் அப்படியே உட்கார்ந்திருக்கும். பரந்த வெளி பழக்கமில்லாத தால் எலி தாறுமாறாக ஓடிற்று என்று எழுதியிருப்பார்.

பரந்த வெளிப் பழக்கமில்லாத எலிகளைப் போலத்தான் பலரும் இருக்கிறார்கள்.

வெளிச்சம், பரந்தவெளி, ஆகாயம் – இவற்றோடு பரிச்சயமும் பழக்கமும் கொண்டவர்களாக நமது குழந்தை களை உருவாக்குவோம்!

காணாததைக் கண்டதுபோல் ஏன்தான் இந்த அணில்கள் இப்படிக் கத்துகின்றனவோ என்று பார்க்க மொட்டை மாடிக்குப் போவேன். அங்கு மொட்டைமாடி வெறிச்சென்று இருக்கும். தென்னங்கிளைகளில் அணில்கள் கத்துவது நிற்காது.

ஏதுமற்ற வெறுமையும் நம்மை உன்மத்தம் கொள்ள வைக்கிறது – இந்த அணில்கள்போல!

ஒரு நண்பர் சொன்ன உண்மைச் சம்பவம்.

பெண்ணைத் திருமணம் செய்து கொடுத்தார்கள். சம்பந்தி வீட்டார் நல்லவர்கள்தான். பிரச்சினை மொட்டை மாடியால் வந்தது.

"அடிக்கடி உங்க பெண் மொட்டைமாடியில் போய் உட்கார்ந்துகொள்கிறாள். பகலானால்கூட பரவாயில்லை. ராத்திரி ரொம்ப நேரம் அங்கே போய்விடுகிறாள். எவ்வளவு சொல்லியும் கேட்பதில்லை."

நண்பர் சிரித்தபடி, "அதொண்ணுமில்லை, அம்மா! சின்ன வயசிலிருந்தே என் பொண்ணை மொட்டை மாடிக்கு அழைத்துப்போய் வானத்தைக் காட்டுவேன்... எங்கள் வீட்டில் எல்லோருக்குமே இந்தப் பழக்கம் உண்டு. அடிக்கடி மொட்டை மாடிக்குப் போய்விடுவோம்..."

"நாங்களெல்லாம் மழைவந்துவிட்டால் காயப் போட்ட துணியை எடுக்க மட்டும்தான் மொட்டை மாடிக்குப் போவோம்" என்றார் சம்பந்தி அம்மாள்.

"என்னால் நட்சத்திரங்களைப் பார்க்காமல் இருக்க முடியாது" என்றதாம் அந்தப் பெண்.

சக்கரை அம்மா என்ற பெண் சித்தர் சென்னை திருவான்மியூரில் 1901இல் வாழ்ந்தார். மிகச் சிறுவயதிலேயே விதவையான அவருக்கு விதவைக் கோலம் அணிவித்தனர். அன்றே விறுவிறுவென்று மொட்டைமாடிக்கு ஏறிச்சென்று அங்கிருந்த திண்ணையில் மோனத் தவம் புரிந்தார். குளியல், உணவு, பருகுநீர் ஏதுமின்றிப் பத்து வருடங்கள் மொட்டை மாடியில் திறந்த வெளியில் வீற்றிருந்தார். பல சித்துகள் கைவரப்பெற்றார். அதில் ஒன்றுதான் லஹிமா என்று சொல்லப் படும் ஆகாய மார்க்கத்தில் பறந்து போவது!

இவ்வாறு அவர் ஆகாய மார்க்கத்தில் பறந்து வருவதைக் கண்டு பதிவு செய்தவர் தமிழ்த் தென்றல் திரு.வி.க.

"...அவ்வம்மையார் (சக்கரைஅம்மா) பறவையைப்போல் வானத்தில் பறப்பார். ஒருமுறை யான் வசித்த கல்லூரியின் மாடியில் பறந்துவந்து நின்றார். மானுடம் பறக்கிறது என்றால் விந்தை அல்லவா? அக்காலத்தில் சென்னையில் வசித்த விஞ்ஞானிகள் பலர் அவரைச் சூழ்ந்து கொண்டு அம்மையாரை ஆராய்ந்தனர். அப்போது சென்னை மியூசியத் தலைவராக இருந்த ஒரு ஐரோப்பியர் அம்மையார் பறவை இனத்தைச் சேர்ந்தவர் என்றும் அவரிடம் பறவைக்குரிய கருவி காரண அமைப்புகள் சில உள்ளன என்றும் விளக்கினார்..."

பறவையைப் போன்று பறப்பதற்குச் சிறகுகளோ, லஹிமா என்ற சித்தி கைவரப் பெறுதலோ வேண்டாம் என்று தோன்றுகிறது.

மொட்டைமாடியின் மேலேறி வந்து சற்றே ஆகாயத்தை நெருங்கும்போது பறந்துசெல்லும் உணர்வைப் பெற்று விடலாம்!

# 29

# முணுமுணுத்தல்களும் முழக்கங்களும்

முன்பெல்லாம் வீடுகளில் பெண்கள் ஏதேனும் முணுமுணுத்தபடி வளைய வருவார்கள். சில சமயம் அவை அவர்களுக்குப் பிடித்த ராகங்களாக இருக்கும். அபூர்வமான பழைய பாடல்களின் ராகங்கள் வாய் முணுமுணுத்தலாக வீட்டுக்குள் அங்குமிங்கும் அலையும். ராகங்கள்தான் என்றில்லை. வாய்விட்டுச் சொல்லமுடியாத சோகங்களையும் சத்தமாக வெளிப்படுத்த முடியாத கோபதாபங்களையும் சன்னமான குரலில் சொல்லிச் செல்வார்கள். அதுபோன்ற சந்தர்ப்பங்களில் 'அங்கே என்ன முணுமுணுப்பு?' என்று ஆண்கள் அதட்டுவதுண்டு. அப்படி ஒரு தலைமுறை இருந்தது. முணுமுணுத்த சாப்பாட்டைவிட முரமுரத்த பட்டினி மேல் என்பது பழமொழி.

பள்ளிப்பருவத்தில் என்னோடு படித்த நண்பன் சொன்ன சம்பவம் நன்றாக நினைவிருக்கிறது.

அப்பாவுக்கும் அம்மாவுக்குமிடையே ஏதோ சண்டை. சண்டை முடிந்த பிறகும் அம்மா சமையல் அறையில் ஏதோ முணுமுணுத்தபடி இருந்திருக்கிறார். 'என்ன முணுமுணுப்பு வேண்டிக்கிறது? சொல்லித் தொலையேன்' என்று கை ஓங்கி இருக்கிறார். என் நண்பன் குறுக்கே விழுந்து தடுத்திருக்கிறான். எப்பப் பாரு முணுமுணுப்புதான் என்று சத்தம் போட்டுவிட்டு வெளியே போய்விட்டார்.

தஞ்சாவூர்க் கவிராயர்

அடுப்பில் சாதம் கொதிக்கிறது. அப்போதெல்லாம் விறகு அடுப்புதான். அடுப்புக்குள் விறகுச் சுள்ளிகளை உடைத்துத் திணித்தார் அம்மா.

‘எதுக்கும்மா முணுமுணுக்கறே. சண்டைதான் முடிஞ்சு போச்சுல்ல...’ என்றானாம்.

“உனக்குப் புரியாதுடா. ரெண்டு வருசம் போனால் புரியும். இந்தா எரியுது பாரு அடுப்பு... சடசடன்னு சுள்ளி எரியுதா? அதுவும் என்னமாதிரி முணுமுணுக்குது பாரு. முணுமுணுக்காம பத்திக்கிட்டு எரிஞ்சா வீடே எரிஞ்சு போயிரும்டா. இந்த அடுப்பும் என் வயிறும் ஒண்ணுடா.”

பல தலைமுறைகளாக ஆண்களின் அடக்குமுறைக்கு எதிராகக் குரல் உயர்த்திப் பேசத் தயங்கிய பெண்களுக்கு வடிகாலாக முணுமுணுத்தல் இருந்திருக்கிறது.

இப்போதெல்லாம் பெண்கள் முணுமுணுப்பதில்லை. எதையும் உரத்துப் பேசவும் உரிமைக்குரல் கொடுக்கவும் போராட்டக் களத்தில் முன்நின்று முழக்கமிடவும் பெண்கள் முன்வருகிறார்கள்.

‘எங்கிருந்தோ வந்தான் இடைச்சாதி நான் என்றான்’ என்ற பாரதியார் பாடலில் ‘கண்ணை இமையிரண்டு காப்பதுபோல் என் குடும்பம் வண்ணமுறக் காக்கின்றான் வாய்முணுத்தல் கண்டறியேன்’ என்ற வரியில் வேலைச் சுமை காரணமாக வேலையாட்கள் முணுமுணுப்பதைச் சுட்டிக் காட்டுகிறார். கண்ணன் அதைக்கூடச் செய்யமாட்டானாம்! சீர்காழி இந்த வரியை இரண்டு முறை பாடுவார்!

பெண்கள் மட்டுமின்றி வறுமையின் காரணமாக அநீதிக்கும் அடக்குமுறைக்கும் அடிபணிய நேர்கிற ஆண்களும் கூட முணுமுணுக்கவே செய்கிறார்கள்.

ஒரு தேசமே முணுமுணுத்தால் என்னாகும் என்பதற்கு எடுத்துக்காட்டுதான் பிரெஞ்சுப்புரட்சி. பசிக்கிறதா? ரொட்டிக்குப் பதிலாக கேக்கைச் சாப்பிடலாமே என்று கேலி பேசிய பிரெஞ்சு மகாராணியின் ஆணவம் ஆத்திரமுற்ற மக்களின் முணுமுணுப்பாக எழுந்து முழக்கமாக வெடிக்க வில்லையா?

சபர்மதி ஆசிரமத்தில் ரகுபதி ராகவராஜாராம் என்று முணுமுணுக்கப்பட்ட பாடல் வந்தே மாதரம் என்ற

முழக்கமாகவும், வெள்ளையனே வெளியேறு என்ற நாடு தழுவிய கோஷமாகவும் ஒலிக்கவில்லையா?

பொதுமக்களுக்கு எதிரான திட்டங்களை அரசாங்கம் கொண்டுவரும்போது 'இத்தகைய திட்டத்தில் எங்கள் வாழ்வாதாரம் பாதிக்கப்படும் என மக்கள் முணுமுணுப்பு' என்று நாளேடுகள் செய்தி வெளியிடுவதாகப் பார்க்கிறோம். முணுமுணுப்பு சிறு காட்டுத்தீ போன்றது. பொருட்படுத்தாது விட்டுவிட்டால் சகலத்தையும் பொசுக்கிச் சாம்பலாக்கிவிடும்.

புதுவை ஆரோவில் கவிஞர் மீனாட்சி அக்கா அவர்களுடன் ஒருமுறை பேசிக்கொண்டிருந்தபோது, "எறும்புகள் முணுமுணுப்பதைக் கேட்டிருக்கிறீர்களா," என்று வினவினார்.

'அப்படி முணுமுணுப்பதாகவே இருக்கட்டும்! அது எப்படி நம் காதில் விழும்' என்று கேட்டேன்.

நேற்று என் வீட்டெதிரே மரங்களின் கீழே ஒரு எறும்பு வரிசை ஊர்ந்துகொண்டிருந்தது. மரங்களிலிருந்து கீழே விழுந்து கிடந்த சருகுகளின் மீது அந்த எறும்பு வரிசை ஊர்ந்தபோது சரசரவென்று ஒரு மெல்லொலி எழுந்தது. எறும்புகள் முணுமுணுத்தபடி செல்வதுபோல் அது எனக்குத் தோன்றியது என்றார் கவிஞர்.

வ.வே.சு. ஐயரின் குளத்தங்கரை அரசமரம் கதையில் அரசமரம் தன் ஆயிரம் இலை கொண்டு நாவுகளால் (அரற்றியது) முணுமுணுத்தது என்று எழுதியிருப்பார்.

எங்கள் கிராமத்தில் சிறுவயதில் நான் கண்ட காட்சி. விஷக் கடிகளுக்கு எந்த மருத்துவமுமின்றி குணப்படுத்தும் சக்தி கொண்ட பெண்மணி இருந்தார். முதியவர். ஆனால் எழுதப் படிக்கத் தெரியாதவர். ஒரு தட்டில் விபூதியைப் பரப்பிக் கற்பூரம் ஏற்றி ஏதோ முணுமுணுக்க ஆரம்பிப்பார். நான் அருகிலிருந்து கேட்பேன். என்ன மொழியென்றே புரியாது. முணுமுணுத்தல் விநோதமாக இருக்கும். ஏதோ உச்சரிக்கிறார் என்று தெரியும். ஆனால் புரியாது. விஷக்கடி பட்டவர் குணமாகி விடுவார். அந்த மந்திரம் உங்களுக்குப் புரிகிறதா என்று அப்பாவிடம் கேட்பேன். அவர் முணுமுணுப்பிலேயே குணமாக்கக் கூடியவர் என்பார் அப்பா.

### ஒரு வேடிக்கைக் கதை

ஒரு ஊரிலே ஒரு ராஜா இருந்தார். அவருக்குச் சிகைத்திருத்தம் செய்ய நாவிதர் வந்தார். அப்போது மன்னரின் இரண்டு பக்கக்

காதுகளும் கழுதைக்காதுகளாக இருப்பதைக் கவனித்தார். "மகாராஜா! இதென்ன உங்களுக்குக் கழுதைக்காதுகளாக இருக்கின்றன," என்று கேட்டாராம். "ஆமாம்! இதை வெளியில் யாரிடமும் சொல்லிவிடாதே! உன்னைச் சிரச்சேதம் செய்துவிடுவேன்," என்றாராம். நாவிதனால் இந்த ரகசியத்தைக் காப்பாற்ற முடியவில்லை. தன் மனைவியிடம் சொல்லி விட்டான். இருவருமே பயந்து போனார்கள். "நம்மை அறியாமல் யாரிடமாவது சொல்லிவிட்டால் என்ன செய்வது? பேசாமல் அதோ அந்த மாட்டின் காதில் சொல்லிவிடலாம்," என்று இரண்டுபேரும் மாட்டின் காதுகளில் 'ராஜா காது! கழுதைக் காது!' என்று சொல்லிவிட்டார்கள். நாட்கள் சென்றன. மாடு அசைபோடுவதைப் பார்க்கும்போதெல்லாம், "பார்த்தாயா? ரகசியத்தைச் சொல்லப் பார்க்கிறது. ஆனால் முடியவில்லை! வாய்தான் அசைகிறது," என்று சொல்லிச் சிரித்தார்களாம். அடுத்த சில நாட்களில் மாடு இறந்துவிடுகிறது. அதை எடுத்துச் சென்றார்கள். மாட்டின் தோலை உரித்து டமாரம் செய்தார்கள். மன்னரின் ஏதோ உத்தரவைப் படிக்க அரண்மனை உப்பரிகையில் நின்றபடி டமாரத்தை அடித்திருக்கிறார்கள். 'ராஜா காது, கழுதைக் காது' என்ற பெரிய ஓசை டமாரத்திலிருந்து எழுந்ததாம்!

எத்தகைய ரகசியமும் முணுமுணுக்கப்பட்டுவிட்டது என்றாலே ஊரறிய வெளிப்பட்டே தீரும்!

தி. ஜானகிராமன் எழுதிய 'கண்டாமணி' சிறுகதையில் மார்க்கம் என்பவர் நடத்துகிற மெஸ்ஸில் சாப்பிட வருகிறார் ஒரு பெரியவர். அவர் சாப்பிட்டபிறகு மார்க்கம் குழம்பைக் கவனிக்கிறார். ஒரு பாம்புக்குட்டி செத்துக் கிடக்கிறது. மெஸ் நடத்தும் கணவனும் மனைவியும் பயந்துவிடுகிறார்கள். பாம்புக்குட்டியை அப்புறப்படுத்திவிட்டாலும் சாப்பிட்ட பெரியவருக்கு ஒன்றும் ஆகாமல் இருக்க வேண்டுமே! அவருக்கு ஒன்றும் ஆகாமல் இருந்தால் பஞ்சலோகத்தில் ஒருபெரிய கண்டாமணி வாங்கிக் கோவிலில் தொங்க விடுவதாகக் கடவுளிடம் வேண்டிக்கொள்கிறார்கள்! மறுநாள் காலை பெரியவர் இறந்துவிட்டதாகச் செய்தி வருகிறது. டாக்டர் வந்து பார்த்துவிட்டு மாரடைப்பால் இறந்ததாகச் சொல்லிவிடுகிறார். ஆனாலும் அவர் சாப்பிட்ட குழம்பில் ஏறிய விஷம்தான் அவரைக் கொன்றுவிட்டது. கடவுள் பழியிலிருந்து நம்மைக் காப்பாற்றி விட்டார் என்று நிம்மதி அடைகிறார்கள்.

வேண்டிக் கொண்டபடி கண்டாமணி செய்து கோவிலில் தொங்கவிடுகிறார்கள். ஆனால் அது டணார் டணார் என்று

திண்ணைப் பேச்சு

ஒலிக்கும்போதெல்லாம் செத்துப்போன பெரியவர் நினைவு வந்துவிடுகிறது. பெரியவர் செத்ததற்கு நீங்கள்தான் காரணம் என்று மனசாட்சி முணுமுணுக்கிறது. அதன் முணுமுணுப்பின் பேரோசையாகக் கோவில் கண்டாமணி ஓசை எழுகிறது.

மார்க்கத்தால் இந்தச் சித்திரவதையைத் தாங்க முடிய வில்லை. கோவில் தர்மகர்த்தாவிடம் வெள்ளி மணிகள் நாலைந்து செய்து தருவதாகவும் அதற்குப் பதிலாக கண்டாமணியைத் தன்னிடம் மிகைக் கொடுத்து விடுமாறும் கேட்கிறார்.

தர்மகர்த்தா சித்தம் கலங்கிப்போச்சா என்று சிரிக்கிறார். மறுநாள் குளிக்கும் போதும் கோவில் மணிச் சத்தம் அவர் மனசாட்சியின் மீது மோதுகிறது!

டணார்!

# 30

## சொக்கம்பட்டி ஜமீன்தாரும் இனிப்பின் விளைச்சலும்

தஞ்சாவூர்க்காரர்களுக்கு அல்வா என்றால் அது திருவையாறு அல்வாதான். அல்வாவின் 'கூடப்பிறந்த தங்கச்சி' மாதிரி கிடைக்கும் இனிப்பின் பெயர் அசோகா.

சமீபத்தில் சங்கரன்கோவிலில் நடந்த பொதிகை புத்தகத் திருவிழாவுக்குக் கூப்பிட்டிருந்தார்கள், போனேன். அங்கே ருசியில் திருவையாறு அல்வாவையே தூக்கிச் சாப்பிடக்கூடிய ஒரு அல்வா அனுபவம் கிடைத்தது.

எங்களை (என்னோடு ஒரு கல்லூரிப் பேராசிரியரும் வந்தார்) இலக்கிய அன்பர் ஒருவர் சொக்கம்பட்டி அல்வாக் கடைக்குக் கூட்டிப் போனார். கடைமட்டுமல்ல, கடையோடு அல்வா தயாரிக்கிற சமையல்கூடத்துக்கே அழைத்துப் போய்க் காட்டினார்.

சொக்கம்பட்டிக்கு அல்வாவை அதன் பூர்வீகமான ராஜஸ்தானிலிருந்து அழைத்து வந்தவர் சொக்கம்பட்டி ஜமீன்தார். சுத்துப்பட்டு 750 கிராமங்களுக்குத் தலைவரான மேற்படி ஜமீன்தார் காசியாத்திரை போயிருக்கிறார். அங்கே ராஜஸ்தானில் ஒரு ராஜா வீட்டில் சாப்பிட்ட விருந்தில் அவருக்குப் பரிமாறப்பட்ட காசி அல்வா ரொம்பப் பிடித்துவிட்டது. அந்தக் காலகட்டத்தில் ராஜஸ்தானில் பஞ்சம் தலைவிரித்தாடியது.

சொக்கம்பட்டி ஜமீன்தார் காசி அல்வா தயாரிக்கும் சமையல் கலைஞர்களில் நாலு குடும்பத்தை அழைத்து வந்திருக்கிறார். நாலு குடும்பத்தைச் சேர்ந்த 40 பேர் வந்திருக்கிறார்கள்.

சொக்கம்பட்டியில் அல்வாக் கடையில் அறுபதுவகையான அல்வா தினுசுகள் தயாரிக்கப்பட்டன. ஒவ்வொன்றும் தனி ருசி. ஜமீன்தார் காலத்துக்குப்பிறகு ராஜஸ்தானிலிருந்து (சிங் என்ற பெயரொட்டுடன் அறியப்பட்டவர்கள்) தென் மாவட்டங்களின் பல இடங்களுக்குக் குடிபெயர்ந்துவிட்டனர். திருநெல்வேலி இருட்டுக்கடை அல்வாவும் அவற்றில் ஒன்று.

ஜமீன்தார் குடும்ப வாரிசுகள் சொக்கம்பட்டியில் மீண்டும் அல்வாக் கடையை அமைக்க விரும்பியிருக்கிறார்கள். பல்வேறு இடங்களுக்கும் சென்றுவிட்ட அவர்களை நேரில் சந்தித்து இக்கலையின் நுட்பங்களைக் கண்டறிந்தார் சொக்கம்பட்டி ஜமீன் குடும்ப வாரிசுகளில் ஒருவரான கணேசன்.

அல்வா தயாரிப்புக் கூடத்தில் மிகப்பெரிய வாணலிகளில் அல்வாவும் பால்கோவாவும், காரச்சேவு, மிக்சர் வகைகளும் தயாரிப்பதைக் காண்பித்தார். பால்கோவா கிளறும்போதே விசிறிவிட வேண்டும். அப்போதுதான் பக்குவம் வரும். சொக்கம்பட்டி அல்வாவில் முந்திரி சேர்ப்பது கிடையாது.

அங்கேயே அல்வாக் கடையில் உட்கார்ந்து பலவிதமான அல்வாக்களை ருசிபார்த்தோம். காரவகைகளும் தாங்கள் தனிப்பிறவியாக்கும் என்பதுபோல் ருசித்தன.

வாழைஇலைத்துண்டுகளில் உயிருடன் இருப்பது போல் தளதளத்த, சூடான அல்வாவின் ருசியை அங்கேதான் அநுபவிக்க வேண்டும்.

தொ.மு.சி. ரகுநாதனிடம் தமக்கு அல்வா வாங்கி வருமாறு புதுமைப்பித்தன் எழுதிய வெண்பா பிரசித்தம்.

அல்வா எனச் சொல்லி அங்கோடி விட்டாலும்
செல்வா நீ தப்ப முடியாதே – அல்வா
விருதுநகர்க் கெடியில் உன்னுடனே கட்டாயம்
வருது எனக் காத்திருப்பேன் நான்.

தொ.மு.சி. ரகுநாதன் தாம் எழுதிய புதுமைப்பித்தன் பற்றிய வாழ்க்கை வரலாற்று நூலில் இதைப்பற்றி எழுதியிருக்கிறார். கட்டாயம் அல்வா வாங்கித் தந்திருப்பார்!

திருநெல்வேலி, கன்னியாகுமரி, தென்காசி, ஸ்ரீவில்லிபுத்தூர், திருச்செந்தூர் முதலான தென் மாவட்டங்களைத் தித்திப்புகளின் தேசம் என்றே குறிப்பிட்டுவிடலாம்.

ஸ்ரீவில்லிபுத்தூர் பால்கோவா மட்டுமன்றி ஜாங்கிரிக்கும் தனிச்சுவை உண்டு. தென்காசியில் விற்கும் 'பால்பன்'–ஐப் பல்லில்லாத முதியவர்களும் உண்டு மகிழலாம். பால்பன் வாயில் கடிபட்டவுடன் மட்டுமே சுரக்கும் ஜீரா பன்னுடன் சேர்ந்து தித்திக்கும்.

குதிரைக் குளம்படி வடிவத்தில் தேநீர்க் கடைகளில் விற்கப்படும் முட்டைக்கோஸ் வாங்கிச் சாப்பிட்டோம்.

"மேலகரம் மனோகரா இனிப்பைச் சாப்பிட்டதுண்டா?" என்று கேட்டார் இலக்கிய அன்பர். தஞ்சாவூரிலும் மனோகரம் என்ற இனிப்பு கல்யாண விசேஷங்களில் வெல்லப்பாகில் செய்யப்படும் முறுக்குவகையைச் சேர்ந்தது.

தூத்துக்குடியில் தயாராகும் முந்திரிப்பருப்பில் மக்ரூன் எனப்படும் டோனட் என்ற கூம்பு வடிவ வெள்ளை வெளேர் என்ற சங்குவடிவ இனிப்பு வாயில் பட்டதும் கரையும் இனிப்பு களின் கதாநாயகன் என்றே சொல்லலாம்.

தஞ்சாவூரில் முந்திரிப் பருப்பில் செய்யப்படும் பருப்புத் தேங்காய் என்ற பண்டம் சர்க்கரைப்பாகு சேர்த்து அதற்கான அச்சுக் கோபுர வடிவில் செய்யப்படுவது நினைவுக்கு வந்தது. இதன் பூர்வீகம்கூட தூத்துக்குடிதான்!

கழுகுமலையிலும், கோவில்பட்டியிலும் கிடைக்கும் கரிசல் இனிப்பான கடலை மிட்டாயின் சுவைக்கு ஈடு இணை உண்டா?

திருவிழாக்களில் குறிப்பாக கந்தூரித் திருவிழாக்களில் விற்கப்படும் முட்டாயி என்கிற தின்பண்டத்தை இரண்டு ஓலைப்பெட்டிகளில் கைப்படாமல் அள்ளிப் பிறகு மூடித் தருவார்கள். அந்த இனிப்புக்கு இப்படி ஒரு தனிமரியாதை.

தென்மலை சிவன் கோயிலில் உருளியில் செய்யப்படும் பாயசம் வெகுருசியாக இருக்கும்.

ஆண்டாள் தனது பாசுரம் ஒன்றில் அக்கார வடிசல் என்ற பாயசத்தை முழங்கையில் நெய்வழியச் சாப்பிட்ட ருசியை வர்ணிக்கும் 'ஆடை உடுப்போம், அதன் பின்னே பாற்சோறு மூட நெய்பெய்து முழங்கை வழிவார' என்னும் வரிகளை மறக்க முடியுமா? குருவாயூர்ப் பாயசமும் தெய்வீக ருசிகொண்டது. பழனி பஞ்சாமிர்தத்தை முதல் தரிசனத்தின்போதே வாங்கிச் சாப்பிட்டுவிடவேண்டும் என்பார் பக்தர் ஒருவர்.

தென்காசி அருகிலுள்ள ஆயக்குடி பாலசுப்பிரமணிய சுவாமி கோவிலில் பாயசம் நைவேத்யம் செய்து ஆற்றை ஒட்டிய படித்துறையில் பிரசாதமாக ஊற்றப்படும். இதற்குப் படித்துறைப் பாயசம் என்று பெயர். பாயசம் ஊற்றும் கல்லுக்கு சீனிக்கல் என்று பெயர்.

அல்வா தயாரிப்பவரிடம் ஒரு அல்வாப் பிரியர் 'அண்ணாச்சி! நேத்திய விட அதே அல்வாவில் இன்னிக்கு இனிப்புக் கூடுதலாக இருக்கே அது எப்படி?' என்று கேட்டாராம்.

'நேத்திக்கே அல்வா செஞ்சு வச்சாச்சு. இன்னிக்கு அதிலே இனிப்பு விளைஞ்சிருக்கு; அவ்வளவுதான், என்றாராம்! ஆகா! இனிப்பு விளைஞ்சிருச்சு!' என்ன அருமையான சொல்லாடல்! சொல்லும் இனிக்கிறதே!

# 31

## வெளிச்சம் என்பது விழிகளில் இல்லை

அண்மையில் கண்புரை நோய்க்கு அறுவைச் சிகிச்சை செய்து கொண்டபின் பார்க்குமிடம் எல்லாம் பளீரென்று துல்லியமாகத் தெரிந்து என்னைப் பரவசத்தில் ஆழ்த்தியது.

இத்தனைநாள் பார்வையின் மங்கல் மனசின் மங்கலாக இருந்தது. இப்போது எண்ணத்திலும் காட்சியிலும் புதியதோர் தெளிவு. புதியதோர் 'பளீர்'.

ஏற்கெனவே என்னைப் போல் கண்புரை அறுவைச்சிகிச்சை செய்துகொண்ட நண்பர் 'பார்க்கிறதெல்லாம் பிறந்த குழந்தையின் கண்போல் பிரகாசமாய்த் தெரியுமே!' என்றார்.

அவர் சொன்ன உவமை பிடித்திருந்தது. பிறந்த குழந்தையின் கண்ணேதான்! எங்கும் ஒளிவெள்ளம்! இதற்கு முன் நான் பார்த்த உலகத்தை யாரோ புத்தம்புதுசாய் அலம்பிவிட்ட மாதிரியானகாட்சிகள்!

தஞ்சையை ஆண்ட இரண்டாம் சரபோஜி மன்னர் கண் மருத்துவத்தில் தனி ஈடுபாடு கொண்டிருந்தார். அதிலும் கண்புரை அறுவைச் சிகிச்சைகளை அருகிருந்து கவனித்தார். தஞ்சை சரஸ்வதி மகால் நூலகம் செல்வோர் அங்கு மிகப்பெரிய கண்ணாடிப் பேழையில் காட்சிக்கு வைக்கப்பட்டிருக்கும் பழைய பழுப்பேறிய அளவில் பெரியதான மருத்துவக் கிரந்தங்களைக் காணலாம்.

திண்ணைப் பேச்சு

அவற்றுள் ஒன்றுதான் இரண்டாம் சரபோஜி மன்னர் தாமே உதவியாளர்களைக் கொண்டு எழுதுவித்த கண் மருத்துவம் குறித்த படங்களுடன் கூடிய பதிவேடு.

கண்புரை அறுவைச் சிகிச்சையைச் செய்துகொண்ட 44 நோயாளிகள் பற்றிய நோய் வரலாறுகளை எழுதி வைத்திருக்கிறார். பல வண்ணங்களில் விளக்கப்படங்களும் இப்பதிவேட்டில் இடம் பெற்றுள்ளன. அறுவைச் சிகிச்சைக்கு வலி நிவாரணிகள் தரப்பட்டுள்ளன.

சிகிச்சை முடிந்து நலம்பெற்றுச் செல்வோருக்குக் கையில் பணமும் கொடுத்து அனுப்பியிருக்கிறார். அவர் நடத்திய தன்வந்திரி மஹாலில் ஆங்கில மருத்துவர்களும் சித்த மருத்துவர்களும் பணியாற்றியுள்ளனர்.

மிகச்சிறுவயதிலேயே (19 மாதங்களில்) பார்க்கும் திறனையும் கேட்கும் திறனையும் இழந்துவிட்ட ஹெலன் கெல்லர் பற்றி நாம் அறிவோம். எழுதுவதன் மூலம் தன் எண்ணங்களை வெளிப்படுத்திய ஹெலன் கெல்லர் தமது சுயசரிதையை எழுதியுள்ளார். அவர் எழுதிய எனக்கு 'மூன்றுநாள் மட்டுமே கண்பார்வை கிடைத்தால்' என்ற நான்குபக்கக் கட்டுரை உலகப் புகழ்பெற்றது. இக்கட்டுரையிலிருந்து சில பகுதிகள்.

இவ்வுலகில் ஒவ்வொரு மனிதரும் சில நாட்களுக்காவது குருடராகவும் செவிடராகவும் இருந்தால் அது கடவுள் தரும் ஆசீர்வாதமாக இருக்கும். இருட்டு அவர்களுக்குப் பார்வையின் மேன்மையையும் நிசப்தம் அவர்களுக்கு இவ்வுலகின் இனிய நல் ஓசைகளையும் உணர்த்தும்.

ஒருமுறை காட்டில் நடந்துவிட்டுத் திரும்பிய என் தோழி யிடம் 'என்ன பார்த்தாய்?' என்று கேட்டேன். அவரோ 'குறிப்பிடும்படியாக ஒன்றுமில்லை' என்று அலட்சியமாகப் பதில் சொன்னார்.

ஹெலன் கெல்லரால் இதைத் தாங்கிக்கொள்ள முடிய வில்லை. அவர் எழுதுகிறார்:

ஐயோ! ஒரு மணிநேரம் கானகத்தில் நடந்தபிறகும் அவரால் எதுவுமே பார்க்க முடியவில்லையா?

இலைகளின் விதம்விதமான வடிவங்களையும் பிர்ச் மரங்களின் வழுவழுப்பான உடல்களையும் பைன் மரங்களின் சொரசொரப்பான மேனியையும் தொட்டு மகிழ்ந்திருக்கிறேனே!

வசந்தகாலத்தில் மரக்கிளைகளில் என் கைக்குத் தட்டுப் படும் மொட்டுகள், பூக்களின் வெல்வெட் இதழ்கள்.

சில சமயம் நான் தொடும் மரம் ஒரு பறவையின் கூவலால் அதிர்வதை உணர்ந்திருக்கிறேன்.

இப்படியே எழுதிச் செல்லும் ஹெலன்கெல்லர் ஒரு கட்டத்தில் 'ஆஹா! ஏதேனும் அதிசயம் நடந்து எனக்கு மூன்று நாள் மட்டும் பார்வை கிடைத்தால் நான் எவற்றையெல்லாம் காண விரும்புவேன்?' என்று எண்ணிப்பார்த்துத் தன் ஏக்கத்தைக் கட்டுரையாக வடித்திருக்கிறார்.

### முதல்நாள்

முதல்நாளில் குழந்தைப் பருவம் முதல் என்னைக் கவனித்துக்கொண்ட என் ஆசிரியர் திருமதி அன்னிசல்லிவன் மேசியைத்தான் பார்க்க விரும்புவேன். அவர்களை ஆசைதீரப் பார்ப்பேன்.

என் நண்பர்களையெல்லாம் வரவழைத்து அவர்களின் முகங்களைப் பார்ப்பேன். என்னுடன் விளையாடும் ஒரு குழந்தையின் பட்டுக் கன்னங்களை நான்பார்க்க விரும்புகிறேன்.

என் பிரிய நாய்க்குட்டியைப் பார்க்கவேண்டும். வீட்டுப் பொருட்களின் வண்ணங்களைக் காண விரும்புகிறேன். வயல் களில் மேயும் குதிரைகள், வண்ணமயமான சூரிய அஸ்தமனம் – இவற்றைக் காண என் இதயம் விரும்புகிறது.

### இரண்டாம் நாள்

சூரியோதயத்தைக் காண விரும்புகிறேன். என்னை அழைத்துப்போகும் இயற்கை அருங்காட்சியகத்துக்குச் சென்று இதுவரை கையால் தொட்டு உணர்ந்தவற்றையெல்லாம் கண்ணால் காண விரும்புவேன். ஓவியக் கலைக்கூடங்களைக் காண்பேன்.

இரண்டாம் நாள் மாலை நாடக அரங்கிற்குச் சென்று நாடகத்தைக் கண்ணாரக் காண்பேன்.

வீடு திரும்பும் வழியில் செடிகள் பச்சைநிறத்தில் பளபளக்கும் நடைபாதையை ரசிப்பேன்.

### மூன்றாவது நாள்

நகரின் உயரமான கட்டடத்தில் நின்று உலகைக்காண்பேன். மாலை ஆனதும் மறுபடி நாடகம் பார்க்கப் போய்விடுவேன்.

ஏனென்றால் இன்று நள்ளிரவு மீண்டும் என் பார்வை போய் விடும் அல்லவா?

நீங்கள் குருடாக நேர்ந்தால் உங்களுடைய மூன்றுநாள் திட்டம் வேறுமாதிரி இருக்கும். ஒன்றுமட்டும் நிச்சயம். உங்கள் கண்கள் பார்வைபடும் இடமெல்லாம் தொட்டுப் பார்க்கத் துடிப்பீர்கள்.

கடைசியில் நீங்கள் பார்ப்பீர்கள்; அழகான புத்துலகம் உங்கள் கண்முன் விரியும்.

நான் சொல்ல விரும்புவது இதுதான்.

நாளையே குருடாகப் போவதாக நினைத்து உங்கள் கண்களைப் பயன்படுத்துங்கள். உங்களின் மற்றமற்ற அவயவங்களையும் அவ்வாறே பயன்படுத்துங்கள். குரல்களின் இசை, குருவிகளின் பாடல், உங்களைச் சுற்றியுள்ள நறுமணப் பண்டங்களின் ருசி எல்லாவற்றையும் இழக்கப்போவதாய் நினைத்து அநுபவித்துவிடுங்கள்.

ஆனால் எல்லாவற்றைக்காட்டிலும் 'பார்வை ஒன்றே' பரவசம் தருவதாக இருக்கும்.

பல ஆண்டுகளுக்கு முன்னால் தஞ்சை அரண்மனை தர்பார் ஹால் போகும் வழியில் சலங்கை கட்டிய குச்சியைத் தட்டிக்கொண்டு கண் தெரியாத பெரியவர் யாசகம் கேட்டு கைநீட்டி நின்றிருப்பார். முகத்தில் பார்வையற்று உருளும் கண்கள்.

ஹெலன் கெல்லர் போலவே நான் கேட்டேன்.

பெரியவரே மறுபடி உங்களுக்குப் பார்வை கிடைச்சா என்ன பார்க்கணும்னு ஆசை?

"வெயிலைப் பார்க்கணும் தம்பி. வெயில்லதான நின்னுக்கிட்டிருக்கேன்."

உங்களுக்குக் கனவு வருமா?

'ஓ வருமே நிறைய மீன்கள் பிடிக்கிற மாதிரி கனவு வந்தா மறுநாள் காசு நிறைய கிடைக்கும். ஒருவேளை வயிறாரச் சாப்பிடுவேன்'.

மதுரையில் வாழ்ந்த புகழ்பெற்ற ஓவியர் மனோகர்தேவதாஸ் கண்பார்வை குறைந்துகொண்டே வந்தபோது உடல்நலம் குன்றிய காதல் மனைவி மஹிமாவுக்குப் பணிவிடை செய்தபடி அவர் வரைந்த படங்கள் அற்புதமானவை. மதுரைக் காட்சிகளைத்

தத்ரூபமாக கறுப்பு வெள்ளைப் படங்களாகத் தீட்டினார். ஆறு நூற்கள். 21 பதிப்புகள். ராயல்டி தொகைகளைத் தான் பயின்ற கல்லூரிக்கும் சங்கர நேத்ராலயா, அரவிந்த் கண் மருத்துவமனைக்கும் கொடுத்துவிட்டார். சொத்துக்களின் ஒரு பகுதியை விற்று மேற்படி மருத்துவமனைகளில் அறக்கட்டளை நிறுவியிருக்கிறார். ஒரு சிறு குழாய் அளவே தெரியும் பார்வையை வைத்துக்கொண்டு மதுரையின் பழைய காட்சிகளையும் மரபுச் சின்னங்களையும் வரைந்து நாம் காண வைத்தார். அவரைப் பொறுத்தவரை வெளிச்சம் விழிகளில் இல்லை. அவர் விரல்களில் இருந்தது. நகக் கண்கள் என்று அதனால்தான் சொல்கிறோமோ?

மூன்றாவது கண்பற்றி நமது புராணங்களில் சொல்லப் பட்டிருக்கிறது. லோப்ஸாங் ரம்பா என்ற பௌத்தத் துறவி எழுதிய 'மூன்றாவது கண்' என்ற புத்தகத்தில் பௌத்த பிட்சு களுக்கு மூன்றாவதுகண் ஒன்றினை நெற்றி நடுவில் திறக்கும் சடங்கு பற்றிய பிரமிப்பூட்டும் சம்பவத்தை விவரித்திருப்பார்.

மனோகர் தேவதாஸ் போன்ற மனிதர்களைப் பற்றித் தெரிந்துகொள்ளும்போது மூன்றாவது கண் ஒன்று இருப்பதாக உணர்கிறோம்.

ஒரே வித்தியாசம்.

அதன் பெயர் மூன்றாவது கண் அல்ல, தன்னம்பிக்கை!

## 32

# குற்றமும் தண்டனையும்

உலகம் முழுவதும் ஒவ்வொருநாளும் குற்றங்கள் நடந்துகொண்டுதான் இருக்கின்றன. அக்குற்றங்களுக்கான தண்டனைகள் காலங்கள் தோறும், நாடுகள்தோறும் மாறுபடுவதைப் பார்க்கிறோம். குற்றம் செய்யாத மனிதர்கள் யாருமில்லை. அதனால்தான் பொது இடத்தில் கற்புநிலை தவறிய பெண்ணை கல்லால் அடித்துக் கொல்ல முனைந்தபோது ஏசுபிரான், 'உங்களில் குற்றமே செய்யாதவர்கள் இவள்மீது முதலாவது கல்லெறியட்டும்' என்று அந்தப் பெண்ணுக்காகப் பேசுகிறார்.

நாடுகள்தோறும் தண்டனைகள் மாறுபடு கின்றன. நாகரிகத்தில் உயர்ந்துவிட்டதாக நாம் நம்பிக்கொண்டிருக்கும் நாடுகளின் சட்டதிட்டங்கள் காட்டுமிராண்டித்தனமாக இருக்கின்றன. சாட்டையால் அடிப்பது, பிரம்பால் அடிப்பது, பொதுஇடங்களில் மக்கள் முன்னிலையில் மரண தண்டனைகள் நிறைவேற்றுவது என்பன அவற்றுள் சில. அண்மையில் செய்தி சேகரிக்கச் சென்ற பத்திரிகையாளரை ஒரு நாடு, மக்கள் முன்னிலையில் சுட்டுக்கொன்றது உலகமெங்கும் அதிர்வலைகளை உண்டாக்குகிறது.

அண்மைக் காலமாக மரணதண்டனைக்கு எதிராக உலகெங்கும் எதிர்ப்புக் குரல்கள் எழுந்து

வருகின்றன. சிறைச்சாலைகளைச் சீர்திருத்தச் சாலைகளாக மாற்றும் கருத்து முன்வைக்கப்படுகிறது. கண்ணுக்குக்கண், பல்லுக்குப் பல் என்ற பழிவாங்கும் அடிப்படையில் அமையும் தண்டனைகள் அரச வன்முறையாகவே பார்க்கப்படுகின்றன.

குற்றங்களையும் தண்டனைகளையும் குறித்து நாம் கொண்டிருக்கும் பார்வையை மகாத்மா காந்தியடிகளின் வாழ்க்கைச் சம்பவங்களின் பின்னணியில் மறுபரிசீலனை செய்தல் தகும்.

ஆங்கிலேய அரசு மக்களை வஞ்சிப்பதாகக் கூறிக் கடுமையான சொற்களால் அரசை விமர்சித்த கட்டுரைகளுக்காக காந்தி கைது செய்யப்பட்டு நீதிபதியின் முன்னால் நிறுத்தப் படுகிறார். அவர்மீது ராஜ நிந்தனைக் குற்றம் சுமத்தப்படுகிறது.

நீதிபதி ஜஸ்டிஸ் ப்ரூம் ஷீல்டு மகாத்மாகாந்திமீது மிகுந்த மரியாதை கொண்டவர். அவர் காந்தியடிகளைப் பார்த்து, "இந்தக் குற்றச்சாட்டை ஒப்புக் கொள்கிறீர்களா?" என்று கேட்கிறார். "ஆம் நூற்றுக்கு நூறு ஒப்புக் கொள்கிறேன்" என்கிறார் காந்திஜி. ஆனால் ப்ரூம்ஷீல்டு, "நீங்கள் மக்களால் மகாத்மா என்று அழைக்கப்படுபவர். ஒரு தத்துவ ஞானியாகவே மக்கள் உங்களைப் பார்க்கிறார்கள். நீங்கள் எழுதியது குற்றமல்லவா?" என்று கேட்கிறார்.

காந்திஜி தாம் எழுதிய கட்டுரையை நீதிபதிக்கு வாசித்துக் காண்பித்துவிட்டு நீதிபதியை நோக்கிச் சொல்லுகிறார், "நீதிபதி அவர்களே, உங்களுக்கு முன் இரண்டு விருப்பத் தெரிவுகள் உள்ளன. என் கட்டுரையின் கருத்துக்கள் ஏற்புடையதென்றால் ஒன்று நீங்கள் நீதிபதி பதவியிலிருந்து கீழிறங்க வேண்டும்; அல்லது அரசு இந்தக் குற்றத்துக்கு விதித்துள்ள உச்சபட்ச தண்டனையை எனக்கு வழங்க வேண்டும்." நீதிபதி, "நான் சட்டப்படிதான் செயல்பட்டாக வேண்டும். ஆகவே உங்களுக்கு ஆறு ஆண்டுகள் சிறைத்தண்டனை விதிக்கிறேன்" என்கிறார்.

"இந்தத் தண்டனை ஏதேனும் காரணங்களால் உங்களுக்குக் குறைக்கப் பட்டால் உங்களைவிட நான்தான் அதிக மகிழ்ச்சி அடைவேன்" என்று கூறுகிறார். அவர் கூறியபடியே சிறிது காலம் கழித்துக் காந்திஜியின் சிறைத்தண்டனை குறைக்கப்படுகிறது. விடுதலையான பிறகும் தாம் அநுபவிக்காத ஆறு ஆண்டு தண்டனைக் காலத்தில் காந்திஜி எவ்வித அரசியல் நடவடிக்கையிலும் ஈடுபடாமல் விலகிவிடுகிறார். அதற்குப்

பதிலாகக் கிராமங்கள்தோறும் சென்று மக்களைச் சந்திப்பது, ஹரிஜனங்களின் கல்வி மேம்பாட்டிற்கு உழைப்பது என்று தன் தண்டனைக்காலத்தை நிறைவுசெய்கிறார். ஆங்கில அரசு மட்டுமன்றி அகில உலகமே கண்டு அதிசயித்த நிகழ்வு இது.

மற்றொரு சம்பவம். சபர்மதி ஆசிரமத்தில் ஓர் இளைஞன் பாலியல் அத்துமீறலில் ஈடுபட்டதாகக் கூறி காந்தியடிகளின் முன் நிறுத்தப்படுகிறார். அவனை விடுவிக்கக் கூறிவிட்டு அன்று முதல் உண்ணாவிரதத்தில் உட்கார்ந்துவிட்டார். ஒருவாரம் கழித்து ஆசிரமவாசிகள் காந்தியடிகளை அணுகி அந்த இளைஞனுக்குத் தண்டனை தராமல் உங்களை ஏன் வருத்திக்கொண்டீர்கள் என்று கேட்ட போது, "ஆசிரமச் சூழலில் இப்படி நடக்க ஏதோ ஒருவகையில் நானும் காரணமாய் இருந்திருக்கிறேன். ஆகவேதான் நான் என்னைத் தூய்மைப் படுத்திக்கொள்ள உண்ணாவிரதம் இருந்தேன்" என்கிறார். இது ஒரு சுயதண்டனை. அக்கினிப் பிரவேசம். அறத்தின் ஆவேச நிலை.

சிறுவயதில் தான்செய்த குற்றத்திற்கு எண்பது வயதில் பிராயச்சித்தம் தேடிய எழுத்தாளர் உண்டு.

ஆங்கில எழுத்தாளர் சாமுவேல் ஜான்சன் அப்போது சிறுவன். அவரது தந்தை அந்த நகரின் சந்தையில் ஒரு பழைய புத்தகக்கடை வைத்திருந்தார். ஒருமுறை காய்ச்சல் காரணமாக அவரால் கடைக்குப் போக முடியவில்லை. அன்று ஒருநாள் மட்டும் கடையைக் கவனித்துக்கொள்ளும்படி சாமுவேல் ஜான்சனைக் கேட்டுக்கொண்டபோது முடியாது என்று பிடிவாதமாக மறுத்துவிட்டார் அவர். இதை நினைத்துப் பின்னாளில் சாமுவேல் ஜான்சன் அடிக்கடி வருந்துவதுண்டு. அவரது வாழ்க்கை வரலாற்றை பாஸ்வெல்லிடம் கூறிவரும் போது இச்சம்பவத்தைக் கண்ணீர்மல்க விவரிக்கிறார். ஒருநாள் சட்டென்று தாம் குடியிருந்த நகரம் நோக்கிப் புறப்பட்டு விட்டார். மழைவிடாது பெய்துகொண்டிருக்கிறது. நகரத்தில் சந்தை இருந்த இடம் இடிபாடுகளாகக் காட்சி அளிக்கிறது. அங்கு தந்தை வைத்திருந்த பழைய புத்தகக்கடையின் இடம் மண்மேடாக இருக்கிறது. அந்தமண் மேட்டின்மீது கொட்டும் மழையில் நீண்டநேரம் நின்று விட்டு வீடு திரும்புகிறார். கடுமையான சளியும் மூச்சுத் திணறலும் வந்து அவதிப்படுகிறார். ஆனால் தான் செய்த குற்றத்துக்குச் செய்த பிராயச்சித்தம் அவருக்கு மனநிறைவு தந்தது என்கிறார் பாஸ்வெல்லிடம்.

தஞ்சையில் மராட்டிய மன்னர்கள் ஆட்சியின்போது மக்கள் செய்த சிறிதும் பெரிதுமான குற்றங்களுக்கு வழங்கப்

பட்ட தண்டனைகள் குறித்த செய்திகளைப் பேராசிரியர் கே.எம்.வேங்கட ராமையா, மோடி (மராட்டிய மன்னர் காலத்து அலுவல் மொழி) ஆவணக் குறிப்புகளிலிருந்து தொகுத்துள்ளார். (தமிழ்ப் பல்கலைக் கழக வெளியீடு – 11, 1984)

அரிசிக்காரி நனைந்து போன அரிசியை விற்றாள். கோவிலில் சுவாமிக்கு அழுக்குத் துண்டு கட்டப்பட்டிருந்தது.

ஒருவன் யானைக்குப் பழைய வெல்லம் கொடுத்தான்.

ஒருவன் மாடுகளை அகழியில் மேய்த்தான்.

பாராக்காரன் தூங்கிவிட்டான்.

மணியைச் சரியாக அடிக்கவில்லை.

– இத்தகைய குற்றங்களுக்கு ஒருசக்கரத்துக்குக் குறைவான தொகை அபராதமாக விதிக்கப்பட்டது.

சிவகங்கைக் குளத்தில் குடங்களை அலம்பியதால் குடிதண்ணீரின் தூய்மையைக் கெடுத்த பெண்களுக்கு நான்கரைச் சக்கரம் அபராதம் விதிக்கப்பட்டது. தீர்ப்புகளைத் தம்பட்டம் அடித்துத் தெரிவிக்கும் முறை இருந்தது.

தண்டனைகளில் பலவகைகள் காணப்பட்டன. அபராதம் விதித்தல், தேங்காய் இத்தனை என்று வசூலித்தல், விலங்கிட்டு வேலை வாங்கிக்கொண்டு அடித்துக் கோட்டைக்கு வெளியே விட்டுவிடுதல், சிறையிலடைத்தல் – என்பன சில.

பஞ்சு வஸ்தாது என்று ஒருவன் இருந்தான். அவன் ஜாதிப்பிரஷ்டம் செய்யப்பட்டவன் என்றுகூறிச் சாப்பாட்டு வரிசையில் உட்காரவைக்கவில்லை. இது சர்க்காருக்குத் தெரிவிக்கப்பட்டது. சர்க்கார் சம்பந்தப்பட்டவர்களுக்குக் கடுமையான தண்டனை விதித்தது.

அந்நாளில் தீர்ப்புக் கூறியவர்கள் சரஸ்வதி பண்டாரத்தில் இருந்து (சரசுவதி மஹால்) சாத்திரம் வல்லாரைக் கேட்டு அறிந்து தீர்ப்பு வழங்கினர். விஞ்ஞானேசுவரீயம் முதலான கிரந்தங் களைப் பார்த்துத் தீர்ப்புகள் வழங்கப்பட்டதாகத் தெரிகிறது.

அரசியலில் தலைமை வகித்தவர்களுக்குத் தனிமரியாதை காட்டாவிட்டால் தண்டனை விதிக்கப்பட்டது. ரெஸிடெண்டு தெரு வழியே சென்றுகொண்டிருந்தார். அங்கு தேவதாசியின் மகள் 'நாகு' என்பவள் ஒரு வண்டியில் வந்துகொண் டிருந்தாள். அவள் ஏறிவந்த வண்டி ஓரமாகப் போகாமல்

ரெஸிடெண்டுக்கு எதிரே வந்தது. ஆகவே அந்த நாகுவுக்கு ஒரு சக்கரம் 2 பணம் அபராதம் விதிக்கப்பட்டது.

வீரவாகு என்ற வண்டிக்காரன் தம்பிமகன் வண்டி ஓட்டிச் சென்றான். அவனுக்கு வயது 18. வண்டி நான்கு மாதக்காளைக் கன்றின்மேலே ஏற கன்று இறந்தது. இந்தக் குற்றத்திற்கு ஒரு சக்கரம் 2 பணம் அபராதம். கன்றுக்குட்டியின் விலையைக் கன்றுக்குட்டியின் சொந்தக்காரருக்குக் கொடுக்க வேண்டும். இதுபோன்ற மற்றொரு வழக்கில் கன்றுக்குட்டியை வண்டி ஏற்றிக்கொன்றவர் சொத்தைப் பறிமுதல் செய்து, நெற்றியில் முத்திரை இட்டுத் தமுக்கு அடித்துக் கோட்டைக்கு வெளியே துரத்திவிடுவது என்று தீர்ப்பு வழங்கப்பட்டது.

மகன் ஊர்ந்து வந்த தேரில் அகப்பட்டுக் கன்றுக்குட்டி இறந்ததற்கு மகனையே தேர்க்காலில் கிடத்திக் கொன்ற மனுநீதிச்சோழன் நினைவில் நிழலாடுகின்றான்.

## 33

## சந்தித்த வேளையில்...

கலை இலக்கியம் சம்பந்தப்பட்ட ஆளுமைகளை அவர்கள்மீது கொண்ட அபிமானம் காரணமாகவும் பத்திரிகைக் கட்டுரைக்காகவும் நேரில் சந்தித்த வேளைகள் மறக்க முடியாதவை. பானுமதி பற்றிய கட்டுரை எழுதும் பொருட்டாக அவர்வீட்டுக்குத் தொண்ணூறுகளின் முற்பகுதியில் ஒரு பிற்பகல் சென்றேன்.

எனக்கு முன்னால் பானுமதி உட்கார்ந்திருக்கிறார். திரையில் வரும் நிழல் பானுமதி அல்ல, நிஜ பானுமதி.

பணிப்பெண் அவருக்கு முன்னால் ஒரு கோப்பைப் பழச்சாறும் எனக்கு முன்னால் கம்மென்று மணக்கும் காபியும் கொண்டு வந்துவைத்தார்.

"உங்களுக்குத் தஞ்சாவூர் பூர்வீகம் என்று கேள்விப்பட்டேன். நீங்களெல்லாம் காப்பி பிரியர்கள் அல்லவா? ஆகவேதான் உங்களுக்குக் காப்பி கொண்டுவரச் சொன்னேன்!" என்றார் புன்னகைத்தபடி பானுமதி.

"நீங்களும் காபி சாப்பிடலாமே!" என்றேன்.

"வாழ்க்கையில் எனக்குப் பிடிக்காத விஷயங்கள் இரண்டு; ஒன்று சினிமா, மற்றொன்று காபி" என்றார் பானுமதி.

திரையில் ஜொலிக்கும் நட்சத்திரமாய் நின்று விடாமல் சாதாரண மனுஷியாக அவர் பேசியது பிடித்திருந்தது.

அதற்குள் வெளியே ஏதோ களேபரம்.

பானுமதியின் உதவியாளர் பால்கனியில் இருந்து எட்டிப்பார்த்து விட்டுவந்தார்.

"அம்மா! உங்களைப் பார்க்க வந்தவங்க! வாசல் கேட்டுல முண்டியடிக்குது கூட்டம்!"

பானுமதி சட்டென்று எழுந்தார். நேராக பால்கனிக்குச் சென்றார். இருகைகளையும் கூப்பி வணங்கினார். பிறகு மெல்லிய புன்சிரிப்புடன் கை அசைத்தார்; அவ்வளவுதான் வந்துவிட்டார்.

காப்பி பிரமாதமாக இருந்தது. காற்றில் நாகலிங்கப் பூக்களின் வாசனை.

என் முன்னால் உட்கார்ந்தவரைப் பார்த்தேன்.

அழகான திருத்தமான நெற்றி. அதில் நெருப்புக்கோடாக ஸ்ரீசூர்ணம். கத்தரித்த புருவங்கள். அழகான நாசி. அளவான முகப்பூச்சு. பட்டுப்புடவை, கம்பீரமான, கௌரவமான தோற்றம்! எழுபது வயது என்று நம்பவே முடியவில்லை.

என்ன ஒரு தனித்துவம்! பர்சனாலிட்டி! "எங்கள் தமிழ்நாட்டு ரசிகர்கள் உங்களை அவர்கள் வீட்டுப் பெண்ணாகவே நினைக்கிறார்கள்! அப்படி ஒரு தத்ரூபமான நடிப்பு!"

"இருக்கலாம்; ஆனால் நான் நடிக்கவே விரும்ப வில்லை! அப்பாவின் வற்புறுத்தலால் நடித்தேன். வேண்டா வெறுப்பாக நடித்ததால் என் நடிப்பிலும் வசன உச்சரிப்பிலும் ஒரு அலட்சியம் வந்துவிட்டது! நான் காட்டிய இந்த அலட்சியம்... விலகல்தான் என்னுடைய பாணி! அதாவது பானுமதி ஸ்டைல். இது ரொம்ப நல்லா இருக்குன்னு எல்லோரும் புகழ ஆரம்பிச்சாங்க. என்னடா இது வம்பாப் போச்சேன்னு நினைச்சேன்.

இதுதான் வாழ்க்கையில் நான் எதிர்கொண்ட குரூரமான நகைச்சுவை! *Cruel Joke!* எத்தனையோ சோதனைகளை வாழ்வில் தாண்டி வந்துவிட்டேன். அந்தவகையில் ஒரு விஷயத்தை என்னால் உறுதியாய்ச் சொல்ல முடியும்! நாம எல்லோரும் ஆத்ம பரிசோதனை பண்ணிக்கணும்!

நாம யாரு? எதுக்காக வந்தோம்? என்ன செய்துகிட்டு இருக்கோம்? அப்படீன்னு யோசிக்கணும். பணம், புகழ்னு அலையறதை விட இது முக்கியம்.

இதுல கவனமிருந்தா மனசைத் தத்துவ விசாரத்தில் பிலாச பிகலாக வைத்துக்கொண்டால் மற்றது தானாக வரும்! நான் அப்படித்தான் செய்தேன்! புகழை உதாசீனப்படுத்தி னேன். தானாக வந்தது... பணத்தை வேண்டாம்னு தள்ளினேன். அதுவா வந்து சேர்ந்தது...

அழகான பொண்ணு நான்
அதுக்கேத்த கண்ணுதான்
என்கிட்டே இருப்பதெல்லாம்
தன்மானம் ஒண்ணுதான்!

என்று அலிபாபாவும் நாற்பது திருடர்களும் படத்தில் பானுமதி பாடிய பாடல் காதில் கேட்டது. அந்தப் படத்தைச் சிறுவனாக இருந்தபோது நாச்சியார் கோவில் டூரிங் கொட்டகையில் மணலில் உட்கார்ந்து பார்த்த ஞாபகம் வந்தது. இதைக் கட்டுரையில் குறிப்பிட்டிருந்தேன்.

கட்டுரையைப் படித்துவிட்டு, "நண்பரே! கட்டுரையில் நீங்கள் டூரிங் டாக்கீஸ் பெயர் பாலகிருஷ்ணா கொட்டகை என்று குறிப்பிட மறந்துவிட்டீர்களே! நானும் நாச்சியார் கோவிலில் சிறுவனாக இருக்கும்போது அந்தக் கொட்டகையில் அமர்ந்து பானுமதி படங்களைப் பார்த்து அனுபவித்திருக்கி றேன்!" என்று சிலாகித்துச் சொன்னவர் – நீதியரசர் சந்துரு அவர்கள்!

கம்யூனிஸ்ட் கட்சியில் தீவிரமாகப் பணியாற்றிய சி.ஏ. பாலன் மீது நக்சல்பாரி இயக்கத்துடன் தொடர்புடையவர் என்று முத்திரை குத்தி கேரள அரசு அவரைச் சிறையில் அடைத்தது. அவருக்கு மரண தண்டனையும் விதிக்கப்பட்டது. பிற்பாடு அவர் வழக்கிலிருந்து விடுவிக்கப்பட்டு விடுதலையாகி வந்தபின் தூக்குத்தண்டனை கைதியாகச் சிறைக் கொட்டடியில் மரணத்தை எதிர்நோக்கிக் கழித்த அனுபவங்களைத் 'தூக்கு மரத்தின் நிழலில்' என்ற புத்தகமாக எழுதினார். ஒரு பிரபல வார ஏட்டில் அதுதொடராக வெளிவந்து பெரும் வரவேற்பைப் பெற்றது.

அவரைச் சந்திக்கும் ஆவலில் பல்லாவரத்தில் இருந்த அவர் வீட்டுக்குப் போனேன்.

கருத்த தேகம். வெள்ளைவேட்டி, சட்டை. திருத்தமாகக் கத்தரித்த நரைத்த முடி. சிதை செதுக்கியது போன்ற முகம். காலத்தின் செதுக்கல்.

"தோழர்! வாருங்கள்!" என்றார். மலையாள வாசனை வீசும் தமிழ்.

என் முன்னாலிருந்த பிரம்பு டீப்பாயில் ஒரு பெண்மணி இரண்டு கோப்பைத் தேநீர் கொண்டு வைத்தார். பாலன் சட்டைப் பையிலிருந்து ஒரு பீடிக்கட்டை எடுத்து ஒருபீடியை உருவி என் முன்வைத்தார். என் தயக்கத்தைப் பார்த்துவிட்டு 'இங்கே நீங்கள் தாராளமாகப் புகைக்கலாம்' என்றார் புன்னகையுடன்.

மரியாதை நிமித்தம் அவர்முன் புகைக்க விரும்பவில்லை.

தேநீரைப் பருகினேன்.

மரண தண்டனைக் கைதியாகச் சிறைச்சாலையில் அவருக்கு நேர்ந்த எழுதித்தீராத அனுபவங்களைச் சொல்லிக் கொண்டிருந்தார். நானும் திரும்பத்திரும்ப அந்த அநுபவம் பற்றியே அவரிடம் கேள்விகள் கேட்டுக்கொண்டிருந்தேன்.

"சிறையில் மரண தண்டனை ரத்துசெய்யப்பட்டு குற்றமற்றவராக விடுதலைபெற்று வந்ததும் மரண பயம் போய்விட்டதா?"

"அதுதான் இல்லை. மரண தண்டனை சர்வநிச்சயம் என்று தெரியும்போது சாவைப் பற்றிய பயம்போய்விடுகிறது. தூக்குமர நிழல் என்பது விரக்தி எனும் நிழல். இப்போது வெளியே வந்தபிறகு வாழ்க்கையானது விலைமதிக்கமுடியாத பொக்கிஷமாய் இருக்கிறது. இப்போதுதான் – வாழ்வு எனும் மரநிழலில்தான் மரணபயம் வருகிறது. மரம், செடிகொடி, பறவைகள், வானம், நிலவு, குழந்தைகள், சமுத்திரம் எல்லா வற்றாலும் நிரம்பிய இந்த அழகிய உலகத்தை விட்டுப் பிரிந்து செல்ல யார் விரும்புவார்?"

முனிவர்களும் சித்தர்களும் தத்துவ ஞானிகளும் சொல்லிக்கொண்டிருக்கும் வாழ்வேமாயம் என்ற கற்பிதத்தின் இன்னொரு பக்கத்தைக் காண்பித்தது சி.ஏ. பாலனின் எளிய கேள்வி.

தொண்ணூறுகளில் வெளிவந்த புதியபார்வை இதழில் என் இரண்டு வரிக்கவிதை பிரசுரமாகியிருந்தது. ஆமாம். இரண்டேவரிகள்.

'அக்கரையில் ஒரு புல்லாங்குழல்
ஆற்றைக் கடக்கும் படகின்றி.'

அந்த இதழில் வாலி 'நானும் இந்த நூற்றாண்டும்' என்று ஒரு தொடர் கட்டுரை எழுதிவந்தார். ஆசிரியர் பாவைசந்திரன் பல வருடகால நண்பர். அவர் தொலைபேசியில் என்னை அழைத்து, "வாலி உங்களைப் பார்க்க விரும்புகிறார்; இன்று

மாலை புதிய பார்வை அலுவலகம் வரமுடியுமா," என்று கேட்டார். போனேன். எனக்கு முன்னரே வாலி வந்திருந்தார். பாவை அறிமுகம் செய்தார். "நீர்கோபாலி. நான்வாலி. அவ்வளவு தான் பெரிய வித்தியாசமில்லை" என்று சிரித்தார் வாலி. எழுந்து என்னை அணைத்துக்கொண்டு புகைப்படக்காரரை அழைத்துப் புகைப்படம் எடுக்கவைத்தார். "ஓய் என்னய்யா ரெண்டே வரியோட நிறுத்திப்பிட்டீர். பாக்கியையும் எழுதி முடிச்சுடும்" என்றார். "அவ்வளவுதான் சார் கவிதையே" என்றேன். "உமக்கு என்னவேணும்? பிடித்தமான ஸ்வீட், காரம் வரவழைக்கட்டுமா?" என்று கேட்டார். ரவாதோசையும் காபியும் சாப்பிட்டோம். இப்ப எழுதும் என்றார். 'அக்கரையில் ஒரு புல்லாங்குழல் ஆற்றைக்கடக்கும் படகின்றி இக்கரையில் ஒரு குயிலோசை எழுந்து பறக்கும் சிறகின்றி' என்று நீளமான ஒரு கவிதையை எழுதிக்காட்டினேன். "பிரமாதம்யா. நான் ஒரு புதுக்கவிதை முயற்சிபண்ணிக்கொண்டிருக்கிறேன். எல்லோரும் வந்து பார்த்துட்டு அபிப்பிராயம் சொல்லணும் என்றார். கலைஞன் மாசிலாமணி, பாவைசந்திரன், கல்கத்தா கிருஷ்ணமூர்த்தி. இன்னும் இரண்டுபேர்... பெயர் ஞாபக மில்லை. வாலி வீட்டில் தடபுடலான விருந்து. அவர் அன்று எங்களிடம் காட்டிய புதுக்கவிதை நோட்டுகள்தான் அவதார புருஷனாக வெளிவந்தது. அதில் நான் செய்த திருத்தங்களை ஏற்று 'நானும் இந்த நூற்றாண்டும்' என்ற அவரது தொடரில் (புத்தகமாக வந்துவிட்டது) என்னைப்பற்றி ஆஹா ஓஹோ என்று புகழ்ந்து தள்ளிவிட்டார். எவ்வளவு பெரிய மனசு! வாலி! நீ வாழி!

# 34

## தயாராக இருங்கள்

அப்பா அடிக்கடி சொல்லும் வார்த்தை 'தயாராக இரு.' இது சாரணர் இயக்கத்தின் குறிக்கோள் உரை (Motto). அவர் பள்ளிக்கூடத்தில் ஸ்கவுட் மாஸ்டராக இருந்தார். காக்கி அரை நிஜாரில் அப்பாவைப் பார்த்தால் வேடிக்கையாக இருக்கும்.

பள்ளி ஆசிரியரான அவரும் என்னோடு படிக்க வந்துவிட்டதுபோல் இருக்கும். பள்ளி மைதானத்தில் சாரணர் சீருடையில் நாங்கள் ராணுவ வீரர்கள்போல் அணிவகுத்துச் செல்வோம். எங்கள் தொப்பிகளை ஒற்றை ரோஜா குஞ்சலம் அலங்கரிக்கும்.

அவர் சொல்லச்சொல்ல நாங்கள் திருப்பிச் சொல்லும் வாசகங்கள் நன்றாக நினைவிருக்கின்றன.

1. யாவருக்கும் கீழ்ப்படிந்து நடப்பேன்
2. என் கடமைகளை உரிய நேரத்தில் செய்வேன் – பிறருக்கு உதவுவதே பெரும் கடமை
3. விருப்பத்துடன் வேலை செய்வேன்
4. உடலை வலிமை செய்வேன்
5. உடல்நலம் காப்பேன்
6. எப்போதும் விழிப்புடன் இருப்பேன்

கடைசியாக உரத்த குரலில் அவர் முழங்குவார்.

தஞ்சாவூர்க் கவிராயர்

‘தயாராக இருங்கள். எப்போதும் எது வந்தாலும் அதனை எதிர்கொள்ளத் தயாராக இருங்கள். *Be prepared!*’

வாசகங்கள் சொல்வதோடு நின்று விடமாட்டார். ஒவ்வொரு வாசகத்துக்கும் ஒரு கதை சொல்வார். கீழ்ப்படிதலுக்கு உதாரணமாக அவர் சொன்ன காசாபியாங்கா கதையை மறக்கவே முடியாது.

காசாபியாங்கா ஒரு கப்பல் கேப்டனின் மகன். கப்பல் பார்க்க ஆசைப்பட்ட அவனை அப்பா கூட்டிப் போகிறார். கப்பல் கிளம்பும் சமயம் அவனை ஓரிடத்தில் இருந்த நாற்காலியில் உட்காரவைத்துத்தான் சொல்லும் வரை இங்கிருந்து நகரக்கூடாது என்று சொல்லித் தன்வேலைகளைப் பார்க்கச் செல்கிறார். நடுக்கடலில் கப்பல் தீப்பற்றிக்கொள்கிறது. பலரும் கடலில் குதித்துத் தப்பிக்க முயற்சி செய்கிறார்கள். அவர்களைக் காப்பாற்றும் முயற்சியில் காசாபியாங்காவின் அப்பா இறந்துவிடுகிறார். எல்லோரும் காசாபியாங்காவைத் தப்பிக்கச் சொல்லிக் கத்துகிறார்கள். உயிர்காக்கும் படகு காத்திருக்கிறது. காசாபியாங்கா மறுத்துவிடுகிறான். அப்பா வந்து சொன்னால் தான் இங்கிருந்து எழுவேன் என்று சொல்லிக் கப்பலோடு எரிந்து சாம்பலாகிறான்.

ஒவ்வொரு குறிக்கோள் உரைக்கும் பொருத்தமான கதைகளை அவர்சொல்வார்.

சாரணர் இயக்கம் என்றால் வீரநடை போட்டுச் செல்லும் உடற்பயிற்சி அல்ல. பிரச்சினைகள் எதுவந்தாலும் அதை எதிர்கொள்ளும் வாழ்க்கைமுறை. அப்பா கடைசிவரை ஒரு சாரணராகவே வாழ்ந்தார். சாரணீய வாழ்க்கைமுறையை நாங்கள்தான் கைவிட்டுவிட்டோம்.

அல்ப விஷயங்கள் என்று நாம் நினைப்பனவற்றை அக்கறையோடு செய்துமுடிப்பது அவர் வழக்கம். தனது கடிதங்களைத் தானே நடந்துசென்று அஞ்சல் பெட்டியில் சேர்ப்பார். கைராட்டையில் தானே நூல்நூற்றுக் காதி வஸ்திராலயத்தில் கொடுத்துச் சட்டை தைத்து அணிந்து கொள்வார்.

குண்டூசியிலிருந்து கடப்பாரைவரை அவர் கைவசம் தயாராக எப்போதும் இருக்கும்.

ஒரு நல்ல சாரணியரைப் பார்த்தாலே தெரிய வேண்டும். அப்படி ஒரு ஒழுங்கு. உடம்பிலும் மனத்திலும் துலங்க வேண்டும் என்பார்.

எளிமையான வேலைகளைப் பிறரை எதிர்பார்க்காது நாமே செய்வதற்குச் சாரணியம் கற்றுத்தந்தது.

அப்பாவுக்கு முப்பதுவகையான முடிச்சுகளைப் போடத் தெரியும். அந்த முடிச்சுகளை அவ்வளவு லேசாக அவிழ்த்துவிட முடியாது.

பொட்டலம் கட்டுவதிலும் அவர் சமர்த்தர். சாதாரணப் பொட்டலம்தானே என்று அலட்சியப்படுத்துவதற்கில்லை; கட்டிப் பார்த்தால் தெரியும்.

இட்லி போன்ற சிற்றுண்டி வகைகள், கட்டுச் சாதங்கள் இவற்றை அவற்றின் தன்மைக்கேற்ப அவிழ்ந்துவிடாமல் பொட்டலம் கட்டுவார். எல்லாம் சாரண இயக்கத்தில் அவர் கற்றவை; கற்பித்தவை.

பள்ளிப் பாடப் புத்தகங்களுக்கு அட்டை போடுவது ஒரு கலை. அப்பா அதில் நிபுணர். அவர் அருகில் இருந்து கவனித்தபோதும் இன்றுவரை என்னால் கற்றுக்கொள்ள முடியவில்லை.

ஸ்குரூடிரைவர், ஸ்பானர், ஆணிகள், கம்பி, வயர் துண்டுகள் இவற்றை ஒரு தகரப் பெட்டியில் போட்டு வைத்திருப்பார்.

பழைய குடையைக்கூட அவர் பலகாலம் பாதுகாத்து வந்தார். குடை ரிப்பேர்காரர் எங்கள் வீட்டுப் புங்கமர நிழலில் தான் முகாமிடுவார்.

மின்சார வசதியில்லாத கிராமத்தில் வசித்தோம். அரிக்கேன் விளக்குகளைத் துடைப்பதை ஒரு தியானம் போல் செய்வார். அதில் திரிஏற்றித் தீபச்சுடரின் மஞ்சள் வெளிச்சம் வீடு பூராவும் நிறையும்படிச் செய்வார்.

எந்த வேலையாக இருந்தாலும் அதில் விழிப்புடன் இருக்க வேண்டும் என்பது சாரணியக் கருத்து. எடுத்துக்காட்டாக காந்தியின் வாழ்க்கையிலிருந்து இரு சம்பவங்கள்.

காந்திஜி கிராமங்களில் கால்நடையாகச் சுற்றுப் பயணம் மேற்கொண்டபோது ஒரு ஊரிலிருந்து அடுத்த ஊர் செல்வதற்கான ஆயத்தங்களை ஆசிரமவாசிகள் பிரித்துக்கொண்டனர். காந்திஜி அவ்வாறு செல்லும்போது அவரது குளியலின்போது பயன்படுத்தும் சிறிய கூழாங்கல்லை எடுத்து வைக்க அவரது பெண்உதவியாளர் மறந்துவிட்டார். இரவுதான் காந்திஜி கூழாங்கல் இல்லாமலிருப்பதைக் கவனித்தார். கூழாங்கல்லைத் தேடியெடுத்து வருமாறு குக்கிராமத்துக்கு அந்தப் பெண்ணைத் தனியாக அனுப்பினார்.

அந்தப் பெண்ணும் எடுத்துவந்துவிட்டார். காந்திஜி சொன்னார், "எப்போதும் துணிவுடனும் விழிப்புடனும் இருக்க வேண்டும். அதற்கான பாடம் இது!"

காந்திஜி பயணத்தின்போது அவரது உடைமைகளில் ஒரு குட்டிப் பென்சில் காணாமல் போய்விட்டது. அதையாரும் பெரிதுபடுத்தவில்லை. ஆனால் காந்திஜி அந்தப் பென்சில் தான் வேண்டுமென்று கூறி விட்டார். அதற்கு அவர் சொன்ன காரணம்,

"சென்னை சென்றபோது ஜி. நடேசன் என்ற அன்பர் வீட்டில் தங்கியிருந்தேன். அவரது பேரன் எனக்குப் பரிசாக அந்தக் குட்டிப் பென்சிலைக் கொடுத்தான். எவ்வளவு விலை உயர்ந்த பென்சிலும் எனக்கு வேண்டாம். அந்தப் பென்சிலைக் கொண்டு வாருங்கள்!"

காந்தியின் சீடர்கள் கஷ்டப்பட்டுப் பென்சிலைத் தேடிக் கண்டுபிடித்துக்கொண்டுவந்து தந்தார்கள். பிறகுதான் காந்திஜி எழுத ஆரம்பித்தார்.

எளிய பொருட்களின் மீது இமாலய மதிப்பு கொள்ள வேண்டும் என்பதை இவ்வாறு உணர்த்தினார் மகாத்மா.

சாரணியக் கருத்துக்கள் சொல்வதற்கு எவ்வளவோ இருந்தாலும் சாரணியக் குறிக்கோள் உரை எனக்குப் பிடித்த மானது.

'தயாராக இருங்கள்!'
வயது எழுபத்தொன்று ஆகிவிட்டது – வாழ்வு இனிதாகவே உள்ளது ஆயினும் தயாராக இருக்கிறேன்!

## 35

## அம்மாவைத் தேடிப்போன பொம்மைகள்

அவள் வீட்டில்
என் ஞாபகமாய்ச்
சுற்றுச் சுவரேறிக்
காய்த்து நிற்கிறது
அன்றொருநாள்
அவளுக்கு
நான் தந்த மாம்பழம்

மரப்பாச்சிப் பொம்மைகளுக்குக்
கல்யாணம்செய்துவைத்தபடி
இன்றதன் நிழலில் விளையாடுகின்றன
அவளது குழந்தைகள்

– பழனி பாரதி

அயல்நாடுகளிலிருந்து ஆயிரம் கோடி ரூபாய்க்குமேல் பொம்மைகள் கொள்முதல் செய்ய ஆர்டர்கள் பெறப்பட்டுள்ளதாகச் செய்தித்தாள் செய்தி கூறுகிறது. நாட்டில் பொம்மை உற்பத்தி புத்துயிர் பெறும் என்ற நம்பிக்கை பிறந்திருக்கிறது.

இச்செய்தி பல ஆண்டுகளுக்கு முன்னால் நான் எழுதிய கவிதையை நினைவூட்டுகிறது:

"குடியரசுத் தலைவராக ஒரு குழந்தையை நியமித்தார்கள் –
நாடெங்கும் பொம்மை உற்பத்தியைப் பெருக்குமாறு உத்தரவிட்டது குழந்தை.
போதுமான அளவு பொம்மைகள் இல்லாததுதான் உங்கள் பிரச்சினைகளுக்கெல்லாம் காரணம் என்று அறிவித்தது குழந்தை...

வேறென்ன உத்தரவு என்று வாய்பொத்திக் கேட்டுப்
புடை சூழ்ந்த அதிகாரிகளையும்
அமைச்சர்களையும் வழிவிடச் சொல்லித்
தன் பொம்மையோடு
விளையாடப் போய்விட்டது குழந்தை!"

தெருவோடு போய்க்கொண்டிருந்த பொம்மை விற்பவரைக் கூப்பிட்டேன். திண்ணையில் பொம்மைக் கூடையை இறக்கிவைத்தார்.

ஒவ்வொரு பொம்மையையும் யானைவிலை, குதிரை விலை சொன்னார். பொம்மைகளும் சுமார் ரகம்தான். வர்ணங்களும் மங்கல்தான். 'நான் வாங்கி விய்க்கிறவன் சாமி. பொம்மை செய்யிறவன் இல்ல' என்று வார்த்தைக்குவார்த்தை சொல்லிக்கொண்டிருந்தார்.

தனியாகத் தன் தாளில் சுற்றியிருந்த முயல் பொம்மை தத்ரூபமாக இருந்தது. என் பேரன் ரொம்பநாளாக முயல் பொம்மை கேட்டுக்கொண்டிருந்தான்; வாங்கிவிட வேண்டியதுதான்.

"அந்த முயல் பொம்மை என்ன விலை?"

"அது விய்க்கிறது இல்லீங்க. என் கொளந்தைக்குக் கொண்டு போறேன். அவனுக்கு முயல் பொம்மைன்னா ரொம்ப இஷ்டம். பயபுள்ளைக்கு சொரம்ங்க..."

முழுசாக ஒரு நூறு ரூபாய் நோட்டைப் பார்த்ததும் மசிந்துவிட்டான்.

'எடுத்துக்குங்க' என்று பொம்மையைக் கொடுத்தான்.

பணத்தைக் கொடுத்தேன்; பொம்மையையும் கொடுத்தேன். "சாமீ!" என்றான் புரியாமல்.

"உன் குழந்தைக்குத்தான்" என்றேன். குழந்தைக்குப் பொம்மை வேண்டும்! யாருடைய குழந்தை என்பது முக்கியம் அல்ல.

சாலை ஓரம் விற்பனைக்கு நிற்க வைத்திருக்கும் அந்தக் குட்டிப் பொம்மைகள் வாங்குபவரை எதிர்பார்ப்பதைப் பார்த்து மனசு வலிக்கும். நடக்காவிட்டாலும் புழுதி படிந்திருக்கிறது, அவற்றின் கால்களில். வயிறு எல்லா பொம்மைகளுக்கும் காலியாகவே இருக்கிறது. கிருஷ்ணனோ கம்சனோ சிங்கமோ புலியோ சிறுத்தையோ மானோ எந்தப் பொம்மையாக இருந்தாலும் சாயங்காலமானால் கூடைக்குள்தான் ஐக்கியமாக வேண்டும், பேதங்கள் மறந்து.

சீனா பொம்மை, சிங்கப்பூர் பொம்மை, சாவி கொடுத்தால் பாடும் பொம்மை, பறக்கும் பொம்மை, பேசும் பொம்மை, கண் சிமிட்டும் பொம்மையெல்லாம் வந்த பிறகு பழைய காலத்து மரப்பாச்சிப் பொம்மைகள், தஞ்சாவூர் தலையாட்டிப் பொம்மைகள் இவையெல்லாம் அனாதைகள் ஆகிவிட்டன. குழந்தைகள் இவற்றைக் கைவிட்டுவிட்டன. அரிதாக எப்போதாவது கொலு வரிசையாய் மரப்பாச்சி பொம்மையைப் பார்க்கும்போது மடியில் வைத்துக் கொஞ்ச வேண்டும் போல் இருக்கிறது.

தன் பால்ய காலத்துப் பொம்மை நினைவுகளைப் பகிர்ந்துகொண்ட நண்பர் சிறுவயதில் உஸ்பெஸ்கிஸ்தானி லிருந்து குடும்ப நண்பர் பரிசாகப் கொடுத்த குண்டு பொம்மையின் வயிற்றைத் திறந்தால் அதில் ஒரு ஆண் பொம்மை இருக்குமாம். அதன் வயிற்றைத் திறந்தால் குழந்தை பொம்மை இருக்குமாம். அதுபோன்ற பொம்மைகளை இப்போதெல்லாம் பார்க்க முடிவதில்லை என்று ஏக்கத்துடன் சொன்னார்.

பொய்மை, மெய்ம்மை இரண்டும் சேர்ந்ததுதான் பொம்மை என்கிறார் ஒரு புலவர். அதாவது ஒருவர் கண்ணனாகப் பார்ப்பதை மற்றொருவர் களிமண்ணாகப் பார்க்கிறார். ஆகவே இரண்டுமே ஒன்றான அதன் பெயர்தான் பொம்மை.

அரவிந்தர் சொல்கிறார்:

"கடவுளை ஒரு கடுமையான கண்ணியம்மிக்க அரசராகவும் மதிப்புமிக்க நீதிபதியாகவும் உருவகப்படுத்தி அக்கருத்தை மனித குலத்தின்மீது சுமத்திவிட்டனர் யூதர். ஆனால் கண்ணனைக் கண்டுள்ள நாம் விளையாட்டை விரும்பும் சிறுவனாகவும் அழகிய பொம்மையாகவும் குறும்புத்தனமும் உவகைச் சிரிப்பும் நிறைந்ததொரு குழந்தை யாகவும் காண்கிறோம்!"

கருங்காலி மரத்திலும் செம்மரத்திலும் செய்யப்படும் கரும் பழுப்புநிற மரப்பாச்சிப் பொம்மைகளைக் குழந்தைகள் முத்தமிடுகின்றன. கருங்காலி மரத்தின் மருத்துவக்குணம் குழந்தைகளின் உடல்நலம் காக்கிறது என்று சொல்வார்கள். ரசாயனம் பூசப்பட்ட சீனா பொம்மைகள் குழந்தைகளின் உடல் நலத்துக்கு அச்சுறுத்தல் என்று அரசு எச்சரிக்கிறது. ஆந்திர மாநிலம் கொண்டம் பள்ளியில் இப்போதும் மரப்பாச்சிப் பொம்மைகள் தயாரிக்கப்படுகின்றன.

தமிழ்நாட்டில் காஞ்சிபுரத்தில் பொம்மைக்காரத் தெரு என்று ஒரு தெருவே இருக்கிறது. இங்கு பொம்மை தயாரிக்கும் தொழிலில் ஈடுபட்டுள்ள 120 குடும்பங்கள் வசிக்கின்றன. களிமண்ணையும் காகிதக் கூழையும் பயன்படுத்தித் தங்கள் கற்பனைகளுக்குப் பொம்மை வடிவம் கொடுக்கிறார்கள் இங்குள்ள கலைஞர்கள். கொலுப் பொம்மைகள், பெரிய பெரிய விநாயகர் பொம்மைகள் மட்டுமின்றிக் கோவில்களில் காணப்படும் சுதை பொம்மைகளைத் தயாரிப்பதில் நிபுணத்துவம் பெற்றவர்களும் இருக்கிறார்கள். ஏறத்தாழ முக்கால் நூற்றாண்டாக இத்தொழிலில் ஈடுபட்டுள்ளார்கள்.

ராஜா-ராணி, செட்டியார்-செட்டியார் அம்மாள் என்கிற தஞ்சாவூர் தலையாட்டிப் பொம்மைகளையும் அந்த மண் பொம்மைகள் மீது வீசும் வண்ணங்களின் வாசனையையும் மறக்க முடியுமா? அந்தப் பொம்மைகளுக்குக் கவர்ச்சி இல்லாதிருக்கலாம். ஆனால் வாழ்க்கை நம்மை எப்படி உருட்டிவிட்டாலும் மீண்டெழுந்து அமர்ந்துவிடும் தன்னம்பிக்கையை நமக்குச் சொல்லித்தரும் தஞ்சாவூர் பொம்மைகளின் தத்துவம் அருமையானது.

பண்ருட்டியிலும் புதுவையிலுள்ள குயவர் பாளையத்தி லும் சுடுமண் குதிரைப் பொம்மைகள் செய்யும் கலைஞர்கள் வசிக்கிறார்கள். இத்தகைய டெர்ர கோட்டா குதிரைகள் செய்வதில் நிபுணரான முனுசாமி புதுவையைச் சேர்ந்தவர். இவருக்கு அரசு பத்மஸ்ரீ கலைமாமணி பட்டங்கள் வழங்கிக் கௌரவித்துள்ளது.

என் அமெரிக்க நண்பர் எரிக்மில்லர் ஆய்வுக்காக இந்தியா வந்திருந்தார். சென்னையில் எங்கள் வீட்டுக்கு வந்தார்.

அவரைப் பார்த்ததும் ஒன்றாம் வகுப்பு படித்துக் கொண்டிருந்த என் மகன் வீறிட்டு அழ ஆரம்பித்துவிட்டான். எவ்வளவோ தின்பண்டங்கள் கொடுத்தும் அழுகை நின்றபாடில்லை.

எரிக் மில்லர் சட்டென்று தன் பயணப் பையைத் திறந்து இரண்டு பழுப்புநிறச் சிங்கப் பொம்மைகளை எடுத்துக் கொடுத்தார். ஒன்று அம்மாவாம்; மற்றொன்று அதன் குட்டியாம். அவ்வளவுதான், அழுகை சட்டென்று நின்றுவிட்டது. அந்தப் பொம்மைகளை வாங்கிக்கொண்டு தன் அறைக்குள் ஓடிவிட்டான். எரிக் மில்லர் புறப்படும்வரை வெளியே வரவேயில்லை.

எரிக் சிரித்தார். "பரவாயில்லை. அவனிடமே இருக்கட்டும். அடுத்த முறை வரும்போது வாங்கிக் கொள்கிறேன்."

அடுத்த சந்திப்பு பத்தாண்டுகள் கழித்து நிகழ்ந்தது.

குழந்தை பெரியவனாகிவிட்டான். நான் புது ஸ்கூட்டர் வாங்கியிருந்தேன். புறநகரில் வீடுகட்டிக்கொண்டிருந்தேன்.

விமான நிலையத்திலிருந்து எரிக் மில்லர் நேராக என் வீட்டுக்குத்தான் வந்தார். முன்சிகை கொத்தாக நரைத்திருந்தது. வீட்டுக்குள் நுழைந்ததும் அவர் கேட்ட முதல் கேள்வி.

"எங்கே என் பொம்மைகள்?"

எனக்குத் தூக்கிவாரிப் போட்டது. வீடு மாற்றும்போது தொலைந்து விட்டது. உண்மையைச் சொல்லித்தான் தீரவேண்டும்; சொன்னேன்.

"மன்னிக்க வேண்டும். அதுபோன்ற பொம்மைகள் இங்கேயே கிடைக்கின்றன. நான் புதிதாக வாங்கித்தந்து விடுகிறேன்."

"உங்களால் முடியாது. சாகும் தறுவாயில் என் அம்மா என்னிடம் கொடுத்த விலை மதிப்பில்லாத ஒரே சொத்து அந்தப் பொம்மை. அந்த இரண்டு பொம்மைகளும் நிச்சயம் காணாமல் போயிருக்காது."

பின்னே?

"அவை என் அம்மாவைத் தேடிப் போயிருக்கும்."

# 36

## கடவுளுக்குத் தூக்கமில்லை

குட்டித் தூக்கம்
விழித்தேன்
வசந்தம்
போய்விட்டது

— ஜென் கவிதை

"தூக்கம் வரவில்லை. தூக்கம் வரவில்லை. என்னிடம் வருகிற வயதான பேஷண்டுகள் இதைத்தான் சொல்லிப் புலம்புகிறார்கள்" என்றார் என் டாக்டர் நண்பர்.

நான் பேசாமல் இருந்தேன்.

"உங்கள் நிலைமை என்ன?" என்று கேட்டார்.

"எனக்கும் தூக்கம் வருவதில்லை!"

"அதற்காகக் கவலைப்படாதீர்கள். வாழ்க்கை முறையில் சின்ன மாற்றம் போதும். நன்றாகத் தூக்கம் வரும்."

"அதைத்தான் டாக்டர்கள் எல்லாரும் சொல்கிறீர்களே! வாழ்க்கைமுறையை மாற்றிக் கொண்டால் போதும் என்கிறீர்களே!"

"நான் அந்த வாழ்க்கைமுறையைச் சொல்லவில்லை. காந்திஜி ஐந்து நிமிஷம் தூங்கியெழுந்து பழைய உற்சாகத்துடன் வேலை பார்ப்பாராம்!"

"இதெல்லாம் விதிவிலக்கு அல்லவா?"

"பொதுப்பணியில் ஈடுபட்டால் தூக்கம் ஒரு பொருட்டல்ல. காந்திஜி போன்றவர்கள் தமது

உயிரியல் கடிகாரத்தைத் தங்களுக்கு ஏற்றபடி மாற்றிக் கொள்வார்கள். தூக்கத்தின் அளவு முக்கியமல்ல. தூக்கத்தின் தரம் முக்கியம்."

"நானும் கேள்விப்பட்டிருக்கிறேன். ஒவ்வொரு நாளும் தாம் கைராட்டையில் நிர்ணயித்த சிட்டைகளின் அளவுப்படி நூற்ற பிறகே தூங்கப்போவாராம். ஒருநாள் இரவு மூன்றுமணிவரை நூற்றிருக்கிறார். நான்கு மணிக்கே எழுந்து விட்டாராம்! அதே பழைய உற்சாகத்துடன் அவர் இருந்ததுதான் ஆச்சரியம்!"

"காசு, பணம், புகழ், வீடு, குழந்தைகள் என்று எல்லா வற்றையும் நினைத்து உழன்றுகொண்டிருந்தால் தூக்கம் வராது!"

நான் குடும்பஸ்தன் ஆச்சே. என் தூக்கத்திற்கு டாக்டரிடம் மருந்து வாங்கிக்கொண்டு கிளம்பினேன்.

வீட்டுத் திண்ணையில் வியாழக்கிழமை சன்னியாசி உட்கார்ந்திருந்தார். வியாழன்தோறும் வருவதால் இந்தப் பெயரை நாங்கள் சூட்டியிருந்தோம். பெயரைக் கேட்டாலும் உதட்டைப் பிதுக்குவார். பெயரிலி!

என்னைப் பார்த்ததும் 'தூங்காது தூங்கிச் சுகம் பெறுவதெக்காலம்' என்று பாடினார்

டாக்டரிடம் பேசியது இவருக்கு எப்படித் தெரிந்தது? இது தற்செயலா, தவச்செயலா?

"துறவிகள், ஞானிகள் தூங்குவது உண்டா?" அவரிடம் கேட்டேன்.

"உண்டு. அதற்குப் பெயர் அறிதுயில்!"

"அப்படியென்றால்?"

"சுற்றி நடப்பதைக் கவனித்தபடியே கண்மூடித் தூங்குவது போல் காட்சி தருவார்கள். இதன் பெயர்தான் அறிதுயில்!"

"எங்களைப் போன்ற சம்சாரிகள் எப்படித் தூங்குவது?"

இதற்கு வியாழக்கிழமை சன்னியாசி சொன்ன விளக்கம் வருமாறு:

"ஆகாரம் அரை. தூக்கம் அரைக்கால். மைதுனம் வீசம். பயம் பூஜ்யம் என்பது வள்ளலார் வாக்கு. சித்தி வளாகத்தில் செய்த உபதேசத்தில் தூக்கத்தை ஒழித்தால் ஆயுள் நீடிக்கும் என்று கூறுகிறார்.

பெருமான் இளமையில் மூன்று மணி நேரமும், பின்பு இரண்டு மணியும், அதன்பின்பு ஒரு மணிநேரமும் உறக்கம்

கொண்டார். பிற்காலத்தில் அறவே துயில் நீத்தார். இது சாதகர்களுக்கு உரியது. தூக்கம் தொலைத்த துணையே என்று இறைவனை விளிக்கிறார் வள்ளலார். நித்திய கருமவிதியில் இரவு 15 நாழிகை முதல் 22 1/2 நாழிகை வரை (12 மணிமுதல் 3 மணிவரை) மெல்லென உறங்க வேண்டும் என்கிறார்."

கும்பகர்ணனின் தூக்கம்பற்றி இதிகாசங்களில் சொல்லப் பட்டிருக்கிறது. கும்பகர்ணன் ஆறு மாதங்கள்வரை தூங்கி விட்டு இடையில் ஒருநாள் மட்டும் விழித்திருப்பான். பின்னர் மீண்டும் தூங்கிவிடுவான்.

கும்பகர்ணனைத் தூக்கத்திலிருந்து எழுப்புகிற வர்ணனை இப்படிப் போகிறது.

பெரிய பாம்பொன்று சீறுவது போல் அவன் குறட்டை விட்டுத் தூங்கிக்கொண்டிருந்தான். கும்பகர்ணனை எழுப்பப் பலரும் சேர்ந்து கூச்சலிட்டனர். அவன் காதருகே சங்குகளை ஊதினர். சங்கம், பேரிகை, தம்பட்ட ஒலிகளாலும் அவனை எழுப்ப முடியவில்லை. இரும்பு உலக்கையால் அவனைத் தாக்கினர். ஆயிரம் யானைகளை அவன்மீது நடக்க விட்டனர். அவன் உடல் மெல்ல அசைந்தது.

கம்பர் அவனது உறக்கத்தைக் கவிநயமும் தத்துவமும் கலந்து தமிழுக்குத் தந்திருக்கிறார்.

உறங்குகின்ற கும்பகன்ன!
உங்கள்மாய
வாழ்வு எலாம்
இறங்குகின்றது! இன்றுகாண்
எழுந்திராய்! எழுந்திராய்!
கறங்குபோல வில்பிடித்த காலதூதர்
கையிலே
உறங்குவாய் உறங்குவாய்
இனிக்கிடந்து உறங்குவாய்!

உறங்குவது போலும் சாக்காடு – உறங்கி விழிப்பது போலும் பிறப்பு

என்கிறார் திருவள்ளுவர்.

தூக்கத்திற்கும் மரணத்திற்கும் பெரிய வேறுபாடில்லை.

பிறப்பதற்கு முன் என்னவாக இருந்தோம் தெரியாது; இறந்த பிறகு என்ன ஆகப் போகிறோம் தெரியாது.

உறங்கும்போது நாம் நம்மை உணர்வதில்லை. அதைப்போல பிறப்புக்கும் இறப்புக்கும் இடைப்பட்ட காலத்தை நாம் உணர்வதில்லை. அதுதான் சிருஷ்டி ரகசியம். ஆகவே தூக்கம் இறப்புக்கான ஒத்திகை; தற்காலிக இறப்பு.

வினோபா ஒவ்வொருநாளும் படுக்கைக்குச் செல்லுமுன் எல்லோருக்கும் குட்பை என்று சொல்லிவிட்டுத்தான் செல்வாராம். ஏனென்று ஓர் அன்பர் கேட்டார். நாளை விழிப்பது நிச்சயம் இல்லை, ஆகவே குட்பை சொல்லி விடுகிறேன் என்பாராம் சிரித்தபடி.

ஆயர்பாடி மாளிகையில் தாய்மடியில் கண்ணனைப்போல் மாயக்கண்ணன் தூங்குகின்றான் தாலேலோ என்ற எஸ்.பி.பி. யின் பாடலைக் கேட்டு மயங்காதோர் உண்டா? தூக்கம் பற்றிய பழைய தலைமுறைத் திரைப்படப்பாடல்கள் கேட்கும்போதே நமக்கும் தூக்கம் வந்துவிடும்.

தஞ்சை அரண்மனையில் தர்பார்ஹால் செல்லும் வழியில் ஒரு பெரிய மண்டப விதானம் இப்போதும் இருக்கிறது. மராட்டியர் காலத்தைச் சேர்ந்த இவ்விதானத்துக்குள் தண்ணென்று ஒரு குளிர்ச்சி நிலவும். உள்ளே இருபுறமும் திண்ணைபோல் கட்டப்பட்ட மேடைகளில் எப்போதும் ஏழெட்டுப்பேர் படுத்துத் தூங்கிக் கொண்டிருப்பார்கள். கவலைகளை மறந்து அங்கே நானும் கண்ணயர ஆசைப்பட்ட துண்டு. மனிதர்களில் மட்டுமல்ல மரங்களிலும் 'தூங்கு மூஞ்சி' 'மரங்கள் உண்டே!

தூக்கத்தின் பெருமையைப் பாடவந்த புதுக்கவிஞர் அழகிய சிங்கர் தமது கவிதையில் 'எவ்வளவோ இருக்கிறதுதான். இருந்துவிட்டுப் போகட்டும்' என்கிற தொனியில், 'எனக்குத் தூக்கம் வருகிறது ... எழுதி என்ன பயன் எனக்குத் தூக்கம் வருகிறது நான் தூங்கப்போகிறேன்' என்று சொல்லிக்கொண்டே போகிறார். பைஜூயி என்ற சீனக் கவிஞர் ஓய்வுபெற்றபிறகு தூக்கத்தையே பிரதானமாக வைத்து எழுதின கவிதையை நினைவூட்டுகிறார் அழகிய சிங்கர்.

காந்திஜி ஒரு குறிப்பிட்ட ரயிலில் பயணம் செய்வதைக் கேள்விப்பட்ட மக்கள் ஸ்டேஷனில் கூடிவிட்டார்கள். நள்ளிரவு காந்திஜி இருந்த பெட்டியைக் கண்டுபிடித்து டார்ச்லைட் அடித்திருக்கிறார்கள். வெளிச்சம் காந்திஜி முகத்தின்மீது பட்டது. அப்போதுதான் மகாத்மா கண்ணயர்ந்திருக்கிறார். அந்தப் பெட்டியில் அவருடன் பயணம் செய்த நாராயண தேசாய் பதறிப்போய், "காந்திஜி தூங்குகிறார். தயவுசெய்து அவர்மீது டார்ச்லைட் வெளிச்சத்தை அடிக்காதீர்கள் என்று கூட்டத்தைப் பார்த்துக் கத்தியிருக்கிறார். கூட்டத்திலிருக்கிறவர்கள், "காந்திஜி எங்கள் கடவுள். கடவுளுக்கு ஏது தூக்கம்? நிச்சயம் அவர் எங்களைப் பார்ப்பார்," என்றார்களாம்.

வனவிலங்குகளுக்கும் இருட்டுக்கும் அஞ்சி இரவில் குகைக்குள் கண்மூடத் தொடங்கிய தூக்கமானது அதுவே

பழக்கமாகி இரவானால் தூங்குவது என்று நமது மரபணுக்களில் ஒரு உயிரியல் கடிகாரம் உருவாகிவிட்டது என்கிறது ஒரு அறிவியல் கருத்து.

தாய்மடியிலிருந்து ஏனைக்கும் மரத்தொட்டிலுக்கும் பாய்க்கும் மெத்தைக்குமாக மனிதனின் தூக்கம் தொடர்கிறது. தூங்கும்போது குழந்தைகள் தனி அழகோடு இருக்கின்றன. மனிதர்களின் நிஜரூபம் தூங்கும்போது வெளிப்படுகிறது. காந்திஜி குண்டடிபட்டு இறந்தபிறகு அவர் உடல் காட்சிக்கு வைக்கப்பட்டது. அப்போது அவர் முகத்தை அருகிலிருந்து பார்த்த மனுபென் 'மகாத்மாவின் முகத்தில் வர்ணிக்க முடியாத சாந்தம் நிலவியது. அதைப் பார்க்கும்போது அவர் கோட்சேயை மன்னித்து விட்டார் என்று தோன்றியது' என்று பதிவுசெய்திருக்கிறார்.

பாரதியின் கந்தன் வள்ளி வசன கவிதையில் பாரதி தன் வீட்டெதிரே போட்டிருந்த பந்தலில் தொங்கிய இரண்டு துண்டுக் கயிறுகளுடன் பேசிக்கொண்டிருப்பார். கந்தன் வள்ளி என்று இரண்டு கயிறுகள்.

பாரதி சொற்களில் சொல்வதானால் 'இரண்டும் ஒன்றை ஒன்று காமப் பார்வைகளைப் பார்த்துக்கொண்டும் புன்சிரிப்புச் சிரித்துக்கொண்டும் வேடிக்கைப் பேச்சுப் பேசிக்கொண்டும் ரசப்போக்கிலே இருந்தன. இவ்வாறு நெடும் பொழுது சென்றது'.

பாரதி பக்கத்து வீட்டுக்குப் போய்த் தண்ணீர் அருந்தி விட்டு வருகிறார். திரும்பிவந்து பார்த்தால் வள்ளியம்மை தூங்கிக்கொண்டிருந்தது.

அம்மா நல்ல நித்திரைபோல இருக்கிறதே என்று கந்தனிடம் கேட்கிறார்.

அந்த க்ஷணத்தில் கயிற்றிலிருந்து வெளிப்படுகிறான் காற்றுத் தேவன்.

காற்றுத்தேவன் சொல்லுகிறான்.

'மகனே ஏதடா கேட்டாய்? அந்தச் சிறிய கயிறு உறங்குகிறதா என்று கேட்கிறாயா?'

'இல்லை. அது செத்துப்போய்விட்டது. நான் ப்ராணசக்தி. என்னுடனே உறவுகொண்ட உடல் இயங்கும் என் உறவில்லாதது சவம். நான் ப்ராணன். என்னால்தான் அச்சிறிய கயிறு உயிர்த்திருந்தது. அது களைப்பெய்தியவுடன் அதனை உறங்க, இறக்க விட்டுவிட்டேன். துயிலும் சாவுதான். சாவும் துயிலே.'

காற்றுத் தேவனை வணங்குவோம்! இறப்பும் இனிதாகும்!

# 37

## ஆரம்பப் பள்ளி ஆச்சரியங்கள்

அப்போதெல்லாம் ஐந்து வயது நிறைவடைந்தால்தான் பள்ளியில் சேர்ப்பார்கள். ரொம்பவும் சேட்டைசெய்யும் குழந்தைகளைப் 'பள்ளிக் கொடத்துல் போட்டு வேண்டியதுதான்' என்று பயமுறுத்துவார்கள். அப்படிச் சொல்வதைக் கேட்டு வளரும் குழந்தை பள்ளிக்கூடம் என்றால் ஏதோ சித்திரவதைக் கூடம் என்று நினைத்துக் கொண்டு விடும்.

நிஜமான பள்ளிக்கூடமானது எவ்வளவு அழகாகவும் அமைதியாகவும் இருந்தாலும் பெற்றோர் அதன் மனத்தில் ஏற்றிவைத்திருக்கும் பிம்பம்தான் குழந்தையின் முன்னால் வந்து நிற்கும். இன்றிருப்பது போல எல்.கே.ஜி., யு.கே.ஜி. எல்லாம் கிடையாது. நேராக ஒண்ணாங்கிளாஸ்தான்.

ஐந்தாம் வயதில் நான் ஒண்ணாங்கிளாஸ் சேர்ந்த முதல் நாளை மறக்கவே முடியாது.

கரும்பலகையே ஒரு ஆச்சரியம். இருட்டைப் பிட்டுவைத்த மாதிரி இது ஏன் நிற்கிறது என்று யோசித்தேன். மேசைமீது இருந்த வெண்ணிற சாக்பீஸ் துண்டுகள் பெரியப்பா குடிக்கிற சிகரெட்டுகள் போல இருந்தன.

வகுப்பறை ஜில்லென்று காற்றோட்டமாக இருந்தது. சுவருக்குப் பதிலாக மூங்கில் பிளாச்சுகள். அவற்றின் இடைவெளிகள்வழியாக வேடிக்கை பார்க்கலாம். அங்கிருந்த தரைப் பலகைகள்மீது என்னைப்போலவே மிரளமிரளச் சிரித்துக்

கொண்டும் அழுதுகொண்டும் குழந்தைகள். ஒரே சத்தம். டீச்சர் உள்ளே நுழைந்தார். அவர் பெயர் பளிங்குக் கண் டீச்சர். ஒரு கண்ணில் பார்வை இல்லாததால் அதில் வெள்ளையும் கறுப்புமாய்க் கண் மாதிரி செய்து பொருத்தியிருந்தது.

எங்கள் எல்லோரையும் பார்த்து குட்மார்னிங் குழந்தைகளே என்றார் டீச்சர். நாங்கள் மூச்சுக்காட்டாமல் உட்கார்ந்திருந்தோம். பதிலுக்குக் குட்மார்னிங் சொல்லணும் குழந்தைகளா என்று சொல்லித் தந்தார். அவ்வளவுதான், எங்களிடமிருந்து கோரஸாக குட்மார்னிங் என்ற கூக்குரல் கிளம்பியது.

கூட்டத்தில் சேராமல் பிரமை பிடித்துப்போய் உட்கார்ந்திருந்த ஒரு குழந்தை மட்டும் தனியாக குட்மார்னிங் சொன்னது. அந்தக் குழந்தை வேறு யாருமில்லை. நானேதான்.

வகுப்பறையின் மூங்கில் பிளாச்சு இடைவெளியில் ஒட்டவைத்ததுபோல் எங்கள் பெற்றோரின் முகங்கள் தெரிந்தன. டீச்சர் வெளியே சென்று, “தயவுசெய்து வீட்டுக்குப் போங்கள். உங்கள் குழந்தைகளைப் பத்திரமாகப் பார்த்துக் கொள்கிறோம்” என்று உறுதிமொழி கொடுத்த பின்னர் ஒவ்வொருவரும் கலைந்து சென்றனர்.

டீச்சர் உள்ளே வந்து சாக்பீஸால் கரும்பலகையில் ஒரு காக்கைப் படம் வரைந்து இது என்ன பறவை என்று கேட்டார். குழந்தைகள் டீச்சர் முகத்தைப் பயத்துடன் பார்த்தன. “இதோ பாருங்கள். உங்களுக்கெல்லாம் தெரிந்த காக்கைதான். இப்படிக் கரும்பலகையில் நான் பறவை, பூச்சி என்று என்ன வரைந்து காட்டினாலும் சொல்லணும்” என்றார்.

“சரி இப்போ வேற ஒண்ணு எழுதப்போறேன்” என்று சொல்லிவிட்டு ‘அ’ என்று எழுதினார்.

பக்கத்திலிருந்த பையன் என்னிடம், “இது என்ன பூச்சி? கோழிக் குஞ்சு மாதிரி இருக்கு,” என்றான்.

அதுக்கு பேரு ‘அ’ டா என்றேன். எனக்கு வீட்டில் ஏற்கெனவே எழுதும் பயிற்சி கிடைத்ததால் என்னிடம் ஒரு அறிவாளி தோரணை வந்துவிட்டிருந்தது.

திடீரென்று டாண், டாண் என்று மணிச்சத்தம் கேட்டது. நான் வாழ்க்கையில் கேட்ட முதல் பள்ளி மணிச்சத்தம்.

எல்லோரும் வெளியே ஓடினோம். ஒரு சிறிய தண்டவாளத் துண்டிலிருந்து அந்த மணி ஓசை வெளிப்பட்டது. அதன் பெயர் ஒண்ணுக்கு பெல்!

மத்தியானம் சாப்பாட்டு வேளையில் அடிப்பது சாப்பாட்டு பெல்; பள்ளிக்கூடம் முடிந்தபின் அடிப்பது கடைசி பெல். இதெல்லாம் பின்னால்தான் தெரிந்தது.

தண்டவாளத் துண்டில் மணியடிக்கும் வேலை என் நண்பன் ரங்கனிடம் தரப்பட்டது. தண்டவாளத்தில் ஒரு இரும்புத் துண்டால் மணி அடிப்பது ஒரு கலை. அது அவனுக்கு மட்டுமே தெரியும். நான் ஒரு தடவை முயற்சி செய்தேன். டாண் என்று பலவீனமான ஒற்றை மணிச்சத்தம் கேட்டதும் தலைமையாசிரியர் கோபத்துடன் வெளிவந்தார்.

'யார் இப்போ மணி அடிச்சது?'

'சும்மா அடிச்சிப் பார்த்தேன் சார்'

தலைமையாசிரியரிடம் அன்று அடிவாங்கினேன். பள்ளி மணி அடிப்பதை விட்டுவிட்டேன்.

அடுத்தடுத்து ஆச்சரியங்கள் காத்திருந்தன.

எல்லா வகுப்புக்கும் சட்டாம்பிள்ளைகள் இருந்தார்கள். எங்கள் வகுப்புச் சட்டாம் பிள்ளை எதற்கெடுத்தாலும் தலையில் குட்டுவான்.

மூக்குப்பொடி வாத்தியார் என்று ஒரு வாத்தியார் இருந்தார். மேஜைமீது தூங்கி வழிவார். அப்போதுதான் சட்டாம் பிள்ளையின் ராஜ்யம் நடக்கும்.

வாத்தியார் தூங்கும்போது நாங்கள் நைசாக வகுப்பை விட்டு நழுவிக் குள்ளநரி பிடிக்கப் போவோம். நிஜமான குள்ளநரி இல்லை.

மைதானத்தில் உள்ள மரத்தடிகளில் வட்டம்வட்டமாக மண் குவியல்கள் இருக்கும். ஒவ்வொரு மண் குவியலுக்கும் உள்ளே குள்ளநரிப்பூச்சி இருக்கும். யார் அதிகம் குள்ளநரிப்பூச்சி பிடிப்பது என்பதில் எங்களுக்குள் போட்டி நடக்கும்.

நான் ஒருநாள் அம்மாவிடம் என் சந்தேகத்தைக் கேட்டேன்.

"ஒண்ணாங் கிளாஸ் படிச்சப்புறம் என்ன பண்ணுவாங்க?"

"ஒண்ணாங் கிளாஸ் பாஸ் ஆயிட்டா ரெண்டாங்கிளாஸ்ல போட்ருவாங்க!"

நான் பயந்துவிட்டேன்...

"ரெண்டாங்கிளாஸ்ல தூக்கிப்போடுவதாவது? அடிபடாதா?" என்று அம்மாவிடம் கேட்டேன்.

தஞ்சாவூர்க் கவிராயர்

“அட பைத்தியக்காரா, கொண்டுபோய் உட்கார வைப்பாங்கடா” என்று சொல்லிவிட்டுச் சிரித்தார் அம்மா. தலைமையாசிரியர் அறையில் பால் பவுடர் மூட்டைமூட்டையாக அடுக்கியிருக்கும். எல்லாம் அமெரிக்க உதவியில் கிடைத்தது என்று பேசிக் கொள்வார்கள்.

பால்பவுடர் மதிய இடைவேளையில் பெரியபெரிய வாளிகளில் கரைக்கப்பட்டு மாணவர்களுக்குத் தம்ளர்களில் தரப்படும். எத்தனை தடவை வேண்டுமானாலும் வாங்கிக் குடிக்கலாம். பால்பவுடரை அப்படியே வாங்கியும் சாப்பிடுவோம். அன்றைக்கு இரவு கட்டாயம் வயிறு வலிக்கும்.

அதேபோல மதிய உணவு உப்புமா சாதமும் சுவையாக இருக்கும். வீட்டில் சாப்பாட்டுக்கு வழியில்லாத குழந்தைகள் பள்ளிக்கு ஒழுங்காக வர இதுவும் ஒரு காரணம்.

பள்ளியில் உள்ள பச்சைக் கலர் அடிபம்பு இன்னொரு ஆச்சரியம். ஒருவன் குதித்துக் குதித்து அடிப்பான். அந்தத் தண்ணீரில் லேசான துரு வாசனை அடித்தாலும் நிலத்தடி நீர் என்பதால் ஜில்லென்று ருசியாக இருக்கும்.

இத்தனை வயதுக்குப் பிறகும் அன்று நான் பள்ளியில் பருகிய துருவாசனை வீசும் தண்ணீர்போல் சுவையான குடிநீரை எங்கும் பருகியதில்லை.

கரும்பலகையைக் கோவை இலைகளால் துடைத்துப் பளிச்சென்று ஆக்கிவைப்போம்.

இவ்வளவு சுத்தமாகக் கரும்பலகையைத் துடைத்தது யார் என்று ஆசிரியர் கேட்பார்.

“நான்தான் சார்! நான்தான் சார்!” என்று கத்துவோம்.

“கோவை இலையை நான்தான் சார் பறிச்சுக் கொடுத்தேன்” என்பான் ஒரு சோனிப் பையன் பலவீனமான குரலில்.

## குழுப் புகைப்படம்

ஆரம்பப் பள்ளியில் நான் பயின்றதன் மௌனச் சாட்சியாக ஒரு கறுப்பு வெள்ளைப் புகைப்படம் பெயருக்கேற்ற மாதிரி புகைபடிந்து மிச்சமிருக்கிறது. காரை பெயர்ந்த பள்ளிக்கூடத்தின் பின்புறச் சுவரையொட்டிப் போடப்பட்ட பெஞ்சின் மீதும் கீழேயும் வரிசையாக 1963 முதல் நின்று கொண்டிருக்கிறார்கள் மாணவர்கள். பெண்பிள்ளைகள் வரிசையில் கடைசியில் உட்கார்ந்து கொண்டிருப்பதுதான் அமராவதி. கருப்பு வெள்ளைப் படத்தில் காணவே முடியாது

அமராவதியின் அழகை. சாயம்போன ஊதாநிறப் பாவாடை சட்டையுடன்தான் பார்க்கவேண்டும். எப்போதும் என் தோள்மீது கைபோட்டுத் திரியும் குமரேசன் 60 வருடங்களாகத் தள்ளியே உட்கார்ந்திருக்கிறான் புகைப்படத்தில்.

மரியசூசை சாருக்கு மாணவர்களின் தலை கலைந்து இருந்தால் பிடிக்காது. சட்டை பட்டன்களைக் கழுத்துவரை போட்டுவிடுவார். அவர் சொன்ன நற்கருணை வீரன் கதையை மறக்கமுடியாது.

நான் பயின்ற ஆரம்பப் பள்ளிக்கூடத்தைக் காண அண்மையில் கிராமத்துக்குச் சென்றிருந்தேன். மூங்கில் பிளாச்சுகளால் ஆன காற்றோட்டமான வகுப்பறைகள், நான் படித்த ஒண்ணாங்கிளாஸ், மதிய உணவு பரிமாறப்படும் மிக நீளமான வராந்தா, பால்பவுடர் டின்கள் அடுக்கப்பட்ட தலைமையாசிரியர் அறை ஒன்றையும் காணோம். என்னுடன் நடந்துவந்த தலைமையாசிரியரைக் கேட்டேன், 'பழைய பள்ளியைக் காண முடியவில்லையே சார்.'

ஒரு தகவல் பலகையைச் சுட்டிக்காட்டினார். அரசு நிதி உதவியில் பள்ளி புதுப்பிக்கப்பட்டுள்ளது என்றது அறிவிப்புப் பலகை.

# 38

## அமெரிக்காவில் திண்ணை இல்லை

திண்ணையில் உட்கார்ந்து தெருவை வேடிக்கை பார்த்துக்கொண்டிருந்தேன்.

அமெரிக்காவிலிருந்து ஒரு நண்பர் தொலைபேசிவழித் தொடர்புகொண்டார்.

"தஞ்சாவூர்க் கவிராயர்தானே?"

"நானேதான்!"

"சார் உங்கள் திண்ணைப்பேச்சு பிரமாதமாகப் போயிட்டிருக்கு!" (அடுத்த மாதம் முடியப் போகிறது!)

"நன்றி."

"இங்கே தமிழர்கள் நிறையபேர் இருக்கிறோம். சங்கமெல்லாம் வைத்துக் கொள்ளவில்லை. ஒரு க்ரூப் அவ்வளவுதான்... எல்லோரும் உங்கள் எழுத்தின் ரசிகர்கள்... திண்ணைப்பேச்சில் நீங்கள் எழுதுகிற விஷயங்கள் எங்களுக்கே புதுசா இருக்கு."

"எங்களுக்கே என்றால்?"

"எங்கள் க்ரூப்பில் தஞ்சாவூர்க்காரர்கள், திருநெல்வேலிக்காரர்கள், எல்லோருமே இருக்கிறோம்..."

"சரி..."

“ஒருதடவை அமெரிக்கா வந்து திண்ணைப்பேச்சில் வருவதுபோலப் பல செய்திகளை எங்களுக்குச் சொல்ல வேண்டும்... குறிப்பாகக் குழந்தைகளுக்கு... நமது தமிழ் மண்ணின் பெருமைகளை அவர்களுக்குப் புரியவைக்க வேண்டும். நீங்கள் வந்துபோகிற செலவை நாங்கள் ஏற்றுக்கொள்கிறோம். நீங்கள் மட்டுமல்ல இன்னொரு இலக்கிய ஆளுமையையும் அழைத்திருக்கிறோம்!”

“தாராளமாகச் சொல்லுகிறேன். அதுசரி அமெரிக்காவில் திண்ணை இருக்கிறதா?”

நண்பர் நான் சொன்னதை சீரியஸாக எடுத்துக் கொண்டார் போலும். தொடர்பு துண்டிக்கப்படுவது தெரிந்தது.

மீண்டும் அரைமணி நேரம் கழித்து அந்த எண்ணிலிருந்து அழைப்பு.

“சார்... விசாரித்துப் பார்த்துவிட்டேன். அமெரிக்காவில் திண்ணை இல்லை... அகராதியிலும் தேடிப் பார்த்தேன். திண்ணை என்ற சொல்லே இல்லை.”

“திண்ணையே இல்லை என்கிறபோது திண்ணை என்ற சொல் எப்படி இருக்கும்?”

“திண்ணை இருந்தால்தான் வருவீர்களா?”

“நாளைக்குச் சொல்கிறேன்.”

அமெரிக்கா செல்வதில் பல நடைமுறை உபாதைகள் இருந்தன. பாஸ்போர்ட் வேண்டும். அதற்கு முன்னால் பாத்ரூம் குழாயில் தண்ணீர் வரவில்லை. அதைச் சரிசெய்ய வேண்டும். நடுத்தர வர்க்கத்தினர் இலக்கியக் கோஷ்டி, நாடாளுமன்ற நல்லெண்ணத் தூதுக்குழு போன்றவற்றில் இடம் பெறுவது கஷ்டம்.

என் எழுத்து திண்ணையிலிருந்து அமெரிக்கா செல்ல முடியும்; என்னால் முடியாது.

திண்ணை ஒரு மாயக் கம்பளம். பெண்களுக்குத் தங்கள் கவலைகளை இறக்கிவைக்கும் சுமைதாங்கி, விருந்தோம்பலின் அடையாளம். வீட்டின் தாய்மடி என்று ஒரு கவிஞர் வர்ணிக்கிறார். குழந்தைகள் திண்ணையில்தான் விரும்பி விளையாடுவார்கள். பெண் குழந்தைகளுக்குத் தலைபின்னி விடுவது. மாணவர்கள் தேர்வுக்குப் படிப்பது என்று திண்ணை, வாழ்க்கையின் தவிர்க்கமுடியாத அம்சமாக இருந்தது ஒரு காலம்.

தஞ்சாவூர் போன்ற பழைய நகரங்களில் தேரோடும் வீதிகளை ஒட்டிச் சந்துகளும், சந்துகளில் திண்ணை வைத்த வீடுகளும் இருந்தன. இப்படிச் சந்துகளில் 'வசித்த' திண்ணைகளுக்குப் பல தலைமுறைக் கதைகள் தெரியும். வாயிருந்தால் சுவாரசியமான கதைகளைச் சொல்லும். திண்ணையில் உட்கார்ந்து சாதகம் செய்வது அக்காலச் சங்கீதம் பயில்வோருக்கும், வித்வான் களுக்கும் வழக்கம். ஒற்றை வயலின் இழை, வாய்ப்பாட்டின் ராகத்துணுக்கு, தவிலின் துடிப்பு – சந்துகளிலிருந்து மிதந்துவரும்.

சந்துகளில் வசித்த எல்லா வீட்டாருக்கும் சந்து தொடக்கத்தில் ஒரு பொதுத் திண்ணை இருந்தது. வீதியை ஒட்டியிருந்த இந்த அகன்ற பெரிய திண்ணையில் காற்று அள்ளிக்கொண்டு போகும். சந்துவாசிகள் பலரையும் சாயங்கால வேளைகளில் அங்கே பார்க்கலாம்.

பாரம்பரியமான பாக்குமரத்து ஐயர் வீட்டுத் திண்ணை தஞ்சாவூர் மேலவீதியில் ஒரு திண்ணை இருந்தது. இதன் பெயர் விட்டல் மந்திர் திண்ணை. பின்னாளில் தமிழகத்தின் மிகப் பெரும் சங்கீத வித்வான்களாக அறியப்பட்டவர்கள் இந்தத் திண்ணையில் உட்கார்ந்து சாதகம் செய்தவர்கள்தாம். தெருவாசிகளுக்கும் தேசாந்திரிகளுக்கும் ஏன் ஆங்கிலேயர் ஆட்சிக்காலத்தில் தேசபக்தர்களுக்கும் புகலிடமாக இந்தத் திண்ணை இருந்தது. நான் பார்த்ததில் மிக நீளமான திண்ணை அது. மேலவீதியில் சுவாமி புறப்பாடு ஆகிவரும் சமயம் ஊர்வலத்தில் நாதசுரம் முதலான வாத்தியங்கள் வாசித்து வரும் பெரிய வித்வான்கள் திண்ணைக்கு முன்னால் சற்றுநேரம் கண்மூடி நின்று தங்கள் முன்னோடிகளுக்கு அஞ்சலி செலுத்துவது போல் மெய் மறந்து வாசித்துவிட்டுச் செல்வது வழக்கம். அண்மையில் தஞ்சை சென்றிருந்தபோது அந்தப் பாரம்பரியச் சின்னமான திண்ணை நகராட்சி நிர்வாகத்தால் இடிக்கப்பட்டிருந்தது. (சாக்கடை மீதான ஆக்கிரமிப்பாம்) திண்ணை இருந்த சுவடே இல்லை. இந்த இடிப்பு சரித்திரத்தின் மீதான ஆக்கிரமிப்பு என்பதே சரி.

பாரதியின் இடிப்பள்ளிக்கூடம் படித்திருப்பீர்கள். அது திண்ணையில்தான் நடந்தது. வெல்லச்சு செட்டியார், எலிக்குஞ்சு செட்டியார், பிரம்மராயர் என மனிதர்களுக்குக் கற்பனைப் பெயர்களைச் சூட்டி அப்படியே கண்முன் நிறுத்தியிருப்பார் பாரதி. திண்ணையில் போட்டிருந்த மிக நீளமான பெஞ்சை இப்போது நினைவில்லத்தின் உள்ளே போட்டிருக்கிறார்கள். அத்தனை நீளமான பெஞ்சை நான் பார்த்ததே இல்லை.

ஆளோடி நெடுகவும் நீண்ட திண்ணை. மாப்பிள்ளை தலைசாய்க்க திண்டுவைத்துக் கட்டிய மாப்பிள்ளைத் திண்ணை. சாக்குப் படுதா தொங்கும் திண்ணை. படுதாவுக்குப் பின்னால் பாட்டியும் இருக்கலாம். வீட்டுக்கு விலக்கான பெண்களும் இருக்கலாம்.

வெறும் திண்ணையைப் பார்க்க முடியாது. யாருமே இல்லாவிட்டாலும் ஒரு சொம்பு உட்கார்ந்திருக்கும். வழிப்போக்கர்கள் தொண்டையை நனைத்துக்கொள்ள ஒரு பித்தளைத் தட்டில் (அதில்தான் எத்தனை பூ அலங்காரம்) வெற்றிலைப் பாக்கு சுண்ணாம்பும் இருக்கும்.

வீடு தூங்கியபிறகும் திண்ணை விழித்துக்கொண்டு இருக்கும். திண்ணை இருட்டில் இரண்டு பீடிக் கங்குகள் பேசிக்கொண்டிருக்கும்.

## திருலோக சீதாராமும் திண்ணையும்

பழம்பெரும் கவிஞர் திருலோக சீதாராம் எழுதிய கவிதையிலிருந்து சில வரிகள்:

முன்பொரு கவிதை எழுதினேன்
அதன் மூலப்பிரதி கைவசமில்லை
எரவாணத்தில் செருகிவைச்சேன்
எங்கே போனதோ தெரியவில்லை...

இந்தப் பாடலைக் கவிஞர் ரவிசுப்பிரமணியம் பாடிக் கேட்க வேண்டும்; என்ன ஒரு ராகம், என்ன ஒரு சோகம்!

எரவாணம் என்பது திண்ணையின் மேற்புறம் சார்ப்பாக இறங்கி உத்தரத்தோடு விளிம்பு கட்டி நிற்கும் பகுதிதான். இதில் கடிதங்களைச் செருகிவைக்கும் வழக்கம் இருந்தது. திருலோகம் கவிதையைச் சொருகிவைத்திருக்கிறார்.

திண்ணை இருட்டில் உட்கார்ந்திருப்பது தமக்குப் பிடிக்குமென்று புதுமைப்பித்தன் எழுதியிருக்கிறார். இருட்டோடு இருட்டாக இருந்துவிடலாம் பாருங்கள் என்பார். திண்ணை இருட்டு மாடப்பிறையில் சுடர்விட்டு எரியும் தீபத்தைக் கொஞ்சம்கொஞ்சமாகத் தின்று தீர்த்துவிடும்.

திருவண்ணாமலையில் ரமணரை அண்டியிருந்து வாழ்ந்து மறைந்த ஞானியர் பலர். அவர்களில் ஒருவர்தான் திண்ணை சுவாமிகள். ஒரு வீட்டுத் திண்ணையில் அமர்ந்தபடி 40 ஆண்டுகள் கழித்திருக்கிறார். திருவண்ணாமலையில் அந்தத் திண்ணை இன்னும் இருக்கிறது. சுவாமிகள் சமாதி அடைந்த போதும் திண்ணையின் ஏகாந்தம் அங்கு வீற்றிருக்கிறது.

திண்ணை பெரிதாக இருந்தால் பாதி திண்ணையில் படுதா தொங்கும். உள்ளே கைக்குக் கிடைத்த வண்ணங்களால் கதா பாத்திரங்களை உருவாக்குவோம். திண்ணை சிறிதாக இருந்து விட்டாலோ வீட்டுக்குள்ளிருந்து பாரதியும் வீரபாண்டிய கட்டபொம்மனும் வெளியே வருவார்கள்.

நாங்கள் போடுகிற கூச்சல் தாங்காமல் எதிர்த் திண்ணையில் தூங்கும் தாத்தா கோபாவேசத்துடன் குச்சியை உயர்த்தியபடி வருவார். கட்டபொம்மன் வேஷம் போட்டவன் தான் முதலில் ஓட்டம் பிடிப்பான்.

இரவில் பாட்டி சொன்ன கதைகள் பகலில் அரங்கேறும். அனுமார் சமுத்திரத்தை ஒரே தாண்டாக எப்படித் தாண்டினார் என்று எங்களுக்குள் போட்டி நடக்கும். பெரிய திண்ணையில் இருந்து சிறிய திண்ணைக்குத் தாவுவோம். எல்லோரும் சாமர்த்தியமாகத் தாவிவிட்டார்கள். நான் கொஞ்சம் தடுமாறி மோவாயில் அடிபட, ரத்தம் சொட்டச்சொட்ட ஆஸ்பத்திரிக்குத் தூக்கிக்கொண்டு ஓடினார்கள்.

மோவாயில் தையல் போட்டுத் தலையிலிருந்து மோவாய் வரை வெள்ளை பாண்டேஜ் போட்டுவிட்டார்கள். என் நண்பர்கள் வாயைப் பொத்திக்கொண்டு சிரித்தார்கள். இப்போதுதான் அசல் அனுமார் மாதிரி இருக்கேனாம்!

பழைய நினைவுகளின் தூளியில் ஆடியபடி தூங்கிப் போய்விட்டேன்.

திண்ணை நூலகம் வந்த வாசகர் பத்ரி என்னை எழுப்பி விட்டார்.

என்னை அறியாமல் அனிச்சையாக என் விரல்கள் மோவாயைத் தடவின.

சமுத்திரம் தாண்டியதற்குச் சாட்சியாகச் சின்னதாக அந்தத் தழும்பு இருக்கவே செய்தது!

# 39

## இரன் பறவையின் தோழர்

என் கல்லறையின் மேல்
இரண்டு சொற்களை மட்டும் பொறியுங்கள்
"க்வீ! க்வீ!"
இப்படித்தான் இரன் பறவை கூப்பிடுகிறது

– ரோசா லக்சம்பர்க்

கம்யூனிஸ்டுகள் கலை இலக்கியத்துக்கு எதிரானவர்கள் கலையும் இலக்கியமும் வர்க்கப் போராட்ட உணர்வை மழுங்கடிக்கும் மயக்க மருந்துகள் என்று ஒரு கருத்து இருந்தது. அதனாலேயே பாறைபோல் இறுகிய மனம் கொண்டவர்களாகவே கம்யூனிஸ்டுகளைச் சித்திரிப்பார்கள்.

பாறையின் இடுக்குகளிலிருந்து பசுந்தளிர் எட்டிப்பார்ப்பது போல் கம்யூனிஸ்டுகளின் பாறை போன்ற மனங்களிலும் பசுந்தளிர்போல் கலை எட்டிப்பார்க்கிறது.

இதற்கு எண்ணத்தொலையாத எடுத்துக் காட்டுகள் உள்ளன. உலகின் ஆகச்சிறந்த இலக்கியங்கள் கம்யூனிஸ்டுகளால் படைக்கப் பட்டிருக்கின்றன. போராட்டத்தில் உயர்ந்த முஷ்டிகளைப் பார்த்த மாசேதுங்கிற்கு அவை ஆயிரம் பூக்களாகத் தென்படவில்லையா?

கம்யூனிஸ்ட் பாசறையில் உருவான தஞ்சை ப்ரகாஷ் அடிக்கடி சொல்லும் வாக்கியம். 'நீங்கள் எல்லாம் வாழ்க்கையைப் பார்க்க மட்டுமே செய்கிறீர்கள். வாழ்க்கையை உற்று நோக்கவேண்டும்.

தஞ்சாவூர்க் கவிராயர்

*You are only seeing the life. You are not looking'* என்பார். எங்களுக்குப் புரிந்தது போலவும் இருக்கும்; புரியாதது போலவும் இருக்கும். ஞானவான்கள் பேசுவது அப்படித்தான். நகுலன் சொல்லுவதுபோல் யோசிக்கவேணும்!

க.நா.சு. சொல்லுவார்...

"காண்பதுவும் காண்பதில் தோய்வதும்தான் வாழ்க்கை."

எழுத்து ஆளுமைகள் பலரின் படைப்புகள் நமது மனதைத் தொடுவதற்குக் காரணம் அவர்கள் வாழ்வின் மீது கொண்டிருக்கும் லயிப்பும் அக்கறையும்தான். நல்ல இலக்கியம் இவற்றைக் கவனிக்கவும், கண்டுகொள்ளவும் கற்றுக் கொடுக்கிறது.

இந்த உணர்வு வாய்த்துவிட்டால் நீங்கள் எத்தனை மோசமான நரகத்திற்குள் தள்ளப்பட்டாலும் அதைச் சொர்க்கமாக மாற்றிக் கொள்வீர்கள்.

அப்படி மாற்றிக்கொண்டவர்களில் ஒருவரான ரோசா லக்சம்பெர்க் என்ற பெண்மணியைச் சொல்ல வேண்டும்.

ரோசா பள்ளியில் படிக்கும்போதே புரட்சிக்காரர்களின் குழுவில் இணைந்தார். பள்ளியில் முதல் மதிப்பெண் பெற்றும் இவருக்குப் புரட்சிக்காரர்கள் தொடர்பு இருந்ததால் தங்கப் பதக்கம் மறுக்கப்பட்டது. பள்ளிப் படிப்பை முடித்ததுமே அவர் புரட்சிகர சோஷலிச அமைப்பில் உறுப்பினராகி விட்டார். மார்க்ஸ் எங்கெல்சின் எழுத்துக்களைக் கற்கத் தொடங்கிவிட்டார்.

1889ஆம் ஆண்டில் ரஷ்யாவில் இரகசிய போலீசின் பதிவேடுகளில் ரோசா லக்சம்பெர்கின் பெயர் இடம் பெற்று விட்டது.

மக்கள் கவிஞர் இன்குலாப் ஊரப்பாக்கத்தில் வசித்தபோது நோய்வாய்ப்பட்டுப் படுக்கையில் இருக்கும் நிலைக்கு ஆளாகி தமது அவயவங்களில் ஒன்றை இழக்கும் நிலைக்கு ஆளான போது 'இப்போதும் என் பெயர் போலீசின் இரகசியப் பதிவேடு களில் இருக்கிறது – ஆபத்தானவர்கள் பட்டியலில்!' என்று சொல்லிச் சிரிப்பார்.

அவர் எழுதிய கவிதை ஒன்று இப்படித்தான் ஆரம்ப மாகும்.

'ஒவ்வொரு புல்லையும் பெயர்சொல்லி அழைப்பேன்!'

கவிஞர் இன்குலாபின் பெயர் இயற்கையின் பதிவேட்டில் இடம் பெற்றிருப்பதை அவர் கவிதைகள் பலவும் உணர்த்தும்.

ஒரு மாபெரும் சோஷலிஸ்ட் ஆன அவர் தனது நண்பர்களுக்கு எழுதிய கடிதத்தில் இப்படிக் குறிப்பிட்டார்.

"என் ஆழ்ந்த பாசம், தோழர்களைவிட என் சின்னஞ்சிறு பறவைகளுக்குத்தான் சொந்தமானது!"

அந்தப் பறவைகள் சிறைக் கொட்டடியினுள் சின்னஞ்சிறு சாளரத்தின் வழியே தெரிந்த ஒரு துண்டு வானத்தில் குறுக்கும் நெடுக்கும் கீச்சிட்டபடி பறந்தவை!

ஆகவேதான் அவர் எழுதினார்.

என் கல்லறையின் மேல் இரண்டு சொற்களை மட்டும் பொறியுங்கள்.

"க்வீ, க்வீ" – இப்படித்தான் இரன் பறவை கூப்பிடுகிறது.

ஆனாலும் இந்த வேண்டுகோளைக்கூட அவரது எதிரிகள் நிறைவேற்றவில்லை.

அதனால் என்ன? இரன் பறவைகள் இருக்கும்வரை ரோசாவின் பெயரும் இருக்கும்!

சாலியமங்கலத்துக்கு மணிக்கொடி எழுத்தாளர் ந. பிச்சமூர்த்தியுடன் அளவளாவ தஞ்சை ப்ரகாஷ் முதலான நண்பர்களுடன் செல்வோம்.

அப்போதெல்லாம் எவ்வளவு தீவிரமான இலக்கிய உரையாடலாக இருந்தாலும் சட்டென்று தன்பேச்சை நிறுத்திவிட்டுச் சற்றுநேரம் கழித்து 'சொல்லுங்கள்' என்பார்.

ஒருமுறை இதற்குக் காரணம் கேட்டார் ப்ரகாஷ்.

"ப்ரகாஷ்! அதோ உங்களுக்குக் கேட்கிறதா? செம்போத்து கூவுகிறது பாரும்! அதன்குரலில் என்ன ஒரு ராகம், என்ன ஒரு சோகம்?"

கிராமத்து வீடுகளில் ஏதேனும் தீவிரமாகப் பேச்சு வார்த்தை நடைபெறும்போது பல்லியின் குரல் ணிக் ணிக் என்று கேட்கும்.

'இதோ... பல்லியே சொல்லிடுச்சு!' என்று தங்களின் முடிவுக்கு பல்லியின் குரலை இறைவனின் அசரீரியாக ஏற்பார்கள்.

மூடநம்பிக்கைதான் ஆனால் வீட்டில் ஒரு மூலையில் வாழும் அற்பஜந்துவான பல்லியின் குரலுக்குச் செவிமடுக்கும் மனநிலை சிறப்பானது அல்லவா?

அதேபோல தி. ஜானகிராமன், "இரவில் கேட்கும் சுவர்க்கோழியின் ரீங்காரம் இருட்டைத் துரப்பணமிட்டது" என்பார்.

இந்த மனநிலை சுதந்திர மனிதர்களின் மனங்களில் உதிப்பதில் வியப்பில்லை. சிறைக் கொட்டிலில் அடைக்கப் பட்டபோது அப்படியான மனநிலை மரத்துவிடாமல் மகிழ்ச்சியில் திளைக்க முடியும் என்றால் அது குழந்தை களாலும் ஞானிகளாலும்தான் முடியும்.

ரோசா ஞானியுமல்லர், குழந்தையுமல்லர். ஒரு மனித ஜீவனாகச் சுற்றுச்சூழலில் அக்கறைகொண்டு அதில் லயிப்பவர். கவிமனம் உடையவர், காருண்யம் மிக்கவர் என்பதையே காட்டுகிறது.

இத்தகைய மனிதரைச் சிறைப்படுத்த ஏலுமோ? சிறைக்குள்ளும் பிரபஞ்சம் கண்டு சிந்தித்திருப்போர்க்கு உடலைப் பிணிக்கும் கயிறும் கம்பியும் எந்தமட்டு?

மன்னிப்பு வேண்டாம்!

ரோசா முதன்முறையாகச் சிறைசென்றபோது அவர் எழுதினார்.

இங்கே என்னால் அமைதியாக ஓய்வெடுக்க முடிகிறது. காற்று, கதிரவன், நூல்கள் எல்லாம் இருக்கின்றன.

'ஆனால் அரசர் ஃப்ரெடரிக் அகஸ்டின் முடிசூட்டு விழாவின் நிமித்தம் எனது தண்டனைக்காலம் குறைக்கப் பட்டதைத்தான் என்னால் தாங்கிக் கொள்ள முடியவில்லை. அரசரின் மன்னிப்போ, கிருபையோ எந்த வடிவத்தில் வந்தாலும் நான் ஏற்றுக்கொள்ளத் தயாராக இல்லை."

நெஞ்சைக் கொள்ளைகொள்ளும் அவர் கடித வரிகளைப் பார்க்கலாம்.

"கீழே பசுமை கொழிக்கும் ஒலிவமரத் தோப்புகள், செர்ரி பழக்கொடிகள், பெருமதிப்புக்குரிய தவிட்டுநிறக் கொட்டை ஸ்பானிஷ் மரங்கள். இவை எல்லாவற்றுக்கும் மேலாகப் பரவிக்கிடக்கும் ஆதிகாலத்துப் பேரமைதி."

"நேற்று திடீரென்று நீல நிறப் பூனைக்குட்டி ஒன்று என்னைச் சிலநொடிகளே சந்தித்து வாழ்த்திப்போய்விட்டது."

"நான் அடைக்கப்பட்டிருக்கும் கொட்டடியின் சன்னலுக்கு வெளியே ஒரு நீலப்பறவை அடிக்கடி பறந்துசெல்லும். அது மிகவும் புத்திசாலித்தனமாக தன் சிசியே என்ற மகிழ்ச்சிப்பாடலைப் பாடியது. ஒரு குறும்புக்குழந்தை எப்படித் தொந்தரவு கொடுக்குமோ அப்படிப் பாடியது அது சுற்றிச்சுற்றி வந்தது

என் தாய் பைபிளை முழுமையாக நம்புகிறவர். அரசர் சாலமோன் பறவைகளின் மொழியைப் புரிந்துகொண்டவன் என்று உறுதியாக என்னிடம் சொல்லுவார். என் தாயின் எளிமையைக் கண்டு நான் புன்முறுவல் செய்வேன். அரசன் சாலமோன் போன்று நானும்கூட பறவைகளின் மொழியையும் விலங்குகளின் மொழியையும் புரிந்து கொள்கிறேன்."

அவற்றின் மொழி மனிதப் பேச்சுபோல் இல்லைதான். ஆனால் அவை தம் குரல்களை மாற்றிமாற்றிப் பல்வேறுபட்ட அர்த்த பாவங்களையும் உணர்வுகளையும் வெளிப்படுத்து வதை நான் புரிந்துகொள்கிறேன். எவர் அசட்டை செய்கிறாரோ அவரின் செவிகளுக்குத்தான் பறவையின் பாட்டு கர்ண கடூரமாக இருக்கும். எப்போதும் ஒரே விதமாக இருக்கும்.

"சோனிக்கா என் நீண்ட காலச் சிறைவாசத்தினால் நான் மிகவும் கசப்படைந்து விட்டதாக நினைக்கிறாய். எப்படி மனிதர்கள் தம் சக மனிதர்களின் தலைவிதியை நிர்ணயிக்கத் துணிச்சல் கொள்ளமுடிகிறது? இவை அனைத்துக்குமான அர்த்தம்தான் என்ன என்று கேட்கிறாய். வாழ்வின் மற்றும் அதன் வடிவங்கள் முழுமையும் பற்றி நீ கேட்கும் வினா இருக்கிறதே அது பகுத்தறிவுக்குப் பொருந்துவதாக இல்லை. இந்த உலகத்தில் இந்த நீல நிறப்பறவைகள் ஏன் இருக்கவேண்டும்? எனக்கு ஏன் என்று உண்மையாகவே தெரியவில்லை. ஆனால் அவை இருக்கின்றனவே என்பதில் மகிழ்ச்சி அடைகிறேன்."

"மதிலுக்கு அப்பாலிருந்து திடுதிப்பென்று அவசர அவசரமாக சிசிபே என்ற ஒலி வருவது என் செவிக்கு மிக இனிமையாக இருக்கிறது."

சிறையிலிருந்து மாற்றப்படும் வேளையில் சிறைச்சாலை மதிலை ஒட்டிச் செல்லும் அந்தக் குறுகிய கற்கள் பாவப்பட்ட பாறையிடமும் "நான் உன்னிடமிருந்து விடைபெறுகிறேன்" என்று எழுதுகிறார்.

குளியலறையின் மேலே சன்னலில் சிக்கிக்கொண்டிருந்த வண்ணத்துப் பூச்சியைக் காப்பாற்றுகிறார்.

தஞ்சாவூர்க் கவிராயர்

நள்ளிரவில் சிறைக்காவலர்கள் பூட்ஸ் அணிந்து சிறைக்கு வெளியே சரளைக் கற்களின்மேல் நடந்துபோகும் சப்தமும் அவருக்குச் சந்தோஷம் தருகிறது.

மென் உணர்வும் மேதமையும் மிக்க ரோசா லக்சம்பெர்க் என்ற அந்த இளம்போராளியின் மேன்மை தெரியாத ஒரு பட்டாளத்துச் சிப்பாய் ரோசா அடைக்கப்பட்டிருந்த விடுதி அறையிலிருந்து வெளிவரும்போது துப்பாக்கியால் அவர் பின்மண்டையில் அடித்தான். மற்றொரு ஆபீசர் அவர் தலையில் சுட்டான்.

லேண்டர்வேர் கால்வாயில் பாலத்திலிருந்து ரோசாவின் சடலம் தூக்கியெறியப்பட்டது.

தன்னையே தன் கனவுக்காகக் காவு கொடுத்த ஒரு கம்யூனிஸ்ட் போராளியின் வாழ்க்கை இவ்விதம் முற்றுப்பெற்றது.

40

# மௌனத்தை வாசிப்போம்

மௌனமே கடவுளின் மொழி
மற்றவை
மோசமான மொழிபெயர்ப்புகள்

– ஜலாலுதீன் ரூமி

இருட்டென்பது குறைந்த வெளிச்சம் என்பார் பாரதி. அவ்வாறெனில் மௌனம் என்பதைச் சிற்றோசை என்று கூறலாம்தானே?

இருட்டை ஏற்க மறுக்கிறது பாரதியின் உள்ளம். மௌனம் என்பது ஓசையின் மிகமெல்லிய இழைகளால் பின்னப்பட்டுள்ளது.

குறிப்பிட்ட டெசிபலுக்கு (ஒலி அலைகள்) மேலேயும் கீழேயும் உள்ள ஓசைகளை நம்மால் கேட்க முடியாது. மனிதர்கள், விலங்குகள், பறவைகள் ஏன் எல்லா சீவராசிகளும் சிறிய பெரிய ஓசை களைக் கவனிக்கவும் உள்வாங்கவும் செய்கின்றன; எதிர்வினை ஆற்றுகின்றன.

தென்னை மரங்கள் காய்க்காமல் இருந்தால் அவற்றின் கீழே நின்று நான்குபேர் உரத்த குரலில் பேசிக்கொண்டிருந்தால்போதும் அவை குலைதள்ள ஆரம்பித்து விடும் என்று கிராமத்தில் சொல்வார்கள்.

மரங்களும் தாவரங்களும் பார்ப்பதற்கு மௌனமாக இருப்பதுபோல் தோன்றினாலும் அவை உரையாடவே செய்கின்றன. அண்மையில்

ஓர் அறிவியலாளர் தன்னுடைய கட்டுரையில் இதைக் குறிப்பிட்டிருந்தார். உயிரோடு இருப்பவையெல்லாம் உரையாடவே செய்யும். இது இயற்கையின் விதி.

கானகத்தின் மௌனத்தில் பிறந்து வளர்ந்த நம் மூதாதையர் மரங்களிடம்தான் மௌனத்தைக் கற்றனர். பல ஆயிரம் ஆண்டுகளாக வார்த்தைகள் இன்றி வாழ்ந்தனர்.

பறவைகளையும் விலங்குகளையும் போல் ஒருவரை யொருவர் உணர்ந்து வாழ்ந்த மனித இனத்துக்கு மொழி தேவைப்படாததாகவே இருந்தது.

அஸ்ஸாம் காடுகளில் வாழும் ஆதிவாசிகளில் பல இனக்குழுக்களுக்கு இடையே பேச்சுமொழி மட்டுமே உள்ளது. இவ்வாறு (லிபி) எழுத்து/வரிவடிவம் இல்லாத பல மொழிகள் அங்கு பேசப்படுகின்றன.

படித்த, எழுத்தறிவும் மொழியின் வரிவடிவமும் கற்ற ஆதிவாசிக் குழுவைச் சேர்ந்த ஓர் இளைஞன் எதுவுமே கற்காத மொழி அறிவு இல்லாத மற்றொரு ஆதிவாசியை ஏளனமாகப் பார்க்கிறான்.

பழைய எழுதப்பட்ட பிரதிகளை மிகக் கவனமாக ஒழுங்குபடுத்திப் பட்டுத் துணியில் சுற்றிக்கட்டிப் பெட்டிக்குள் வைக்கிறான். அவை விலை மதிப்புடையவை என்கிறான்.

உன்னுடைய யோசனைகளைக் கட்டாகக் கட்டி மடித்து வைப்பதால் என்ன பயன் இருக்கப்போகிறது என்று கேட்கிறான் படிக்காத மனிதன்.

ஆயிரம் வருஷங்களுக்கு முன்னர் எழுதப்பட்ட காகிதங்கள் இவை. பல தலைமுறைகள் கைமாறி வந்தவை. இவற்றைப் பற்றி உனக்கு அக்கறை வராது. ஏனென்றால் எழுத்து என்றால் என்ன என்றே உனக்குத் தெரியாது. தெரிந்திருப்பதால்தான் நாங்கள் பலசாலிகளாகவும் யாராலும் வெல்ல முடியாதவர்களாகவும் இருக்கிறோம் என்கிறான் அந்தப் படித்த மேதாவி.

அதற்கு அந்த ஆதிவாசி சொல்கிற பதில் ஆழ்ந்து சிந்திப்பதற்கு உரியது.

"சொற்கள் இன்றி வாழ்வது நல்லது. உரக்கப் பேசினால் வார்த்தைகள் சக்தியற்றுப் போகும். அமைதியாக வார்த்தைகளை உள்ளுக்குள்ளேயே வைத்திருப்பதுதான் நல்லது. எனக்கு

வார்த்தைகள் அவசியமில்லை. என்னுடைய மூதாதையர்கள் மௌனமாகத்தான் இருந்தார்கள்."

"பாறைகளையும் மரங்களையும் மட்டுமே நான் மூதாதையரிடமிருந்து பெற்றேன். செய்வதற்கு வார்த்தை களுக்கு சக்தி இல்லை. செயல்தான் தேவை."

மேற்கண்ட உரையாடல் அஸ்ஸாமைச் சேர்ந்த மமாங்தய் ஆங்கிலத்தில் எழுதிய கருங்குன்றம் *(black hill)* என்ற நூலில் இடம் பெற்றுள்ளது. இந்நூலின் தமிழாக்கத்துக்கு கண்ணையன் தட்சிணாமூர்த்தி 2023–க்கான சாஹித்ய அகதெமி பரிசு பெற்றது குறிப்பிடத்தக்கது.

மௌன விரதம் இருப்பவர்கள் மனத்தளவில் பேசிக்கொண்டுதான் இருப்பார்கள். மனத்தின் பேச்சு ஓய்வதே இல்லை என்று ஒருமுறை இறையன்பு தனது உரையில் குறிப்பிட்டார். மனத்தில் உறங்கும் மௌனத்தை வார்த்தைகள் விழுங்கிவிடுகின்றன.

**பால்பிரண்டன் ரமணர் சந்திப்பு**

பால்பிரண்டன் என்ற மேலைநாட்டு எழுத்தாளர் தத்துவ விசாரத்தில் மூழ்கித் தமது விடைதெரியாத கேள்வி களுக்கு விடைதேடி உலகம் முழுவதும் சுற்றியலைந்து பல தத்துவ ஞானிகளைச் சந்திக்கிறார். அவர் கேள்விகளுக்கு விடை கிடைக்கவே இல்லை. ரமணரிடம் வருகிறார். மௌனக் கம்பளத்தில் ரமணர் வீற்றிருக்கிறார். அங்கே யாருமே பேசவில்லை. நேரம் போய்க் கொண்டே இருக்கிறது. ஒரே ஒரு கணம் ரமணரின் பார்வை பால்பிரண்டன்மீது பட்டு விலகியது. அவ்வளவுதான், தாம் கேட்க விரும்பிய கேள்விகளைக் கேட்காமல் நாடு திரும்பி விடுகிறார் பால்பிரண்டன். அவற்றைக் கேட்பதற்கான தேவை எழவில்லை அவ்வளவுதான்.

**மௌனியின் மௌனம்:**

*Reading in between lines* என்று ஆங்கிலத்தில் ஒரு கருத்து உண்டு. வாக்கியங்களுக்கு இடையில் உள்ளதைப் படிப்பது. அங்கே வெற்றிடமல்லவா இருக்கிறது? சொல்லப்பட்ட வார்த்தைகளில் அல்ல, சொல்லப்படாத வார்த்தைகளில்தான் சத்தியத்தை நீ தேடவேண்டும் என்பார் க.நா.சு.

மௌனத்தையே புனைபெயராகச் சூட்டிக்கொண்டு பதினாறு கதைகளை மட்டுமே எழுதி இலக்கிய உலகில் பெரும் சலசலப்பை உண்டாக்கிய எழுத்தாளர் ஒருவர் இருந்தார்.

அவர் பெயர் மௌனி. அவருக்கு அந்தப் பெயரைச் சூட்டியவர் மணிக்கொடி எழுத்தாளர் பி.எஸ். ராமையா.

மௌனி எழுதிய இந்த ஒருவரியைப் பாருங்கள்.

'எவற்றின் நடமாடும் நிழல்கள் நாம்?'

எண்ணத்தையும் (மௌனமான) வார்த்தையையும் (ஓசையையும்) இணைக்கும் அற்புதம் இந்த வரி என்று லக்ஷ்மி ஹோம்ஸ்ரோம் என்ற மொழிபெயர்ப்பாளர் குறிப்பிடுகிறார்.

எங்கள் ஊரில் ஒரு காவடிப் பண்டாரம் இருந்தார். துண்டு வேட்டி. நல்ல சிவந்த வெற்றுடம்பு. அதில் கைமுண்டாவில் கட்டிய கறுப்புக்கயிறு.

அது என்ன கயிறு என்று கேட்போம்.

மந்திரத்தை மௌனத்தில் மடித்துவைத்துத்
தந்திரமாய் என் குருநாதன் செஞ்சு தந்த தாயத்து...

என்று பாடிக்கொண்டே நரைத்த சிகை காற்றில் பறக்க நடந்து போவார்.

தியானத்தின் மிகஉயர்ந்த நிலையில் பிரம்மத்தோடு கலக்கும் துரியத்தில் ஒரு அமைதி நிலவுகிறது. அதிலிருந்து பேரானந்தம் பிறக்கிறது என்கிறது மாண்டோக்ய உபநிடதம்.

'வாயினால் பேசா மௌனத்தை வைத்திருந்தும்
தாய் இலார் போல் நான் தளர்ந்தேன் பராபரமே'

என்றும்,

'சும்மா இருப்பதுவே கட்டற்ற பூரணம் என்றும் 'எம்மால் அறிதற்கு எளிதோ பராபரமே' என்றும் பாடுகிறார் தாயுமானவர்.

சும்மா இருக்கும் சுகம் அரிதுகாண் என்ற சித்தர் வாக்கில் சும்மா என்பது வாக்குமனம் ஒன்றுபட்ட வார்த்தையே என்று புலனாகும்.

மௌனங்கள் பலவிதம்.

வகுப்பறை மௌனம், யாருமில்லா வீட்டின் மௌனம், மதியவேளை வெயிலில் தெருவில் நிலைகொண்டிருக்கும் மௌனம், அரைக்கண்மூடிப் படிக்கட்டில் அமர்ந்திருக்கும் பூனையின் மௌனம், கல்லறைத் தோட்டங்களில் நிலவும் மௌனம், மருத்துவமனைகளின் மௌனம், எழுதப்படாத காகிதத்தின் மௌனம் (எழுதியதும்தான் அது பேச ஆரம்பித்துவிடுகிறதே), நூலகத்தின் மௌனம், கானகத்தின்

மௌனம், புகைப்படங்களின் மௌனம், புத்தர் சிலை மௌனம் இப்படி மௌனங்களைத் தேடிக் கண்டடைவது ஆனந்தம்.

திண்ணையில் இப்போது மௌனம் நிலவுகிறது. பேச்சு புரிந்ததுபோல் மௌனமும் புரிதல் வேண்டும்.

மௌனத்தின் பேச்சு புரியவில்லையென்றால் என் நாவின் பேச்சால் என்ன பயன் ஏற்பட்டுவிடும் என்று கேட்டார் மெஹர்பாபா.

தன் வாழ்நாளில் 42 வருடங்கள் பேச்சற்று மௌனமாய் சைகை மொழி பேசிச் சிரித்தவர் இந்தியாவின் புகழ்பெற்ற ஆன்மிக குருவான மெஹர்பாபா.

வார்த்தைகளை வாசிப்பது ஒரு அனுபவம் எனில் வார்த்தைகள் அற்ற மௌனத்தையும் வாசிப்பது இன்னொரு அனுபவம்.

# 41

## மீசை இருப்பதால் விரால் மீனுக்கு வீரம் வந்துவிடுமா?

"பாரதியாருக்கு மீசை உண்டு. அது பார்க்க ரொம்ப நேர்த்தியாக இருக்கும். அவரது வலது கை எழுதாத நேரத்தில் எல்லாம் அநேகமாக மீசையிலிருக்கும். மீசையை முறுக்குவதாகத் தோன்றாது. மீசைக்கு 'டிரில்' பழக்கிக் கொடுப்பது போலத் தோன்றும்."

ராணுவத்திலிருந்து ஓய்வுபெற்ற ஹவில்தார் ஒருவர் எங்கள் கிராமத்தில் இருந்தார். அவரது மீசையிலும் ஒரு ராணுவ ஒழுங்கு துலங்கும். 'ஆர்மியில் எனக்கு மீசை அலவன்ஸ் கொடுத்தார்கள் தெரியுமா?' என்று பெருமையாகச் சொல்லிக்கொள்வார்.

"மீசையைக் கத்தரித்து, சீவிச் சிங்காரிப்பது ஒரு சள்ளை பிடித்த வேலை. ஆனால், அதிகாரிகளுக்கு முன்னால் நான் சல்யூட் அடித்து நிற்கும் போது உங்க மீசையும் அட்டென்ஷனில் நிற்குது பிரதர் என்று நண்பர்கள் சொல்லும்போது பெருமையாக இருக்கும்!" என்பார்.

### மன்னர் பரம்பரையா?

தஞ்சாவூர் கலெக்டரின் டபேதார் நடராசனின் மீசை அந்தக் காலத் தஞ்சையில் பிரபலம். மன்னர்களின் கிரீடம்போலக் கட்டிய முண்டாசு, வெண்ணிற கோட், கால்சராய், கம்பீரமான கிருதா, கிருதாவுடன் சங்கமிக்கும் ஏர் இந்தியா மகாராஜா மீசை, நடையில் பணிவு கலந்த மிடுக்குடன் காணப்படுவார்.

தஞ்சையில் நடைபெற்ற கலைவிழா ஒன்றில் வெளிநாட்டுக் குழுவினர் விருந்தினராக இடம்பெற்றனர். அப்போது ஓர் அலங்காரத் தட்டில் குளிர்பானக் கோப்பைகளைக் கொண்டு வந்து குழுவினருக்கு வழங்கினார் நடராசன். குழுவில் இடம்பெற்றிருந்த ஒரு ஜெர்மன் அறிஞர் நடராசனின் மீசையைக் கண்கொட்டாமல் பார்த்தார். பிறகு கலெக்டரிடம், 'இவர் மராட்டிய அரச குடும்பத்தவரா,' என்று வினவியபோது, நடராசன் சிரித்துவிட்டார்.

## ஜமீன்தார் மீசை

பள்ளிக்கூடம் போகிற வழியில்தான் ஜமீன்தார் பங்களா இருந்தது. பெயர்தான் பங்களா, அது ஒரு பாழடைந்த கட்டடம். பங்களாவின் நீண்ட வராந்தாவில் ஓர் அரதப்பழசான நாற்காலியில் ஜமீன்தார் உட்கார்ந்திருப்பார்.

அவர் எந்த ஊர் ஜமீன்தார், அவர் பெயர் என்ன என்பதெல்லாம் எங்களுக்குத் தெரியாது. குச்சி போன்ற உடம்பு. ஆனால், ரொம்பப் பெரிய மீசை! அவ்வளவு பெரிய மீசையை என் வாழ்நாளில் பார்த்ததில்லை. தெருவை அவர் வேடிக்கை பார்ப்பார். தெரு அவரை வேடிக்கை பார்க்கும்.

## மீசை வாத்தியார்

பாரதியார் மாதிரியே எங்கள் பள்ளிக்கூடத்தில் ஓர் ஆசிரியர் இருந்தார். அவர் பெயர் மீசை வாத்தியார். கருகருவென்று சுழன்று ஈட்டிமுனை போல் நிற்கும் அந்த மீசை எதிர்ப்படு பவர்களை ஒரு கணம் தடுமாறச் செய்துவிடும்.

சாயங்கால வேளைகளில் தஞ்சாவூர் பழைய பேருந்து நிலையத்தில் சாரணர் சீருடையில் கழுத்தில் தொங்கும் விசிலுடன் போக்குவரத்தை ஒழுங்கு செய்வது அவர் பொழுதுபோக்கு. அவரது மிரட்டல் உருட்டல்கள் மீசை அசைவுகளுக்கு யாராக இருந்தாலும் வழிவிட்டு ஒதுங்கத்தான் வேண்டும்.

## மீசை மேல் ஆசை வைக்காதே தமிழா!

'மீசைமேல் ஆசை வைக்காதே தமிழா. விரால் மீனுக்கும்தான் மீசை இருக்கிறது. வீரம் வந்துவிடுமா அதற்கு?' என்று கேட்கிறார் பாரதியார், தமது மீசையை முறுக்கியபடி. பாரதியின் மீசை ரௌத்ரம் பழகிய மீசை. பாரதியின் மீசையை வ.ரா. இப்படி வர்ணிக்கிறார்: "பாரதியாருக்கு மீசை உண்டு. அது பார்க்க ரொம்ப நேர்த்தியாக இருக்கும். கண்ணைக் குத்தும் கெய்சர் மீசை அல்ல. கத்தரிக்கோல் பட்ட 'தருக்கு' மீசை அல்ல.

தானாக வளர்ந்து, பக்குவப் பட்டு அழகும் அட்டகாசமும் செய்யும் மீசை. அவரது வலது கை எழுதாத நேரத்திலெல்லாம் அநேகமாக மீசையில் இருக்கும். மீசையை முறுக்குவதாகத் தோன்றாது. மீசைக்கு 'டிரில்' பழக்கிக் கொடுப்பது போலத் தோன்றும்."

## ரசிகமணியின் மீசை

ரசிகமணி டி.கே.சி.யின் முகத்தைப் பார்த்த மாத்திரத்தில் அந்த மீசையின் அழகில் மனதைப் பறிகொடுக்காதவர்கள் உண்டா? டி.கே.சி.யின் முகத்திலே தவழும் மந்தகாசத்தில் அவர் மீசைக்கும் பங்குண்டு. கு. அழகிரிசாமி தமது கட்டுரை ஒன்றில் டி.கே.சி.யின் மீசை, 'பொன் வெள்ளை மீசை' என்று வர்ணிப்பார்.

கி.ரா. தன் 'அன்னப்பறவை' எனும் டி.கே.சி. பற்றிய நூலில் இப்படி எழுதுகிறார்: "ஒரு குதிரை வண்டி எங்களைக் கடந்துபோனது. அதில் ரசிகமணி உட்கார்ந்திருந்தார். டி.கே.சி.யின் சிவப்பு முகத்தில் ஜரிகை வெள்ளியாக மினுக்கும் கொத்து மீசையும் காக்கை இறகுபோல் கருத்த புருவமும் அப்படியே மனதில் பதிந்து போனது."

## மீசைக்குள் உடம்பு!

பல ஆண்டுகளுக்கு முன்னால் ராஜாஜியைக் கூட்டமொன்றில் பேசுவதற்கு அழைக்க ம.பொ.சி. போனபோது, அவர் மறுத்துவிட்டாராம். இதைப் பற்றிப் பல ஆண்டுகள் கழித்து நினைவுகூர்ந்த ராஜாஜி, "அப்போது உங்களுக்கு உடம்புக்குள் மீசை இருந்தது. இப்போதோ மீசைக்குள் உடம்பு இருக்கிறது" என்றாராம்.

தொண்ணூறுகளின் தொடக்கத்தில் தஞ்சையில் நடந்த விழாவுக்கு வருகை தந்த ம.பொ.சி.யை நேரில் பார்த்ததை மறக்க முடியவில்லை. அவர் மீசை பயமுறுத்தும் மீசை அல்ல. அவர் பேச்சை ஒரு மணி நேரம் மெய்ம்மறந்து கேட்ட பிறகுதான் புரிந்தது, குழைவோடும் பணிவோடும் தமிழின் நயத்தைச் சொல்லிச் சொல்லி வளர்த்த மீசை அது என்று!

தமிழ் மணவாளன் கவிதை ஒன்றில் பாரதிதாசனின் மீசை விரித்துவைத்த புத்தகம் போல் இருப்பதாக எழுதியிருந்தது நயம். ஒருமுறை ஜே.கே. இப்படி மேடையில் முழங்கினார்: "ஏன் மீசை வளர்க்கிறேன் என்று கேட்கும் நண்பர்களே, நான் ஒன்றும் மீசை வளர்க்கவில்லை. மீசைதான் என்னை வளர்க்கிறது!"

42

# அரண்மனைப் பூனையும் ஆதித்த கரிகாலரும்

தலையணைப் புத்தகம் வாசித்திருக்கிறீர்களா? தலையணைப் புத்தகம் என்றால் தலையணை அளவு பெரிதான புத்தகம் அல்ல. தலையணையைப் போல் தனக்கு நெருக்கமான விஷயங்களைப் பற்றி எழுதிவைத்த குறிப்புகள் என்று விளக்கம் தருகிறார் ஸீஷோனகன்.

பத்தாம் நூற்றாண்டில் ஜப்பான் அரண்மனையில் மகாராணியின் தாதியாகப் பணிபுரிந்தவர் அவர்.

கூர்ந்த அறிவும் அழகும் பணிவிடைப் பண்புகளும் இலக்கியப் பரிச்சயமும், நகைச்சுவை உணர்வும் கொண்ட சின்னஞ்சிறு நங்கை ஸீஷோனகன்.

இந்தப் புத்தகத்தை எழுத நேர்ந்த அனுபவத்தையே சுவைபடச் சொல்கிறார்.

ஒருநாள் தன் பரிவாரங்களோடு குதிரைமீது வந்த கொரிச்சிகா பிரபு, மகாராணிக்கு முன்னால் ஒரு பெரிய காகிதக் கட்டைக் கொண்டுவந்து பவ்யமாக வைத்தார்.

"இதை வைத்துக்கொண்டு என்ன செய்வது?" என்று கேட்டார் மகாராணி.

அப்போதெல்லாம் காகிதம், விலை உயர்ந்த, கிடைத்ததற்கு அரிதான பொருளாக இருந்தது.

‘இவற்றை வைத்து நான் ஒரு தலையணை செய்வேன்” என்றார் ஸீஷோனகன்.

“அப்படியே ஆகட்டும்” என்று அரசி அனுமதி தந்தார்.

தான் பார்த்த, கேட்ட, ரசித்த அரண்மனை மனிதர்களையும் சம்பவங்களையும் காகிதங்களில் எழுதிவைத்தார். இதில் சில அரண்மனை ரகசியங்களும் அந்தப்புர ரகசியங்களும் இடம்பெற்றிருந்தன. அவற்றிற்குத் தனது கண்ணியமான எழுத்துகளால், ஓர் இலக்கிய அந்தஸ்தைத் தந்துவிட்டார் ஸீஷோனகன்.

ஒருசில இடங்களில் தன் மன உணர்வுகளையும் சித்திரங்களாகத் தீட்டி வைத்திருக்கிறார்.

**நான் வெறுக்கும் விஷயங்கள்**

சளசளவென்று பேசும் பெண்கள். தன்னைச் சுற்றி நடப்பதைத் தெரிந்துகொள்வதில் அவர்கள் காட்டும் ஆர்வம். விடியற்காலையில் வெளியேறும் காதலன். ராத்திரி எங்கே வைத்தேன் என் பேனாவை எனத் தேடுவது. குறிப்பிட்டுச் சொல்லும்படியான எந்தத் திறமையுமில்லாத, அசடர்களின் ஓயாத பேச்சு. அற்ப விஷயங்களைத் தெரிந்துகொள்வதில் அவர்கள் காட்டும் ஈடுபாடு.

**என் இதயத்தைப் படபடக்க வைப்பவை**

சிட்டுக்குருவிகள் அவற்றின் குஞ்சுகளுக்கு இரையூட்டும் காட்சி. குழந்தைகள் விளையாடிக்கொண்டிருக்கும் இடத்தைக் கடந்து செல்வது. ஏதோ ஒரு வாசனை ஊதுபத்தி எரிந்து அதன் நறுமணம் தங்கியுள்ள அறையில் உறங்குவது. திடீரென சாளரத்தின் மீது விழும் மழைத்துளிகள்.

இப்படியே எழுதிக் கொண்டு போனார். அதில் ‘அரண்மனையால் வந்த வினை’ என்கிற தலைப்பில் அவர் எழுதியிருக்கும் உருக்கமான சம்பவம்.

அரண்மனையில் ஒரு பூனை இருந்தது. அரண்மனை அந்தஸ்துடன் வாழ்ந்துவந்த அது ஒரு சோம்பேறி. அரசருக்குப் பிடித்தமான பூனை அது. எப்போதும் அதைத் தூக்கி மடியில் வைத்துக்கொண்டு, அதன் உடலை அரசர் நீவிவிடுவார்.

நாங்கள் அந்தப் பூனைக்கு “மியோபூ சீமாட்டி’ என்று பெயர் வைத்திருந்தோம். அந்தப் பூனையைக் கவனத்துடன் பார்த்துக்கொள்ள வேண்டுமென்று மன்னர் உத்தரவே போட்டிருந்தார்.

ஒருநாள் அந்தப் பூனை மெதுவாக நடந்து அந்தப் புரத்திற்கு வெளியே போய்விட்டது. மகாராணி செல்லமாக வளர்த்துவந்த 'ஓகினோமாரோ' என்கிற நாய் பூனையின் மேல் பாய்ந்தது. பயந்து நடுங்கிப் போன அந்தப் பூனை, அங்குமிங்கும் ஓடி மன்னரின் போஜனக் கூடத்திற்குள் புகுந்தது.

அங்கே மன்னர் உட்கார்ந்து உணவருந்திக்கொண் டிருந்தார். அவர் புருவங்கள் நெறிபட்டன. பரிவுடன் பூனையைத் தூக்கி மடியில் வைத்துக்கொண்டார். நடுங்கும் அதன் உடலை மெல்ல நீவிவிட்டார்.

அரண்மனைக் காவல் அதிகாரி அரசரிடம் நடந்ததைக் கூறினார்.

கோபப்பட்ட அரசர் ஓகினோமாரோவை நாடு கடத்தி, நாய்த்தீவுக்கு விரட்டி, தீவாந்திர சிட்சை அளிக்குமாறு உத்திரவிட்டார்.

சில நாள்கள் கழித்து, அரண்மனைக் கோட்டைச் சுவருக்கு வெளியே ஒரே களேபரம். கூடவே ஒரு நாயின் அழுகுரல். "நம் ஓகினோமாரோவைப் போட்டு அடித்துக் கொண்டிருக்கிறார்கள். நாடு கடத்திய பின்பும் அது திரும்பி வந்துவிட்டதாம்" என்று தாதி ஒருவர் வந்து மகாராணியிடம் கூறினார்.

மகாராணியின் முகம் கோபத்தால் சிவந்தது. தனது காவலர்களை அழைத்து அடிப்பதை உடனே நிறுத்த உத்தர விட்டார்.

மறுநாள் அரசிக்குச் சிகை அலங்காரம் செய்துகொண் டிருந்தார்கள். ஸீஷோனகன் அவருக்கு முன்னால் முகம் பார்க்கும் கண்ணாடியைப் பிடித்துக்கொண்டிருந்தார்.

சட்டென எழுந்த மகாராணி, தூணின் மறைவை நோக்கிச் சென்றார். அங்கே ஓகினோமாரோ உடம்பெல்லாம் ரத்தக் காயங்களுடன் படுத்துக் கிடந்தது. மகாராணியைக் கண்டதும் கண்ணீர்விட்டது.

நாங்களும் துக்கத்தால் அழுதோம். மகாராணி ரத்தக் காயத்தால் ஊறிப்போன நாயின் உடலைப் பரிவுடன் தொட்டார்.

அதே நேரம் மகாராஜா உள்ளே நுழைந்தார்.

"ஓ. திரும்பி வந்துவிட்டதா? அதிசயம்தான்" என்று புன்னகை செய்தார். பிறகு பூனையைக் கையால் தடவிக் கொடுத்த படியே போய்விட்டார்.

இப்படியாக ஒகினோமாரோவிற்கு அரச மன்னிப்பு கிடைத்துவிட்டது.

மனம் கனத்தது.

“ஆஹா! ஸீஷோனகன் போல ஒரு சூட்டிகையான பெண், பராந்தகச் சோழரின் அரண்மனையிலாவது, குந்தவை நாச்சியாரின் அந்தப்புரத்திலாவது இருந்திருந்தால், நமக்கும் தலையணைப் புத்தகங்கள் கிடைத்திருக்கும். எவ்வளவோ சோழநாட்டு அரண்மனை ரகசியங்களைத் தெரிந்து கொண்டிருக்கலாம். நிச்சயமாக வரலாற்றில் இதுவரை விடை தெரியாத கேள்வி ஒன்றிற்கு விடை கிடைத்திருக்கும்” என்றேன் என் திண்ணை நண்பரிடம்.

“அது என்ன விடை தெரியாத கேள்வி?”

“அதுதான் ஐயா. ஆதித்த கரிகாலனைக் கொன்றது உண்மையில் யார் என்கிற கேள்விக்கு விடை கிடைத்திருக்கும் அல்லவா?”